AF751542

ഗ്രീൻ ബുക്സ്

ചേറപ്പായി കഥകൾ

ഐപ്പ് പാറമേൽ

തൃശൂർ ജില്ലയിലെ കുന്നംകുളത്ത് ജനനം.
കഥ, നാടകം എന്നീ
സാഹിത്യ മേഖലകളിൽ പ്രവർത്തിച്ചു.
അഡ്വക്കേറ്റായിരുന്നു.
2004ൽ നിര്യാതനായി.
കൃതികൾ : *നിശ്ചലമായ പുഴ,*
ഒരു മേൽക്കൂരയ്ക്ക് താഴെ,
അന്നാ മേരീ, അന്നാ മേരീ (കഥകൾ),
ഇസബെല്ല (നോവലെറ്റ്).

ചേറപ്പായി കഥകൾ

ഐപ്പ് പാറമേൽ

ചിത്രമെഴുത്ത്

നമ്പൂതിരി

ഗ്രീൻ ബുക്സ്

green books private limited
little road, ayyanthole, thrissur- 680 003
ph: 0487-2361038
website: www.greenbooksindia.com
e-mail: info@greenbooksindia.com

(malayalam)
cherappayi kathakal
(katha)
by
ipe paramel

first published january 2005
reprinted april 2013

illustrations : namboothiri
cover design : rajesh chalode

printed at
repro knowledgecast limited, thane

branches:
thrissur 0487-2422515
palakkad 0491-2546162
kannur 0497-2763038

isbn : 81-88582-52-2

GBPL/051/2004

മുഖക്കുറി

മലയാളത്തിൽ ഉദാത്തമായ ഹാസ്യത്തിന്റെയും പരിഹാസത്തിന്റെയും അലകൾ സൃഷ്ടിച്ച വി.കെ.എൻ. കാലഘട്ടത്തോടു ചേർത്തു വെച്ചു വേണം ഐപ്പ് പാറമേൽ എന്ന എഴുത്തുകാരനെയും വിലയിരുത്തേണ്ടത്. വി.കെ.എൻ. പരമ്പരകൾ സൃഷ്ടിച്ച പയ്യൻസും ചാത്തൻസും പോലെ ഐപ്പ് പാറമേലിന്റെ ചേറപ്പായി വക്കീലും ഒരു കാലഘട്ടത്തിന്റെ ആക്ഷേപഹാസ്യ പ്രതീകങ്ങളായിരുന്നു. കോടതികളെയും പരിസരങ്ങളെയും കേന്ദ്രമാക്കിയാണ് ചേറപ്പായി കഥകൾ മെനഞ്ഞെടുത്തത്. തൃശൂരിലെ ക്രിസ്തീയ സമുദായത്തിന്റെ സവിശേഷമായ സംഭാഷണ-ആഹാരാദികളും, വക്കീൽ കോട്ടിടുന്നവരുടെ തന്ത്രങ്ങളും കുതന്ത്രങ്ങളും, സാമൂഹ്യ രാഷ്ട്രീയ പ്രസ്ഥാനങ്ങളുടെ ദുർനടപ്പുകളും വൃത്താന്തകഥനങ്ങളും നിറഞ്ഞ ഹാസ്യപരിഹാസ പരമ്പരകൾ അദ്ദേഹം വാർത്തെടുത്തു.
സാഹിത്യത്തിൽ ആരോഗ്യകരമായ മൂല്യവിചാരവും വേറിട്ടൊരു ധാരയുമായി കലാശിച്ച ഈ ശബ്ദങ്ങളൊക്കെ ഇപ്പോൾ നിലച്ചുപോയി. വി.കെ.എന്നു പിറകേ ഐപ്പ് പാറമേലും നമ്മോടു യാത്ര പറഞ്ഞു.

ഒരിക്കൽ കലാകൗമുദിയുടെ താളുകളിലൂടെ നൂറുക്കണക്കിന് വായനക്കാരെ ആകർഷിച്ച ഈ കഥകളുടെ വീണ്ടുമൊരു പതിപ്പ് നമ്പൂതിരി വരച്ച രേഖാചിത്രങ്ങളുടെ മിഴിവോടെ പ്രകാശിപ്പിക്കുന്നു.

കൃഷ്ണദാസ്
മാനേജിങ് എഡിറ്റർ

അവതാരിക

ദി ഇൻസെപ്പറബിൾസ്

സി.വി. ശ്രീരാമൻ

തൊള്ളായിരത്തിനാൽപ്പത്തിയേഴിലാണ് ഐപ്പിനെ കാണുന്നതും അടുക്കുന്നതും, അന്നാണ് പെരുമ്പിലാവ് ടി.എം.എച്ച്.എസ്സിൽ പത്താം ക്ലാസിൽ വന്ന് ഐപ്പ് ചേരുന്നത്. ഞാനും ഐപ്പും ഒന്നിച്ചിരുന്ന് പുസ്തകങ്ങൾ വായിക്കാൻ തുടങ്ങി. ഞാൻ അന്നേ കമ്യൂണിസ്റ്റാണ്. ഐപ്പിനെ ഇന്ന് അമ്പത്തിയേഴുവർഷം പിന്നിട്ടിട്ടും എനിക്ക് കമ്യൂണിസ്റ്റാക്കാൻ കഴിഞ്ഞില്ല. അതുപോലെ ഐപ്പിന് എന്നെ കമ്യൂണിസ്റ്റ ല്ലാതാക്കാനും കഴിഞ്ഞില്ല. അതിന്റെ കാരണം ഐപ്പ് രാഷ്ട്രീയത്തിലില്ലെങ്കിലും സഭാകാര്യങ്ങളിൽ തികഞ്ഞ വിപ്ലവകാരികളുടെ ഒരു പരമ്പരയിൽപ്പെട്ടു എന്നതുതന്നെ. ഐപ്പ് വളരെ സമ്പന്നമായ ഒരു കുടുംബത്തിലെ അവകാശിയാണ്. അവർ വലിയങ്ങാടി എന്നു പറയുന്ന ക്രിസ്ത്യൻ പോഷ് റെസിഡൻഷ്യൽ സ്ഥലത്താണ് താമസിച്ചിരുന്നത്. കുതിരാൻമലയിൽപ്പോലും ഭൂസ്വത്തുക്കളുണ്ടായിരുന്നു. സഭാ കാര്യങ്ങളിൽ വൈ.എം.സി.എ.യുടെ നടത്തിപ്പിൽ വരെ ഇടങ്കോലിട്ടിരുന്നു. ഐപ്പിന്റെ പ്രപിതാമഹന്മാർ സാധാരണ അങ്ങാടിക്കാരും പട്ടക്കാരുമായി നിരന്തരം വഴക്കിടുന്നവരുമായിരുന്നു. അവർ മറ്റുള്ളവരെ വകവയ്ക്കാറില്ല: മറ്റുള്ളവർ ഇങ്ങോട്ടും.

ഏതോ വംശാവലിയിലെ ഏതോ മുൻഗാമി അന്നത്തെ കൊച്ചി മഹാരാജാവിന് തിരുമുൽക്കാഴ്ച്ച വച്ച് സ്വന്തമായി പ്രാർത്ഥിക്കാൻ ഒരിടവും അവരെങ്ങാനും ശവം മറവുചെയ്യാൻ പള്ളിമൂല തരാതിരുന്നാൽ എന്തു വേണമെന്നു കണ്ട് സ്വന്തമായൊരു ശവക്കോട്ടയും കൈവശപ്പെടുത്തി. മാർത്തോമ്മാസഭയ്ക്ക് ശവക്കോട്ട വേറെയുണ്ടെങ്കിലും ഇതൊരു കുടുംബ ശവക്കോട്ടയായിരുന്നു. കേരളത്തിൽ

മറ്റെവിടെയെങ്കിലും ക്രിസ്ത്യാനികൾക്ക് കുടുംബ ശവക്കോട്ടയുള്ളതായി അറിവില്ല. പാറമേൽക്കുടുംബത്തിനു മാത്രമേയുള്ളൂ എന്നാണു തോന്നുന്നത്. ഗുരുവായൂർ റൂട്ടിൽ റോഡരികിൽ സ്ഥിതിചെയ്യുന്ന കണ്ടാണത്തുപള്ളി പാറമേൽത്തറവാട്ടുകാരുടെ സ്വന്തം പള്ളിയും സ്വന്തം ശവക്കോട്ടയുമാണ്. പള്ളിയിപ്പോൾ സഭയ്ക്കു കൊടുത്തു. ഭദ്രാസനം മെത്രാന്റെ അരമന. ശവക്കോട്ട ഇന്നും സ്വന്തം തറവാട്ടുകാർക്കു മാത്രം.

പാറമേൽത്തറവാട്ടുകാർ സാഹിത്യാസ്വാദകരും സംഗീതജ്ഞരുമായിരുന്നു. അവർക്ക് മണക്കുളം, ചെറളയം, കക്കാട് സ്വരൂപം തുടങ്ങിയ രാജാക്കന്മാരുമായി അടുത്ത സുഹൃദ്ബന്ധം ഉണ്ടായിരുന്നു. ആ കുടുംബത്തിൽ വാദ്യോപകരണ വിദഗ്ദ്ധരുമുണ്ടായിരുന്നു. കുന്നംകുളത്തെ അതിവാദ്യോപകരണവിദഗ്ദ്ധരിൽ ചിലർ പാറമേൽക്കുടുംബത്തിൽപ്പെട്ടവരായിരുന്നു. കുന്നംകുളത്തെ ആദ്യത്തെ അറിയപ്പെടുന്ന അച്ചുകൂടം പാറമേൽത്തറവാട്ടു കാരുടേതായിരുന്നു. കൃത്യമായി നാക്കു വടിക്കുന്നവർക്കേ പ്രസ്സിന്റെ പേര് ഉച്ചരിക്കാനാകൂ. പ്രസ്സിന്റെ പേര് വിദ്യാരത്നപ്രകാശിനി അച്ചുകൂടം എന്നായിരുന്നു. കൈക്കുളങ്ങര രാമവാരിയരുടെ ഒട്ടേറെ കൃതികൾ പ്രസിദ്ധീകരിക്കുന്നതിന്റെ പകർപ്പവകാശം മുദ്രപ്പത്രത്തിൽ വാങ്ങിയിരുന്നു. പ്രസിദ്ധീകരിച്ചോ എന്തോ. പിന്നീടത് എസ്.ടി. റെഡ്യാർ ആന്റ് സൺസിനു വിറ്റു. ഐപ്പ് പാറമേലാണ് കൈക്കുളങ്ങര രാമവാരിയരുടെ കൃതികളുടെ പകർപ്പവകാശത്തിന്റെ കോപ്പി കേരള സാഹിത്യ അക്കാദമിക്കു നൽകിയത്.

ഇത്രയും പറഞ്ഞത് ആ കുടുംബം കുന്നംകുളം അങ്ങാടിയിലെ മറ്റു ക്രിസ്ത്യൻ കുടുംബങ്ങളിൽ നിന്ന് എത്രയോ വ്യത്യസ്തമാണ് എന്ന് അറിയിക്കാനാണ്. കുന്നംകുളം ക്രിസ്ത്യാനികളിൽ റാഷണലിസ്റ്റുകൾ വിരളമല്ല. ആലത്തൂരിലെ സിദ്ധാശ്രമത്തിലെ സ്വാമിനിക്ക് ഒരമ്പലം പണിതപ്പോൾ കൈയയച്ച് സംഭാവന ചെയ്തത് കുന്നംകുളം ക്രിസ്ത്യാനികളായിരുന്നു. ആ മന്ദിരത്തിന്റെ ചുമരിൽ അത് രേഖപ്പെടുത്തിയത് ഇന്നും കാണാം. കുന്നംകുളത്ത് ഐപ്പിന്റെ അപ്പൻ പാറമേൽ ഇട്ടൂപ്പിന്റെ നേതൃത്വത്തിലുള്ള റാഷണലിസ്റ്റുകൾക്ക് ചില സ്വതന്ത്രതർജ്ജമകൾ ഉണ്ടായിരുന്നു. Man Proposes God Disposes എന്നതിന്റെ തർജ്ജമ-മനുഷ്യൻ പടിവാതിൽ

തുറന്നുവയ്ക്കുന്നു, ദൈവം വേലിചാടിവരുന്നു. ഐപ്പിന്റെ ഉപ്പാപ്പൻ പാറമേൽ ഐപ്പ് വക്കീൽ തിരഞ്ഞെടുപ്പിനു നിന്നപ്പോൾ എതിർസ്ഥാനാർഥികളിൽ ഒരാൾ ഒരു പ്രസ്താവന ഇറക്കി. എനിക്കെന്നും സാധുക്കളോട് അപാരമായ കരുണയുണ്ടായിരുന്നു. ഞാൻ ചെറുപ്പത്തിൽ വീട്ടിൽനിന്ന് ആരും കാണാതെ അരി കക്കും. എന്നിട്ട് സാധുക്കൾക്കു കൊടുക്കും. അതിന് ഐപ്പിന്റെ അപ്പന്റെ മറുപടി. അരി കക്കും എന്നതു ശരി. പക്ഷേ, ആർക്കുകൊടുക്കും എന്നതിനെപ്പറ്റി തർക്കമുണ്ട്.

1949–50 കാലങ്ങളിൽ കമ്യൂണിസ്റ്റ്പാർട്ടി നിരോധിക്കപ്പെട്ടിരുന്നു. എന്നാലും ഞാൻ അറിയപ്പെട്ടിരുന്നത് സജീവപ്രവർത്തകനായ കമ്യൂണിസ്റ്റുകാരനായാണ്. തൃശൂർ സെന്റ് തോമസ് കോളേജിൽ ഐപ്പും ഞാനും ഒരേ ക്ലാസിലാണ് പഠിച്ചിരുന്നത്. അന്ന് കോളേജിൽ നീണ്ടുനിന്ന ഒരു വിദ്യാർത്ഥിസമരമുണ്ടായി. ആ സമരത്തിന്റെ അവസാന നാളുകളിൽ സമരക്കാരല്ലാത്ത വിദ്യാർത്ഥികൾ ക്ലാസിൽ കയറി. സമരക്കാരായ ഞങ്ങൾ ക്ലാസിൽക്കയറി വിദ്യാർത്ഥികളുടെ പുസ്തകങ്ങൾ വലിച്ചുകീറി. അക്കൂട്ടത്തിൽ ഞാൻ ഐപ്പിന്റെ പുസ്തകങ്ങളും വലിച്ചുകീറി. ഐപ്പിന്റെ വീട്ടിൽ ഇന്നലെ 'കലാകൗമുദി'ക്കുവേണ്ടി ഒരു ഇന്റർവ്യൂവിനു പോയിരുന്നു. കൂടെ കൗമുദിയുടെ തൃശൂർ ബ്യൂറോയിലെ സി.എം. കൃഷ്ണനും ഒരു ഫോട്ടോഗ്രാഫറും ഉണ്ടായിരുന്നു. ഐപ്പും ആ രംഗം ഓർത്തു. ക്ലാസിലേക്കു കയറിവരുന്ന സമരക്കാരുടെ ഒപ്പമുള്ള ഇവന്റെ മോന്ത കണ്ടാൽ ഭയപ്പെടും. പിശാചിന്റെ പോലെ...

അന്ന് അക്കിക്കാവ് ഭാഗത്ത് എല്ലാവരുടെയും അഭ്യുദയ കാംക്ഷിയായി പ്രവർത്തിച്ചിരുന്ന ഒരു മനുഷ്യനുണ്ടായിരുന്നു. പേര് ഓർക്കുന്നില്ല. പക്ഷേ, അയാൾ ഷർട്ടിന്റെ മീതെയാണ് മുണ്ടുടുത്തിരുന്നത് എന്നോർക്കുന്നു. അയാൾ ഒരുദിവസം ഐപ്പിന്റെ പുലിക്കപ്പാറ എസ്റ്റേറ്റിലേക്കു നിരങ്ങി നിരങ്ങി വന്നു. എന്നിട്ടൊരു സ്വകാര്യം പറഞ്ഞു. ആ ചെറുതുരുത്തി വേലപ്പന്റെ മോനുണ്ടല്ലോ, ശ്രീരാമൻ. ബാലനെന്നാ വിളിക്കാ. അവൻ മുഴുത്ത കമ്യൂണിസ്റ്റുകാരനാ. പിടിക്കാൻ വാറണ്ട് ഉണ്ടെന്നാ കേട്ടത്. ഇബടത്തെ കുട്ട്യേ അവന്റെ കൂടെ വിടുമ്പോ സൂക്ഷിക്കണം. ഐപ്പിന്റെ അപ്പൻ പറഞ്ഞു. അവന് വലിയ രാഷ്ട്രീയമില്ലെങ്കിലും മറ്റു പല കാര്യങ്ങളിലും തീവ്രവാദിയാണ്. ഐപ്പിന്റെ അപ്പനാണ് റബേക്ക,

മേരികോർലിയുടെ പുസ്തകങ്ങൾ, നെൽസൺ, നെപ്പോളിയൻ അതുപോലെ അനേകം പുസ്തകങ്ങൾ എന്നെയും ഐപ്പിനെയും കൊണ്ട് വായിപ്പിച്ചത്. ഐപ്പിന്റെ അപ്പൻ സ്ഥിരമായി ബ്ലിറ്റ്സ് വാരിക വരുത്തിയിരുന്നു. ഇങ്കർസോൾ തുടങ്ങിയ അഗ്നോസ്റ്റിക് എഴുത്തുകാരുടെ ആരാധകനായിരുന്നു ഐപ്പിന്റെ അപ്പൻ. ആ മനുഷ്യനോടു പറഞ്ഞ വാക്കുകൾ ഇന്നും എന്ത് ആവേശത്തോടെയാണ് ഓർക്കുന്നത്. ശ്രീരാമനെ മാത്രമല്ല, ശ്രീരാമന്റെ അച്ഛൻ ചെറുതുരുത്തി വേലപ്പനെയും എനിക്കറിയാം. ഞങ്ങള് കൊളംബില് വച്ചേ പരിചയക്കാരായിരുന്നു. അവന് വാറണ്ട് ഇണ്ടെങ്കി അവനെ പിടിച്ചുകൊണ്ടുപോകും. എന്റെ മോന് വാറണ്ട് ഇണ്ടെങ്കിലല്ലേ അവനെ പിടിക്കൂ? ഇത്തരം കാര്യങ്ങൾ പറഞ്ഞ് ഇനി ഇവിടെ വരരുത്.'

ഐപ്പിന്റെ അപ്പനെപ്പറ്റി കുറച്ചുകൂടി പറയാൻ എനിക്കു തോന്നുന്നു. വളരെ കട്ടിയുള്ള കട്ടമീശ. അന്ന് കുന്നംകുളത്തു കാർക്ക് കൊമ്പൻമീശയാണു പതിവ്. അവിടത്തുകാർ പറയും, കൊമ്പൻമീശയുള്ളവർ ഭാഗ്യവാന്മാർ. എന്തെന്നാൽ അരിക്കാത്ത കള്ള് അവർക്കുള്ളത്. ഐപ്പിന്റെ അപ്പൻ സദാ സമയവും പൊടിവലിച്ചുകൊണ്ടിരിക്കും. പരന്ന വായന. ഒരിക്കലും ഞങ്ങളുടെ കുന്നംകുളം ക്രിസ്ത്യൻ ലുക്ക് ഇല്ലാതിരുന്ന മനുഷ്യൻ. വാക്കിലും പ്രവൃത്തിയിലും. കോഴിപ്പുറത്ത് മാധവമേനോന്റെ ഫോട്ടോയും ഐപ്പിന്റെ അപ്പന്റെ ഫോട്ടോയും അടുത്തടുത്തുവച്ചാൽ രണ്ടുപേരും സഹോദരങ്ങളാണെന്നേ തോന്നൂ. ഐപ്പിന്റെ അപ്പന്റെ സംഭാഷണം അതീവ സിനിക്കലാണ്. കടുത്ത പ്രമേഹം വന്ന് മദ്രാസിൽ വച്ച് ഒരു കാൽ മുറിക്കേണ്ടിവന്നു. മുറിക്കാൻ കൊണ്ടു പോകുമ്പോഴും തിരികെ വന്ന് ബോധം വന്നപ്പോഴും സംഭാഷണം സിനിക്കൽ തന്നെ. ഇതു കേൾക്കാൻ കട്ടിലിനു ചുറ്റും മലയാളി ഡോക്ടർമാരും നേഴ്സുമാരും നിൽക്കുമായിരുന്നു. ഐപ്പിന്റെ അപ്പൻ മരിക്കുമ്പോൾ ഞാൻ ആന്തമാനിലായിരുന്നു. ഐപ്പ് പറയുന്നത് അവന്റെ അപ്പനെ അവസാനമായി കാണാൻ ചെന്നത് എന്റെ അച്ഛനായിരുന്നുവെന്നാണ്.
വിചിത്രമെന്നു പറയട്ടെ, എന്റെ അച്ഛനെ അവസാന നിമിഷങ്ങളിൽ കാണാൻ വന്നത് ഐപ്പായിരുന്നു.
എന്റെ അമ്മ മരിച്ചപ്പോൾ എന്നെ കെട്ടിപ്പിടിച്ച് ആശ്വസിപ്പിച്ചത് ഐപ്പായിരുന്നു. അവന്റെ കാറിലാണ് അമ്മയുടെ മൃതദേഹം വീട്ടിലേക്കു കൊണ്ടുവന്നത്.

കുറച്ചു വഴിമാറിപ്പോയി. ക്ഷമിക്കണം. ഇനി വീണ്ടും അമ്പതുകളിലേക്കു വരാം. അന്ന് ഐപ്പ് അക്കിക്കാവ് മെയിൻ റോഡിൽനിന്ന് അതിവിജനവും പ്രാകൃതവുമായ ഒരു വഴിയിലൂടെയാണ് പുലിക്കപ്പാറ എസ്റ്റേറ്റിലെ കൊച്ചു വീട്ടിലേക്കു ചെല്ലുക. (ഇന്ന് ഈ എസ്റ്റേറ്റ് ഇല്ല. അവിടെ ഒരുഎഞ്ചിനീയറിംഗ് കോളേജാണ്). അന്ന് അവന് ഇരുപത്തിനാലിഞ്ചുള്ള ഒരു റാലിസൈക്കിൾ ഉണ്ടായിരുന്നു. ഏതോ ഒരു മുൻഗാമി വാങ്ങിയത്. അന്ന് ഒരു റാലിസൈക്കിൾ വാങ്ങാൻ മദ്രാസുവരെ പോകണം. പിന്നെ കോയമ്പത്തൂരും. (ഇന്ന് ഏതു വിദേശനിർമ്മിത കാറ് കിട്ടാനും കുന്നംകുളത്തുകാർക്ക് തൃശൂർ പുഴയ്ക്കൽപ്പാടം വരെ പോയാൽ മതി.) ഏതാണ്ട് ഉച്ചയ്ക്ക് ഐപ്പ് വീട്ടിൽനിന്നു പുറപ്പെടും. അക്കിക്കാവ് അമ്പലപ്പറമ്പിലെ ഒരു കുങ്കുമമരക്കൊമ്പിൽ വന്നിരിക്കും. ഞാനും അവിടേക്ക് എത്തും. ആ കുങ്കുമമരക്കൊമ്പിൽ ഇരുട്ടാകുന്നതു വരേക്കും വർത്തമാനം പറഞ്ഞുകൊണ്ടിരിക്കും. ഇന്നും ആ കുങ്കുമ മരം അവിടെയുണ്ട്, കൊമ്പും. ഇരിക്കാനുള്ള സൗകര്യം നഷ്ടപ്പെട്ടിരിക്കുന്നു. അക്കിക്കാവുകാർക്ക് പിടികിട്ടാത്തൊരു സംഗതി-ഇവറ്റങ്ങൾക്കു രണ്ടിനും പ്രാന്തുണ്ടോ?

ആ വെക്കേഷൻ കഴിഞ്ഞപ്പോൾ ഞങ്ങൾ ഡിഗ്രിക്കു ചേരാൻ തയ്യാറെടുക്കുകയായിരുന്നു. ഞാൻ മംഗലാപുരത്താണ് ചേരാൻ തീരുമാനിച്ചത്. ഐപ്പും ഉടനെ പറഞ്ഞു. ഞാനും വരും. അങ്ങനെ ഞങ്ങൾ മംഗലാപുരത്തു പോയി. അന്ന് ഞങ്ങൾ ഇറങ്ങാൻ തുടങ്ങുമ്പോൾ ഐപ്പിന് ഫറോക്ക് കോളേജിൽ സീറ്റു കിട്ടിയെന്നറിയിപ്പുമായി പോസ്റ്റ്മാൻ വന്നു. ആ കത്ത് ഞങ്ങൾ പൂഴ്ത്തി. എന്നിട്ട് ഞങ്ങൾ മംഗലാപുരത്തിനു പോയി. An elopment. ഐപ്പിനു വേണ്ടിയിരുന്നത് ബി.കോമാണ്. എനിക്ക് ബി.എ.യും. അന്ന് മംഗലാപുരത്തേക്കുള്ള വണ്ടി ഷൊർണ്ണൂരിൽനിന്നാണ് രാത്രി പുറപ്പെടുക. പന്ത്രണ്ടു മണിക്ക്. ഐപ്പ് നന്നായി പാടും. നന്നായി ചിത്രം വരയ്ക്കും. തീവണ്ടിയിൽ പാട്ടുപാടിയും കവിത ചൊല്ലിയും നേരം വെളുപ്പിച്ചു. ഉള്ളാൽ നദി കണ്ടതിന്റെ വിസ്മയം ഇന്നും മനസ്സിലുണ്ട്. The widest river of the west coast, ഏതോ യാത്രികൻ പറഞ്ഞതോർക്കുന്നു.

അന്ന് മംഗലാപുരത്ത് ജഡ്കാവണ്ടികളായിരുന്നു. ജഡ്കാവണ്ടിക്കാർ മുതൽ പെട്ടിക്കടക്കാർ വരെ നല്ല ഇംഗ്ലീഷിലാണ് സംസാരിച്ചത്. കണ്ടശ്ശാങ്കടവിലുള്ള ജോസഫ്

മാഷ്ക്കുള്ള കത്തുമായാണ് പോയത്. എനിക്ക് സെന്റ് അലോഷ്യസ് കോളേജിൽ അഡ്മിഷൻ കിട്ടി. ഐപ്പിന് അവിടെ അഡ്മിഷൻ കിട്ടിയില്ല. ഗവൺമെന്റ് കോളേജിലാണ് കിട്ടിയത്. ജോസഫ് മാഷിന്റെ മുന്നിൽവച്ച് ഞങ്ങൾ പൊട്ടിക്കരഞ്ഞു. നിങ്ങളിങ്ങനെ Inseparable ആയി കഴിഞ്ഞാൽ പറ്റോ? മാഷ് ചോദിച്ചു. പിന്നീട് ഇരുപത്തഞ്ചു വർഷങ്ങൾക്കുശേഷം തൃശൂർ റൗണ്ടിൽക്കൂടി ഞാനും ഐപ്പും നടന്നു പോകുന്നതു കണ്ട ജോസഫ്മാഷ് പറഞ്ഞു: Still you are inseparable.

ഇനി ഞങ്ങൾ രണ്ടുപേരുടെയും എഴുത്തിന്റെ രാശിയിലേക്കു കടക്കാം. ഐപ്പ് പത്താംക്ലാസിൽ പഠിക്കുമ്പോൾ 'മങ്ങിയ നിലാവ്' എന്നൊരു കഥ എഴുതിയിരുന്നു. പിന്നീട് എത്രയോ വർഷത്തിനുശേഷം ആ കഥ പബ്ലീഷ് ചെയ്തു. മംഗലാപുരത്ത് ഞങ്ങൾ രണ്ടു കോളേജിലാണ് പഠിച്ചിരുന്നത്. എങ്കിലും കേരളക്ലബ് എന്ന ഹോസ്റ്റലിലാണ് താമസിച്ചിരുന്നത്. ഒരേ മുറിയിൽ. അന്ന് മംഗലാപുരത്ത് കേരള സമാജമെന്ന സംഘടന വളരെ സജീവമായിരുന്നു. ആ സംഘടനയുടെ ആഭിമുഖ്യത്തിൽ ഒരു ഓണക്കാലത്ത് പൂജ എന്ന നാടകം അരങ്ങേറി. ഐപ്പായിരുന്നു പ്രധാന കഥാപാത്രം. എനിക്ക് ഒരു ഭാഗവതരുടെ റോളും. ഐപ്പിന് പുരസ്കാരമൊക്കെ ലഭിച്ചു. അന്ന് ആ സമ്മേളനത്തിന്റെ ചീഫ്ഗസ്റ്റ് - മംഗലാപുരം സെഷൻസ് ജഡ്ജി പി.റ്റി. രാമൻനായർ ഐ.സി.എസ്സായിരുന്നു. അദ്ദേഹം പിന്നീട് കേരള ഹൈക്കോടതി ചീഫ് ജസ്റ്റിസ് ആയാണ് പെൻഷൻ പറ്റിയത്. തൊണ്ണൂറ്റിരണ്ടാമത്തെ വയസ്സിൽ സമീപകാലത്താണ് മരിച്ചത്. അന്നത്തെ മറ്റൊരതിഥി കെ.പി. കേശവമേനോനായിരുന്നു.

മംഗലാപുരത്തെ ഞങ്ങളുടെ ജീവിതം എന്തുകൊണ്ടും അവിസ്മരണീയമാണ്. ഒരു അക്കാദമിക് നേട്ടവും കൈവരിക്കാൻ കഴിഞ്ഞില്ല. ലോക ക്ലാസിക്കുകൾ മുഴുവനും വായിച്ചുതീർത്തത് അവിടെവച്ചായിരുന്നു. അന്ന് അവിടത്തെ രൂപവാണി തിയേറ്ററിൽ എല്ലാ ഞായാറാഴ്ചകളിലും മോണിങ് ഷോ ഉണ്ടാകും. വിശ്വോത്തരക്ലാസിക് ചിത്രങ്ങളും ഹിന്ദിയിലെ ഏറ്റവും മികച്ച ക്ലാസിക് ചിത്രങ്ങളും അവിടെവച്ചാണ് ഞങ്ങൾ കണ്ടത്. അവിടെ വച്ചാണ് ഞങ്ങൾക്ക് ഞങ്ങളുടെ സാഹിത്യ സിനിമാ അവബോധങ്ങളിൽ നിത്യവിസ്മയങ്ങൾ പകർന്നത്.

ഞാൻ ആന്തമാനിൽപ്പോകുന്ന അവസരത്തിൽ ഐപ്പും മറ്റു സുഹൃത്തുക്കളും മദ്രാസ് ഹാർബറിൽവന്ന് എന്നെ യാത്രയാക്കിയിരുന്നു. പിരിയുന്നത് ഓർക്കാൻ വയ്യാത്ത ദുഃഖത്തോടെയായിരുന്നു. വളരെ വർഷങ്ങൾക്കു ശേഷം ഞാൻ ആന്തമാനൊക്കെ ഉപേക്ഷിച്ച് വക്കീലായി പ്രാക്ടീസ് ചെയ്യാൻ വന്നപ്പോൾ ഐപ്പാണ് എന്നെ സീനിയർ അഡ്വക്കേറ്റ് പി.വി. രാധാകൃഷ്ണൻ എന്ന വക്കീലിനെ പരിചയപ്പെടുത്തിയത്. ഞാൻ അദ്ദേഹത്തിന്റെ ജൂനിയറായി പ്രാക്ടീസ് ആരംഭിച്ചത് തികച്ചും യാദൃച്ഛികമായിരുന്നു. ഞാനും ഐപ്പും വളരെ വാശിയേറിയ കേസിൽ അപ്പുറവും ഇപ്പുറവും നിന്നു വാദിച്ചിട്ടുണ്ട്. അന്നും ഞങ്ങൾ നിരന്തരം സമ്പർക്കവും കൂട്ടായ വായനയും തുടർന്നു. ഐപ്പ് ഒരു നാടകമെഴുതി. നാടകത്തിന്റെ പേര് പിപാസ (കുന്നംകുളത്തുകാർ അതുച്ചരിച്ചിരുന്നത് 'പിമ്പാസ' എന്നാണ്). ബ്യൂറോ ഓഫ് ആർട്സ് ആന്റ് റിക്രിയേഷൻ എന്ന ക്ലബ്ബിന്റെ യോഗം കൂടുമ്പോൾ അവർ ചോദിക്കുമായിരുന്നു. ഓഡിറ്റോറിയം വാടക, ഉമ്പടെ പിമ്പാസയുടെ കാശു കിട്ടിയില്ലല്ലോ. ആ കാലഘട്ടത്തിലെ ഏറ്റവും നല്ല നാടകമായിരുന്നു. നക്സലൈറ്റ് മൂവ്മെന്റ്, സവർണ്ണകുടുംബങ്ങളുടെ തകർച്ച ഇതൊക്കെയായിരുന്നു വിഷയം. അതിനുശേഷം വീണ്ടും ഐപ്പ് ഒരു നാടകമെഴുതി. ചായം തേച്ച മുഖങ്ങൾ. അതും നല്ല നാടകമായിരുന്നു. നല്ലവണ്ണം കാശുകിട്ടുന്ന ഒരു വക്കീൽ, ഒരു എസ്റ്റേറ്റ് ഉടമ എന്ന ഒരാൾ നാടകകൃത്തായിക്കാണുന്നതിൽ അടുത്ത സുഹൃത്തുക്കൾപോലും സന്തുഷ്ടരായിരുന്നില്ല. ഐപ്പിന് അതിൽ അതിയായ ദുഃഖമുണ്ടായിരുന്നു. പിന്നെ സാഹിത്യരംഗങ്ങളിൽ നിന്നു വിട്ടുനിൽക്കാനാണ് താൽപ്പര്യം കാട്ടിയത്. ഐപ്പിന് പൂർവ്വികമായി ലഭിച്ച എഴുപത്തഞ്ച് ഏക്കർ റബ്ബർ എസ്റ്റേറ്റും ആറേക്കർ പുഞ്ചപ്പാടവും ഉണ്ടായിരുന്നു. ഇതുകൊണ്ട് ഐപ്പിനെ ഒരു എഴുത്തുകാരനായി അംഗീകരിക്കാൻ പലർക്കും തൃപ്തി തോന്നിയില്ല. ഐപ്പ് വ്യക്തിപരമായി ഒന്നാന്തരം കൃഷിക്കാരനായിരുന്നു. പഴയകാലത്ത് ഒട്ടും ആദായമില്ലാത്ത റബ്ബർമരങ്ങൾ മുറിച്ചുവിറ്റ് റബ്ബർ ബോർഡിന്റെ സഹായത്തോടെ പുതിയ റബ്ബർ എസ്റ്റേറ്റ് ഉണ്ടാക്കി. നെൽകൃഷിയുടെ കാര്യത്തിൽ ആധുനിക വിത്തുകളുപയോഗിച്ച് കൃഷി കമേർഷ്യലാക്കി. ഇതിന്റെ സ്വാധീനം എന്നിലും ഉണ്ടായി. ഐപ്പിന്റെ സ്വാധീനത്തിൽ

സെൻട്രൽ കോക്കനട്ട് റിസർച്ച് സ്റ്റേഷൻ കാസർകോട്ടു നിന്ന് നൂറിലേറെ തെങ്ങിൻതൈകൾ വാങ്ങി തെങ്ങിൻതോട്ടമുണ്ടാക്കി. പുതുവിത്തുകൾ ഉപയോഗിച്ച് നെൽകൃഷിയും നടത്തി ലാഭമുണ്ടാക്കി. ഇതൊക്കെയാണെങ്കിലും ഞങ്ങളുടെ മനസ്സിൽ എഴുത്തിനോടു തീർത്താൽ തീരാത്ത സ്നേഹമുണ്ടായിരുന്നു.

വളരെ യാദൃച്ഛികമായാണ് ഞാനൊരു കഥയെഴുതിയത്. മാതൃഭൂമി വാരികയിൽ അത് പ്രസിദ്ധീകരിച്ചു. അരവിന്ദൻ അന്ന് റബ്ബർ ബോർഡിൽ ജോലിക്കാരനായിരുന്നു. ഐപ്പിന്റെ റബ്ബർ എസ്റ്റേറ്റിന്റെ കാര്യത്തിന് അരവിന്ദനെ കാണാൻ പോയതായിരുന്നു. അരവിന്ദന് ഞങ്ങളെ രണ്ടു പേരെയും നന്നായി പിടിച്ചു. എന്റെ ഏതാനും കഥകൾ പ്രസിദ്ധീകരിച്ചു വന്നപ്പോൾ ഐപ്പും കഥയെഴുതാൻ തുടങ്ങി. എനിക്ക് അന്നുതന്നെ സാഹിത്യകാരന്മാരുമായി ഉണ്ടായിരുന്ന ബന്ധം ഐപ്പിനും ലഭിക്കാൻ തുടങ്ങി. എം. ഗോവിന്ദൻ എന്നെ വളരെ സ്നേഹത്തോടുകൂടിയാണ് സ്വീകരിച്ചത്. എം. ഗോവിന്ദൻ അറിയപ്പെടുന്ന താത്ത്വികനായ ആന്റി കമ്യൂണിസ്റ്റായിരുന്നു. ഞാൻ കമ്യൂണിസ്റ്റാണെന്നും ഗോവിന്ദനറിയാമായിരുന്നു. എന്നിട്ടും എന്തു മാത്രം വാത്സല്യം നിറഞ്ഞ പെരുമാറ്റമായിരുന്നു. ഐപ്പിനെ പരിചയപ്പെടുത്തി. ഐപ്പിന്റെ കഥവാങ്ങി കലാകൗമുദിയിലേക്ക് അയച്ചു. വളരെപ്പെട്ടെന്ന് ഐപ്പ് ശ്രദ്ധേയനായ എഴുത്തുകാരനായി. കലാകൗമുദിയിൽ വന്ന ഇസബെല്ല എന്ന കഥയാണ് പിന്നീടു സിനിമയായി വന്നത്. കലാകൗമുദിയിൽ വന്ന ചേറപ്പായിക്കഥകളാണ് പിന്നീട് സീരിയലായത്. ആയിരക്കണക്കിനാളുകൾ വായിച്ചാനന്ദിച്ചതാണ് ചേറപ്പായിക്കഥകൾ. പക്ഷേ, അതെഴുതുമ്പോൾ ഐപ്പിനുണ്ടായ ദുഃഖം എനിക്കു മാത്രമേ അറിയൂ. അതിനെതിരായി രൂക്ഷമായ ആരോപണങ്ങൾ വന്നു. അതു പൊതുവേ വക്കീലന്മാരെ അധിക്ഷേപിക്കുന്ന ഒരു കഥയാണെന്നും മാത്രമല്ല, ചേറപ്പായി എന്നത് അന്നു ജീവിച്ചിരുന്ന ഒരു വക്കീലിന്റെ കഥയാണെന്നും കാണിച്ച് ഭീഷണിക്കത്തുകളും വന്നിരുന്നു. ഐപ്പ് ഒരിക്കൽ എന്നോടു പറഞ്ഞു. ഞാൻ ചേറപ്പായിക്കഥകൾ എഴുതുന്നത് നിർത്തുകയാണ്. മൂന്നാലു ലക്കം കലാകൗമുദിക്കുള്ളത് അയച്ചിട്ടുണ്ട്. അത് പ്രസിദ്ധീകരിക്കേണ്ടതില്ല എന്ന് അവരോട് ആവശ്യപ്പെടാൻ പോവുകയാണ്. ഞാനും ഐപ്പുംകൂടി കോവിലനെപ്പോയി കണ്ടു. കോവിലൻ പറഞ്ഞു. ഇത്തരം ഭീരുക്കൾക്കു പറഞ്ഞതല്ല എഴുത്ത്. ഒരു കാരണവശാലും

എഴുത്ത് നിർത്തരുത്. കഥാപാത്രം എന്നുപറഞ്ഞാൽ നമ്മൾ സൃഷ്ടിക്കുന്നതാണ്. അതിൽ ഒരാളുടെ മുഖം, വേറൊരാളുടെ നടത്തം, മറ്റൊരാളുടെ ശരീരം ഇതെല്ലാം എടുത്തുകൊണ്ട് നമ്മൾ ഉണ്ടാക്കുന്നതാണ് നമ്മുടെ കഥാപാത്രം.
ആ അവകാശത്തെ തടയാൻ ആർക്കും അധികാരമില്ല.
ആയിടയ്ക്കാണ് വി.കെ.എന്നിന് കേന്ദ്രസാഹിത്യ അക്കാദമി അവാർഡ് കിട്ടിയത്. ആ ചടങ്ങിൽ പങ്കെടുക്കാൻ ഞാനും ഐപ്പും കോവിലനും തിരുവില്വാമല ഹൈസ്ക്കൂളിലേക്കു പോയി. വഴി നീളെ കോവിലൻ ഇതേ സബ്ജക്റ്റ് എടുത്തിട്ട് ഐപ്പിനെ വെലിക്കളഞ്ഞു. പേടി മാറ്റി. ചേറപ്പായിക്കഥകൾ പതിവിലേറെ സൗന്ദര്യത്തോടെ തുടർന്നു. ഐപ്പ് മലയാള മനോരമയിലെ മിഡിൽ പേജിൽ പ്രൗഢമായ ചില ലേഖനങ്ങൾ എഴുതിയിരുന്നു. അതിലൊന്നിൽ എസ്.റ്റി.ഡി. എന്നതിന് ഒരിക്കലും മറക്കാനാകാത്ത ഒരു ഡെഫിനിഷൻ നൽകിയിരുന്നു.

STD=Subscriber Try and Die.

ജീവിതത്തിന്റെ ഏറ്റവും ഉച്ചത്തിൽ നിൽക്കുന്ന അവസ്ഥയിലാണ് ഐപ്പിന് പെട്ടെന്ന് അസുഖം വന്നത്.
കാലിന്റെ ഏതോ ഒരു ഞരമ്പ് തുടുത്തു വരുന്ന ഒരസുഖം.
അത് വെല്ലൂരുപോയി ചികിത്സിച്ചാണ് മാറ്റിയത്.
പിന്നീട് ബാത്ത്റൂമിൽ വീണു തുടയെല്ലു പൊട്ടി കിടപ്പിലായി.
ഈ അവസരത്തിൽ ഐപ്പിന്റെ ഭാര്യ മരിച്ചു.
ഈ സമീപകാലംവരെ ഐപ്പ് നല്ലവണ്ണം വായിക്കുമായിരുന്നു.
ഇപ്പോൾ വായനയും ക്രമത്തിൽ കുറഞ്ഞു വന്നു.

കഴിഞ്ഞ അമ്പത്തിയേഴുവർഷമായി ഐപ്പിന്റെ ബാല്യവും കൗമാരവും യൗവനവും വാർദ്ധക്യവും എല്ലാം നേരിൽക്കാണാൻ കഴിഞ്ഞു.
എനിക്കു പറയാനുള്ളതിന്റെ പത്തിലൊരംശംപോലും പറഞ്ഞില്ല. ഇവിടെ പകർത്തിയത് അധികവും ഇന്നത്തെ ദുഃഖത്തിന്റെ ഏടുകളിൽക്കുതിർന്ന ഓർമ്മകളാണ്.
എന്നാൽ സന്തോഷത്തിന്റെ ഏടുകൾ എത്രയെത്ര...

■

പിൻകുറിപ്പ്:

ഈ ലേഖനം കലാകൗമുദിയിൽ പ്രസിദ്ധീകരിച്ചു വന്നപ്പോൾ ഐപ്പ് ജീവിച്ചിരുന്നു, രോഗഗ്രസ്തനായിരുന്നുവെങ്കിലും. ലേഖനം വായിച്ച് എന്നെ വിളിച്ച് പറഞ്ഞു. "അസ്സലായിട്ടുണ്ടറാ. നീ എങ്ങിന്യാണ്ടാ, പഴയ കാര്യങ്ങളൊക്കെ ഇതുപോലെ ഓർത്തിരിക്കുന്നത്. ഞാൻ എല്ലാം മറന്നു."

കഥകൾ

മാത്തുണ്ണി പുരാണം

മാത്തുണ്ണി എന്ന മാത്തുണ്ണ്യമ്മാൻ.

വെണ്ണക്കല്ലിൽ കടഞ്ഞെടുത്ത അതിസുന്ദരിയായ കുഞ്ഞിത്താണ്ടയെ കല്യാണം കഴിച്ചു.

അതിൽ ഭൂജാതനായ ആദ്യജാതൻ ഏകജാതൻ.

ചേറപ്പായി!

ഒരേ ഒരു വിത്ത്, വിഷവിത്ത്.

അവർ ചേറപ്പായിയെ അമിതവാൽസല്യത്തോടെ വളർത്തി. ധാരാളം വയമ്പ് അരച്ചുകൊടുത്തു. അങ്ങനെ എത്രയോ സ്വർണ്ണം ചേറപ്പായി അകത്താക്കി. ബുദ്ധിക്കും നിറത്തിനും അത് അതിവിശിഷ്ടമെന്ന് മാതാപിതാക്കൾ വിശ്വസിച്ചു.

എന്നാൽ, ഓടിനടക്കാൻ തുടങ്ങിയ നാൾമുതൽ ചേറപ്പായി പടുവികൃതി. സ്കൂളിൽ ചേർത്ത നാൾമുതൽ എല്ലാ ദിവസവും സഹപാഠികളുമായി തല്ലും വക്കാണവും. കൗമാരപ്രായമായപ്പോൾ അയൽക്കാരുടെ പരാതികൾ. പെണ്ണുങ്ങൾ കുളിക്കുന്ന കുളക്കടവുകൾക്കരികിലുള്ള പൊന്തക്കാടുകളിൽ ചേറപ്പായി ഒളിഞ്ഞിരുന്നു നോക്കുന്നു.

മാത്തുണ്ണ്യമ്മാൻ ചേറപ്പായിയെ പൊതിരെ തല്ലുമ്പോൾ കുഞ്ഞിത്താണ്ട വന്നു തടുത്തു കരഞ്ഞുപറയും:

'മതി തല്ലീത്. ആകെ ഒന്നല്ലേള്ളൊ?'

ദേഷ്യം വന്ന് ചൂരൽ കുഞ്ഞിത്താണ്ടയുടെ നേർക്കെറിഞ്ഞു മാത്തുണ്ണ്യമ്മാൻ:

'ഒന്നെള്ളുങ്കിൽ ഒലക്കോണ്ട് തല്ലണംന്നാ പ്രമാണം. നീയ്യ് ചെക്കനെ ഓമനിച്ച്, ഓമനിച്ച് നാശാക്കി. തള്ളേനെ തല്ലണം ആദ്യം.'

'വേണ്ട ഇന്നേം കുട്ടീനേം ഇന്റെ വീട്ടില് കൊണ്ടാക്കിത്തന്നാ മതി.'

കേട്ട ഉപദേശങ്ങളോ കിട്ടിയ തല്ലോ ഒന്നുംതന്നെ ചേറപ്പായിയിൽ ഏശിയില്ല. തന്റെ വികൃതികൾ നിർബാധം തുടർന്നു.

എല്ലാം കണ്ടും കേട്ടും സഹികെട്ട് മാത്തുണ്ണ്യമ്മാൻ മൂക്കത്തു വിരൽ വച്ച് കുഞ്ഞിത്താണ്ടയോടു സങ്കടം പറഞ്ഞു, പലവുരു.

അപ്പോഴൊക്കെ കുഞ്ഞിത്താണ്ട വീണ്ടും പറയും:

'ഒന്നല്ലേള്ളോ?'

'നഞ്ഞ് എന്തിനാ നാനാഴി? ഒരുതുള്ളി പോരെ? ഇതൊന്നുമതി തറവാടു മുടിക്കാൻ.'

അപ്പോഴൊക്കെ കുഞ്ഞിത്താണ്ട കരഞ്ഞ് കണ്ണീരൊപ്പി മിണ്ടാതിരുന്നു.

ഒരു ദിവസം മാത്തുണ്ണ്യമ്മാൻ ചോദിച്ചു:

'നിയ്യ് എന്താ ഒന്നും മിണ്ടാത്തെ?'

അപ്പോൾ കുഞ്ഞിത്താണ്ട പറഞ്ഞു:

'മാതാവിന് എത്ര മെഴുകുതിരി കത്തിച്ചിട്ടാ ഇതൊന്നുണ്ടായേ? ഞാൻ നൊയമ്പ് നോറ്റുണ്ടായതാ.'

മാത്തുണ്ണ്യമ്മാൻ സങ്കടത്തോടെ ചിന്തിച്ചിരുന്നു. ഒന്നും മിണ്ടാതെ. അതു കണ്ട് കുഞ്ഞിത്താണ്ട പറഞ്ഞു:

'ചേറപ്പൻ നേര്യാവും.'

'എന്താ ഒറപ്പ്?'

'ഞാൻ നേർന്ന്ട്ട്ണ്ട്. ചേറപ്പനെ ഞാൻ മാതാവിന്റെ അടിമ ആക്കി നേർന്നു.'

മാത്തുണ്ണ്യമ്മാൻ കുറച്ചുനേരം ആലോചിച്ചിരുന്നു. പിന്നെ പൊട്ടിച്ചിരിച്ചു.

അതീവഭക്തയായ കുഞ്ഞിത്താണ്ട ദേഷ്യവും സങ്കടവും സഹിക്കാനാകാതെ പൊട്ടിത്തെറിച്ചു:

'എന്തിനാ ചിറിക്കണേ? ഞാമ്പറഞ്ഞത് കേട്ടില്ല്യേ?'

'കേട്ടു കേട്ടു. വളരെ നന്നായി നീ ചെയ്ത കാര്യം. ഇനിക്ക് ആശ്വാസമായി. ഇനി ഇന്റെ ചൊമതലൊക്കെ കഴിഞ്ഞൂലോ? സന്തോഷം. ഇനി രണ്ടു മാതാക്കളും കൂടി അവനെ അങ്ങട്ട് വളർത്തിക്കോ. നേര്യാക്കിക്കോ.'

കുഞ്ഞിത്താണ്ട കരഞ്ഞു പറഞ്ഞു:

'മാതാവിനെ പരിഹസിക്കണ്ടാട്ടാ. ശാപം കിട്ടും.'

അപ്പോഴും മാത്തുണ്ണ്യമ്മാൻ ഉറക്കെ പൊട്ടിപ്പൊട്ടിച്ചിരിച്ചു.

മാത്തുണ്ണി എന്ന മാത്തുണ്ണ്യമ്മാൻ മഹാ മനുഷ്യൻ. ആറടിയിലധികം ഉയരം. വെളുവെളുത്ത ദൃഢമായ ശരീരം. ദേഷ്യം വരുമ്പോഴും, ഉറക്കെ ചിരിക്കുമ്പോഴും പറങ്കിമാങ്ങയുടെ നിറമായി മാറും. ശുദ്ധ കഷണ്ടി. സദാ

ചുവന്നു കലങ്ങിയ കണ്ണുകളിൽ കൃഷ്ണമണികളുടെ സ്ഥാനത്ത് രണ്ടു കനൽക്കട്ടകൾ. വിസ്തൃതമായ നെഞ്ച്. ആശാരിക്കോലിന് രണ്ടു കോൽ നീളം, ഒരു കോൽ വീതി. നെഞ്ചിലെ രോമക്കാടുകൾ നിത്യഹരിത ഘോര വിപിനം. പല്ലിയോ പഴുതാരയോ അതിൽപ്പെട്ടുപോയാൽ വഴിയറിയാതെ ഗതിമുട്ടി പട്ടിണികിടന്ന് കരഞ്ഞു മരിക്കും. കടഞ്ഞെടുത്ത ബലിഷ്ഠമായ കാലുകൾ. ആനക്കൊമ്പുകൊണ്ടുണ്ടാക്കിയ കുഴകളുള്ള മെതിയടികളിട്ട് അമർത്തിച്ചവിട്ടിയുള്ള നടത്തം. കട്ടിയുള്ള മൽമൽ ഒറ്റമുണ്ടും കൗപീനവും മാത്രം വേഷം. വീട്ടിലും പുറത്ത് ഇറങ്ങുമ്പോഴും ബഹുകണിശക്കാരൻ.

ഉടുക്കാനുള്ള മുണ്ട് ഒരിക്കൽ വാങ്ങുമ്പോൾ മൂന്ന് മല്ലുമുണ്ടുകളാണ് ഒന്നിച്ചു വാങ്ങുക. രണ്ടെണ്ണം ഉടുക്കാൻ. മൂന്നാമത്തേത് മൂന്നായി ചീന്തി മൂന്ന് കോണകങ്ങൾ. ഭാര്യ കുഞ്ഞിത്താണ്ട ആ കോണകങ്ങൾ പരമരഹസ്യമായാണ് തിരുമ്പി അലക്കുക. പിൻപുറത്തെ മുറ്റത്തുള്ള അയയിൽ അവ ഉണക്കാനിടുകയില്ല. തട്ടിൻപുറത്ത് കെട്ടിയ അയയിൽ ഉണങ്ങാനിടും. ആരും കാണാതിരിക്കാൻ. ആരുടെയും കണ്ണുപറ്റാതിരിക്കാൻ!

മാത്തുണ്ണ്യമ്മാൻ തികഞ്ഞ അഭ്യാസി. പയറ്റുകളേറെ പഠിച്ചവൻ. പഠിച്ചതു പ്രയോഗിക്കാതെ ഉള്ളിലൊതുക്കിവെക്കാൻ പാത്രമുള്ളവൻ. എത്ര പ്രകോപനമുണ്ടായാലും കഴിയുന്നതും ഒഴിഞ്ഞുമാറും. എന്നിട്ടും രക്ഷയില്ലെങ്കിൽ കൈകൾ ഉയർത്തും. അതും തല്ല് തടുക്കാൻ. തിരിച്ചൊന്നു തല്ലിയാൽ, അതേൽ ക്കുന്നവൻ പിന്നെ എഴുന്നേൽക്കില്ല എന്ന ഭയം. അതുകൊണ്ട് തല്ല് ഒഴിവാക്കി പിന്തിരിഞ്ഞു നടക്കാറേയുള്ളു.

എന്നാലും ചേറപ്പായിയെ പൊതിരെ തല്ലേണ്ടി വന്നിട്ടുണ്ട്. ചേറപ്പായിയുടെ ലീലാവിനോദങ്ങൾ കണ്ട് സഹികെട്ട്, അപ്പോഴൊക്കെ ദേഷ്യം ഒതുക്കി, അകത്തു പോയി. കുഞ്ഞിത്താണ്ട ഒളിച്ചുവച്ച ചൂരൽ തപ്പിയെടുത്ത് ചൂരലുമായി തിരിച്ചുവന്ന് ചേറപ്പായിയുടെ വള്ളിട്രൗസർ അഴിക്കും. നാലു പൂശ, ചുട്ടത്, ചന്തിക്ക്. അടിയുടെ ചൂടൊന്നും ചേറപ്പായിക്ക് ഒരു പ്രശ്നവുമായിരുന്നില്ല. അതൊരു സാധാരണ പതിവു മാത്രം. ഈ ചന്തി എത്ര ചൂരൽ കണ്ടിരിക്കുന്നു? എന്നാണ് ചേറപ്പായി ലാഘവത്തോടെ ആലോചിക്കാറുള്ളു. അപ്പന്റെ നിരവധി ചൂരൽവടികൾ. കൂടാതെ തന്റെ അദ്ധ്യാപകരുടെയും. പക്ഷേ, ഒരു ചെറിയ ബുദ്ധിമുട്ടു മാത്രം: അടി കൊണ്ട് തോലൂരിഞ്ഞിട്ടുള്ളതു കൊണ്ട് രണ്ടുനാൾ ട്രൗസർ ഇടാതെ കഴിയേണ്ടിവരിക എന്ന ഒരു ചില്ലറ വിഷമം, ഒരു ശല്യം. അത്ര മാത്രം. എന്നിട്ടും ചേറപ്പായി തന്റെ ഇഷ്ടപ്പെട്ട ജീവിതരീതി തുടർന്നു കൊണ്ടേയിരുന്നു. പക്ഷേ, ചേറപ്പായിക്ക് മാതാവിനോട് അതിരറ്റ ഭക്തി. പഠിപ്പിൽ സമർത്ഥൻ. മാത്തുണ്ണ്യമ്മാനേക്കാൾ എത്രയോ ഉപരി? അതെങ്കിലും വലിയ നേട്ടം. മാതാപിതാക്കൾ അങ്ങനെയും ആശ്വസിച്ചു.

എന്നാൽ, മാത്തുണ്ണ്യമ്മാന് ചേറപ്പായിക്കുണ്ടായ ദുഃസ്വഭാവങ്ങൾ ഒന്നും ഉണ്ടായിരുന്നില്ല. പിശുക്കില്ല. കുത്സിതബുദ്ധിയില്ല. പരസ്ത്രീകളിൽ താൽപര്യ മില്ല. മുടിഞ്ഞ മദ്യപാനവും ഇല്ല.

അദ്ദേഹത്തിന്റെ ജീവിതകാലം മുഴുവൻ ആകെ ഒരേ ഒരു സ്ത്രീ. ഭാര്യ കുഞ്ഞിത്താണ്ട മാത്രം. ആകെ മൂന്നേ മൂന്നു കാര്യങ്ങളിൽ മാത്രം താൽപര്യം.

അഭ്യാസം.

നായാട്ട്.

ഭക്ഷണം.

ഭക്ഷണം മൂന്നു നേരം. അതിനു മുമ്പ് കുഞ്ഞിത്താണ്ട എടുത്തു കൊടുക്കുന്ന ഓരോ ചെറിയ മൺകുടുക്ക, ശുദ്ധ തെങ്ങിൻകള്ള്. പക്ഷേ, വീട്ടിനകത്തിരുന്നു മാത്രമേ കുടിക്കാൻ പാടുള്ളു എന്നാണ് കുഞ്ഞിത്താണ്ടയുടെ നിർബന്ധം. മാത്തുണ്ണ്യമ്മാൻ അതു സമ്മതിച്ചു. പിന്നീടൊരിക്കലും ആ വാക്ക് തെറ്റിച്ചിട്ടില്ല. തെങ്ങിൻകള്ളിനോടൊപ്പം കുഞ്ഞിത്താണ്ട ഒരുക്കിക്കൊടുക്കുന്ന കോഴി, പോർക്ക്, വെടിയിറച്ചി. ഏതായാലും എത്ര വിളമ്പിയാലും മതി എന്ന് ഒരിക്കലും പറയേണ്ടിവന്നിട്ടില്ല. അത്ര സ്വാദാണ് കുഞ്ഞിത്താണ്ടയുടെ വിരലുകൾക്ക്. മല്ലിപ്പൊടിയിട്ട പോർക്കിറച്ചിയിൽ ഉള്ളിയും, കടുകും ഇട്ടു താളിക്കുന്ന മന്ദ്രധ്വനി കേട്ട് അടുക്കളഭിത്തികൾ കോരിത്തരിക്കും! വായിൽ വെള്ളമൂറി മാത്തുണ്ണ്യമ്മാനും.

കല്യാണത്തിനു തൊട്ടുമുമ്പായിരുന്നു മാത്തുണ്ണി മാത്തുണ്ണ്യമ്മാനായത്.

മാത്തുണ്ണിയുടെ വിരിഞ്ഞ നെഞ്ചിൽ, യൗവനം വസന്തത്തിന്റെ കൊടി കുത്തി വാഴുമ്പോൾ മാതാപിതാക്കൾ പെണ്ണിനെത്തേടി അലഞ്ഞു. പക്ഷേ, ആജാനുബാഹുവും അതിശക്തനും അഭ്യാസിയുമായ മാത്തുണ്ണിയുടെ കൂടെ അന്തിയുറങ്ങാൻ പൂവുപോലുള്ള പെൺകുട്ടികളെ കെട്ടി അയച്ചു കൊടുക്കാൻ അവരുടെ മാതാപിതാക്കൾക്കു ഭയം! ഓരോ കാരണം പറഞ്ഞ് ഒഴിവാക്കി. പക്ഷേ, പൂവുപോലുള്ള പെൺകുട്ടികൾ മാത്തുണ്ണിയുടെ ശരീരം സ്വപ്നം കണ്ടുറങ്ങിയിരുന്നു, മാതാപിതാക്കൾ അറിയാതെ!

കല്യാണാലോചനകൾ ഒന്നും ശരിയാകുന്നില്ലല്ലോ എന്നു വ്യസനിച്ച്, മാത്തുണ്ണിയുടെ അപ്പൻ, പൂമുഖത്തെ വീട്ടിച്ചാരുകസേരയിൽ കിടന്ന്, ജാപ്പാണം പുകയില കൂട്ടി മുറുക്കിത്തുപ്പി, വീണ്ടും മുറുക്കിത്തുപ്പി മയങ്ങും നേരം.

ഈർക്കിലിപോലെ ശരീരം അകത്തോട്ടു വളഞ്ഞവൻ, സദാ ചുമയ്ക്കുന്നവൻ, ഒരു അശ്രീകരം പൂമുഖത്തു കയറിനിന്നു നിറുത്താതെ ചുമച്ചു, കുരച്ചു.

ചെകിട്ടിൽ ചിലമ്പുന്ന കുര കേട്ട് മാത്തുണ്ണിയുടെ അപ്പൻ കണ്ണു തുറന്നു വിസ്തരിച്ചു നോക്കി. ആഗതന്റെ ആകാരം കണ്ടപാടെ, ശവം എന്നു മനസ്സിൽ നിരൂപിച്ച്, മുറുക്കാൻ ചെല്ലം തുറന്ന് ഒരു ചെമ്പുനാണയം നീട്ടി പറഞ്ഞു:

'ഇതാ, ഇതു കൊണ്ട്ക്കോ. അടുത്ത വീട്ടിലും ചെല്ല്, ഇനി നിക്കണ്ട.'

ആഗതൻ അതു വാങ്ങാതെ കുറച്ചുനേരം നിറുത്താതെ കുരച്ചു. പിന്നെ വളരെ വിഷമിച്ചു കൊര നിറുത്തി, പുഞ്ചിരിക്കാൻ ശ്രമിച്ചു പറഞ്ഞു:

'ഇന്നെ മനസ്സിലായിട്ടുണ്ടാവില്ല?'

'ഇല്ല ഒട്ടും.'

'ഞാൻ കാര്യസ്ഥനാ. പേര് കോപ്പുണ്ണീന്ന്. കേട്ടിട്ടുണ്ടാവില്ല.'

'ഇല്ല, കേട്ടിട്ടേ ഇല്ല. എന്താ കാര്യം?'

'പറയാം, വിസ്തരിച്ചു പറയാം. ബ്രിട്ടീഷ് മലബാർ? അതു കേട്ടിട്ടുണ്ടാവും, ഇല്ലേ?'

'ഉവ്വ്, ധാരാളം. അങ്ങട്ട് കാളവണ്ടീല് കടക്കാൻ ചുങ്കം കൊറെ കൊടുത്തിട്ടുണ്ട്.'

'അവിടെ അധികാരീണ്ട്ല്ലൊ? ഇയ്യാവ് അധികാരി. അംശോം ദേശോം ഒക്കെ ഭരിക്കണ അധികാരി? കേട്ടിട്ടുണ്ടാവും.'

'ഉവ്വ്. അറുപിശുക്കനാന്നും കേട്ട്ട്ടുണ്ട്.'

'ശര്യാ. പിശുക്കൻതന്ന്യാ. എന്നാ പിശുക്കന്മാരുടെ കൈയിലല്ലേ കാശുണ്ടാവ്വാ? ആ അധികാരീടെ ഒന്നാം നമ്പ്ര് കാര്യസ്ഥനാ ഞാൻ. കീഴേ വേറേംണ്ട് ഒരു പട!'

'എന്നാ കഷ്ടന്നെ. അപ്പോ ഇരിക്കാം ട്ടാ.'

കോപ്പുണ്ണി പൂമുഖത്തിണ്ണയിൽ ഇരുന്നു. കൊരച്ചുതുപ്പി കണ്ഠനാളത്തിലെ കമ്പികൾ വലിച്ചുനീട്ടി മുറുക്കി മീട്ടി.

'അപ്പോ, എന്താ കാര്യച്ചാൽ, പവൻ മാറ്റ് നെറം, ഒത്തപൊക്കം. നല്ല ആരോഗ്യം.'

'ഇയ്യാവ് അധികാരിടെ അല്ലേ? കണ്ടിട്ടുണ്ട്.'

'ഹേയ്, അല്ല. അധികാരിടെ മോളടെ ഒശത്തികുട്ട്യാ! ഇനി സ്ത്രീധനോ? അതു ഞാൻ പറേണ്ടല്ലോ. ഒന്നു വന്നു കണ്ടാൽ....'

വാതിൽപ്പാളി മറഞ്ഞുനിന്നു കേട്ടിരുന്ന മാത്തുണ്ണ്യമ്മാന്റെ അമ്മ ഉടനെ ഭർത്താവിനെ ഓർമപ്പെടുത്തി:

'കാര്യസ്ഥനു മുറുക്കാൻ കൊടുത്തില്ല.'

ഉടനെ അപ്പൻ കോപ്പുണ്ണിയെ സമൃദ്ധിയായി മുറുക്കി. പത്തു ഉറുപ്പ്യ തൂക്കം ജാപ്പാണം പുകയില മേമ്പൊടിയായും കൊടുത്തു. വിഭവങ്ങൾ

കടിച്ചരച്ച്, ഇടത്തെക്കവിളിൽ നിന്ന് വലത്തോട്ടും തിരിച്ച് ഇടത്തോട്ടും ഇട്ടാട്ടിയപ്പോൾ, കാര്യസ്ഥന്റെ കൊരയ്ക്കു ശമനം. കോപ്പുണ്ണി പെണ്ണിന്റെ വർണ്ണന തുടങ്ങി:

'മോഖത്ത് എറ്റ്യാ ചോരപൊട്ടും. പിന്നെ തലമുടി അഴിച്ചിട്ടാല് ഇതാ ഇങ്ങോട്ട് ഒന്നു നോക്ക്യേ.'

മാത്തുണ്ണിയുടെ അപ്പനും അമ്മയും നോക്കി.

കോപ്പുണ്ണി തന്റെ മുണ്ടിന്റെ അറ്റം പൊക്കി മന്തുകാലിൽ മറഞ്ഞു കിടക്കുന്ന ഞെരിയാണി സ്ഥാനം കാട്ടി പറഞ്ഞു:

'ഇതാ, ഇതുവര്യാ തലമുടി കിടക്കാ!'

മാത്തുണ്ണിയുടെ അപ്പൻ സംശയം തീർക്കാൻ ചോദിച്ചു:

'നെലത്ത് പുൽപ്പായിലിരിക്കുമ്പളാ?'

'ഹേയ് അല്ല. നേരെ ചൊവ്വേ എഴുന്നേറ്റു നിക്കുമ്പത്തന്നെ. ഈ കോപ്പുണ്ണി കണ്ടിട്ടുണ്ട്. പോരെ?'

'മതി. ബാക്കി കാര്യങ്ങളോ?'

'ഇനി അധികാരീടെ സ്വത്ത്! കുതിരപ്പവൻ പെട്ടീല് എത്ര്യാന്നറ്യോ? പിന്നെ തെങ്ങുംപറമ്പ്. നോക്ക്യാ കണ്ണെത്തില്ല. നെലങ്ങളുടെ കാര്യം പറേണ്ട, ഒരു കൊയ്ത്തു കഴിഞ്ഞാ കളം നറച്ചാ നെല്ല്. എന്താ?'

'എന്ന്ട്ടെന്താ കോപ്പുണ്ണീടെ ദേഹം ഇങ്ങനെ? അധികാരി ചോറൊന്നും തരില്ലേ കോപ്പുണ്ണിക്ക്?'

'തരാഞ്ഞാ? ഇഷ്ടംപോലെ തരും. എന്നാ, ഉണ്ണാൻ ഇനിക്കെവിട്യാ നേരം? സദാനേരോം കൊരേം, കാര്യസ്ഥപ്പണീംതന്നെ. ഉണ്ണാൻ നേരം കിട്ടില്ല.

'അപ്പോ സ്ത്രീധനം എത്ര്യാന്നു കേട്ടില്ല'

'അത് ചോയിക്കണ്ട. അതു രണ്ടൂട്ടർക്കും കൊറച്ചിലാ. ഒന്നും ചോയിച്ചില്ലേ കിട്ടണത് കൂടുതലാ. ഒറപ്പാ. അപ്പോ കോപ്പുണ്ണിയുടെ കാര്യം മറക്കില്ലല്ലോ?'

കഴുത്തിൽ കുടമണികളും കൊമ്പുകളിൽ കൊമ്പുപ്പികളും അണിഞ്ഞ കാളകൾ വലിച്ചോടുന്ന വില്ലുവച്ച കാളവണ്ടിയിൽ മാത്തുണ്ണ്യമ്മാൻ അധികാരിയുടെ മുറ്റത്തിറങ്ങി.

അധികാരിയുടെ മകൾ കുഞ്ഞിത്താണ്ടയെ കണ്ടു. തൃപ്തിയായി. കല്യാണം നിശ്ചയിച്ചു.

കല്യാണത്തിന്റെ രണ്ടു ദിവസം മുമ്പ് മാത്തുണ്ണിയുടെ ഉറ്റ സ്നേഹിതൻ, എക്സ്മേജർ ബർമാവർക്കി, മുട്ടാപോക്കിരി, നായാട്ട് വിദഗ്ധൻ, ഇരട്ടക്കുഴൽതോക്കുകളുമായി വന്നു. കൊമ്പൻമീശകളിൽ കോർത്ത

ചെറുനാരങ്ങകൾ ഊരിയെറിഞ്ഞു. അരക്കെട്ടിൽനിന്നും അര പൈന്റ് റം എടുത്തു വായിലൊഴിച്ചു പറഞ്ഞു:

'ഡാ, മാത്തുണ്ണ്യേ, നന്റെ കല്യാണത്തിനു മാനിറച്ചി വെളമ്പണം. അല്ലേങ്കി, ഞാൻ കല്യാണത്തിന് കൂടില്ല. നീ വാ. നമ്മക്ക് കാട്ടില് ഒന്ന് പൂവ്വാം.'

മാത്തുണ്ണിക്കു പരമാനന്ദം.

സന്നാഹങ്ങൾ ഒരുക്കി.

മാത്തുണ്ണി, ബർമാവർക്കി, തോക്കുവിദഗ്ധൻ പുണ്ടുക്കുട്ടി, കാടിളക്കുന്ന കണക്കൻ മാടമ്പിപ്പട, ചുമടെടുക്കുന്നവർ, നായാട്ട് നായ്ക്കൾ, ഒരു വ്യൂഹം കാട്ടിലേക്ക്.

അവർ കാടിന്റെ ചെകിട് തകർത്ത്, കാടു ചവുട്ടി മെതിച്ചു. കാട്ടുമൃഗങ്ങളും കാട്ടുമരങ്ങളും ഭയന്നു. മണ്ണൊലിപ്പും, പരിസ്ഥിതി സന്തുലനവും കുന്തമാക്കി, ആവിഷ്ക്കരണസ്വാതന്ത്ര്യത്തോടെ ജീവനും കൊണ്ടോടി.

ഇരട്ടക്കുഴൽ തോക്കു ചൂണ്ടി കണ്ണിമവെട്ടാതെ മാത്തുണ്ണി. പെട്ടെന്ന് ശരംവിട്ടപോൽ മാനൊന്നു ദൃഷ്ടിപഥത്തിൽ. മാനിന്റെ രണ്ടു മുഴം മുന്നിലേക്കു നിറയൊഴിച്ചു. അതിനു പിറകിൽ ആനപോലൊരു മാൻ കുതിച്ചു വന്നു. മാത്തുണ്ണിയും വർക്കിയും ഒപ്പം കാഞ്ചി വലിച്ചു.

വെടിയേറ്റ മൃഗങ്ങളുടെ ആർത്തനാദം നായാട്ടുകാരെ പുളകം കൊള്ളിച്ചു.

തോക്കുമായി പുണ്ടുക്കുട്ടി ഓടി. പിറകെ കണക്കൻ മാടമ്പിയും അനുചര ന്മാരും. വീണ മൃഗങ്ങളുടെ അഞ്ചുവാര അകലെനിന്ന്, പുണ്ടുക്കുട്ടി സൂക്ഷ്മ നിരീക്ഷണം. പിന്നെ രണ്ടിന്റെയും നെറ്റിക്ക് കാഞ്ചി വലിച്ചു.

അവസാനത്തെ (കില്ലിംങ് ഷോട്ട്സ്). അതു ചെയ്യാതെ അടുത്തു ചെല്ലരുത്. അതു നായാട്ടുകാരന്റെ അലംഘിത നിയമം. വെടിയേറ്റ മൃഗങ്ങൾ കൈകാലിട്ടടിച്ചു നിശ്ചലമായി.

പുണ്ടുക്കുട്ടി അടുത്തു ചെന്നു നിരീക്ഷിച്ചു. തൃപ്തിയായി. അത്യുച്ചത്തിൽ കൂവി. അതു കേൾക്കാൻ കാത്ത കണക്കൻ മാടമ്പിയും സംഘവും ആർത്തട്ടഹസിച്ച് ഓടിയെത്തി മാനുകൾക്കു ചുറ്റും നൃത്തം വച്ച് ആർത്തുകൂവി.

പിന്നെ ഉന്മത്തരായി തന്നാരം പാടി.

'അത് മാനാണേ, മാനാണേയ്.'

കല്യാണത്തിന്റെ തലേദിവസം പുലരുമ്പോൾ, മാത്തുണ്ണിയും സംഘവും തിരിച്ച് ഘോഷയാത്ര. ചുമടെടുക്കുന്നവർ തണ്ടുകളിൽ ഓരോ

മാനുമായി. പോരുന്ന വഴികളിലെ സർവമാന കള്ള്, ചാരായഷാപ്പുകൾ ശുദ്ധശൂന്യമാക്കി. ഷാപ്പു നടത്തുന്നവർ, ഷാപ്പു പൂട്ടി ഭദ്രമാക്കി, ഷാപ്പുകൾ തീവച്ചു ചുട്ടെരിച്ച് ഭസ്മമാക്കി ഘോഷയാത്രയിൽ.

അതുകൊണ്ടരിശംതീരാഞ്ഞിട്ടവർ,

പാതകൾതോറും മണ്ടിനടന്നു.

മുളക്, മസാല, കടുക് ചേർത്തു വരട്ടിയെടുത്ത മാനിറച്ചിയുടെ ചരക്കുകൾ (വാർപ്പുകൾ) അഞ്ച്. ആട്, കോഴി, പോർക്ക് വേറെ. വെന്ത ചോറ്, കുന്നുകൾ.

കല്യാണദിവസം, നാട്ടിലെ ജനസംഖ്യ മുഴുവൻ പന്തിപ്പായിലിരുന്നു. ആദ്യം ഇരുന്നുണ്ടു, പിന്നെ കിടന്നുണ്ടു.

ചേനാരുണ്ട് ചോത്ത്യാരുണ്ട്.

ഊമനുണ്ട്, ഊമത്ത്യാരുണ്ട്,

വേലിക്കൽ തത്ത കുനിഞ്ഞിരുന്നുണ്ടു,

നീർക്കോലി ചാത്തൻ നീണ്ടുരുണ്ടു,

പന്ത്രണ്ടാന ഞെളിഞ്ഞിരുന്നുണ്ടു.

എന്നിട്ടും, പടിക്കലോളം, പ്ളാവിൻ കൊമ്പോളം ചോറും കറികളും ബാക്കി!

അവശരായ അതിഥികൾ. അവർക്ക് കൈകഴുകാൻ മാത്രം വെള്ളം. കുടിക്കാൻ കള്ളും, വീഞ്ഞും മാത്രം! കുടിവെള്ളം കിട്ടാതെ എല്ലാവരും വലഞ്ഞു തളർന്നു പിരിഞ്ഞു.

കല്യാണരാത്രി. മാനും പോർക്കും മൂത്തകള്ളും അനന്തമജ്ഞാതമവർണ്ണനീയമായി അകത്താക്കിയ എക്സ്മേജർ ബർമാവർക്കി കല്യാണപ്പന്തലിനു താഴെ വിരിച്ച പായിൽ കിടന്നുരുണ്ട് ആജ്ഞാപിച്ചു:

ബാക്കി വന്ന മാനിറച്ചി കുരുമുളകു പൊടി തിരുമ്മി, ശുദ്ധ തെങ്ങിൻ ചാരായത്തിൽ കുതിർത്തി, വെയിലത്തിട്ടുണക്കി, അട്ടത്ത് കെട്ടിത്തൂക്കിയിട്ട് പുക കൊള്ളിച്ച് സംരക്ഷിക്കാൻ. ഒരു കൊല്ലംകൊണ്ട് തിന്നുതീർക്കാൻ.

പിന്നെ ബർമാവർക്കി മലർന്നുകിടന്നു നീട്ടിപ്പാടി:

'മാൻ, മാൻ, മാത്തുണ്ണിമാൻ'

മാത്തുണ്ണിമാൻ, മാൻ, മാൻ.'

കേട്ടവരൊക്കെ അതേറ്റുപാടി. സംഘഗാനമായി.

അന്നുമുതൽ മാത്തുണ്ണി, മാത്തുണ്ണിമാൻ. കാലപ്പഴക്കത്തിൽ മാത്തുണ്ണ്യ മ്മാൻ.

വർഷങ്ങൾക്കു ശേഷം, ഈ കഥകൾ കേട്ട് ചേറപ്പായി കോരിത്തരിച്ചു.

സ്വാമിവക്കീലിനോട് പൊടിപ്പും തൊങ്ങലും കൂട്ടിച്ചേർത്ത് വിസ്തരിച്ച് പറഞ്ഞുകൊടുത്തു.

പിന്നെ, ഒരു ദീർഘനിശ്വാസമിട്ട്, ഗ്ലാസ് വായിലേക്ക് കമിഴ്ത്തി ആത്മഗതം:

അന്ന് ഞാനുണ്ടായിരുന്നെങ്കിൽ?

പുതിയ പയറ്റുകൾ പഠിക്കാൻ മാത്തുണ്ണ്യമ്മാൻ പുതിയ ആശാന്മാരെ അന്വേഷിച്ചന്വേഷിച്ച്, ഒരു കിംവദന്തിയുടെ കരയിലെത്തി.

വടക്കുവടക്ക് ഒരു ആശാൻ. പയറ്റിത്തെളിഞ്ഞവൻ. ചുവടൊറപ്പിച്ചു നിന്നാൽ, ഏത് ഘനഗംഭീരനെയും പൂവുപോലെ പറിച്ചെടുത്തെറിയും. ആ വിദ്യ മാത്തുണ്ണ്യമ്മാനറിയില്ല. അതു പഠിച്ചേ തീരൂ എന്നായി വാശി. വീണ്ടും ചികഞ്ഞന്വേഷണങ്ങൾ. അപ്പോൾ മനസ്സിലായി കേട്ടറിഞ്ഞത് കിംവദന്തിയല്ല, സത്യമാണ്!

തന്റെ വിശ്വസ്തഭൃത്യനെ വിളിച്ചു. വിളികേട്ടോടിയെത്തി ഭൃത്യൻ.

പുണ്ടുക്കുട്ടി!

കൃത്യം മൂന്നരയടി പൊക്കം. തൂവെള്ള എന്നു പറയുന്നതുപോലെ തൂ കറുപ്പു നിറം. കരിങ്കല്ലു കൊണ്ടുണ്ടാക്കിയ ഉരലിന് രണ്ടു കുറും കാലുകളും കൈകളും വച്ചുപിടിപ്പിച്ച പോൽ ആകാരം! എഴുന്നു നിൽക്കുന്ന മാംസപേശികൾ, കട്ടി കാരിരുമ്പ്. മുഖത്തെ സ്ഥായിയായ ഭാവം. നനഞ്ഞ കരിങ്കല്ല്. പുണ്ടുക്കുട്ടിയുടെ മിണ്ടാട്ടം അത്യപൂർവം. മറ്റുള്ളവർ പറയുന്നത് ശ്രദ്ധിച്ചു കേൾക്കും. ആ വായിൽനിന്നും ഒരു മാസം മുഴുവൻ ആകെ പുറത്തുവരുന്ന ശബ്ദങ്ങൾ എല്ലാം പെറുക്കിയെടുത്തു നിരത്തിവച്ചാൽ, കഷ്ടി ഒരു വാചകമാകാനും ഞെരുക്കം.

പുണ്ടുക്കുട്ടിയെ നാട്ടുകാർ രഹസ്യമായി പറയുക അമിട്ടുംകുറ്റി എന്ന്.

ഒരിക്കൽ നാട്ടുകാർ ഭയപ്പെടുന്ന ഒരു ഗജപോക്രി, പുണ്ടുക്കുട്ടിയെ എല്ലാവരും കേൾക്കെ, ഉറക്കെ അമിട്ടുംകുറ്റി എന്നു വിളിച്ചു. അതു കേൾക്കേണ്ട താമസം, പെട്ടെന്ന് പുണ്ടുക്കുട്ടി അയാളുടെ നേർക്ക് ചാടി. താഴ്ത്തിപ്പിടിച്ച തലകൊണ്ട് ഒരു ഇടി. ഒരു ചാർജ്. ഗജപോക്രിയുടെ നാലു വാരിയെല്ലുകൾ എട്ടു കഷണങ്ങൾ. തിരിഞ്ഞുനോക്കാതെ പുണ്ടുക്കുട്ടി തിരിച്ചു നടന്നു. അതിനു ശേഷം അങ്ങനെ വിളിക്കാൻ സ്വപ്നത്തിൽപ്പോലും ആരും ധൈര്യപ്പെട്ടിട്ടില്ല.

പുണ്ടുക്കുട്ടി ഒരു അഭ്യാസവും പഠിച്ചിട്ടില്ല. അങ്ങനെ ഒരാവശ്യം ഉണ്ടെന്നും തോന്നിയിട്ടില്ല. മാത്തുണ്ണ്യമ്മാൻ പയറ്റ് പഠിക്കുന്നത് ശ്രദ്ധിച്ചു നോക്കി നിൽക്കും. ശരീരത്തിന് കരുത്തല്ലെ വേണ്ടു എന്നാണ് വിശ്വാസം. കരുത്ത് തനിക്ക് വേണ്ടുവോളവും അതിലപ്പുറവുമുണ്ട്. പുണ്ടുക്കുട്ടിയുടെ കരുത്തിനെക്കുറിച്ച് നാട്ടുകാർക്കും കേട്ടറിവ്.

ഒരിക്കൽ കാട്ടിൽ വേട്ടയ്ക്കു പോയ പുണ്ടുക്കുട്ടി പിന്നിൽനിന്നും വെട്ടാൻ വന്ന കാട്ടുപോത്തിന്റെ നാട്ടയിൽക്കൂടി ഒരോട്ടം. തിരിച്ച് വീണ്ടും ഒരോട്ടം. അന്തംവിട്ട കാട്ടുപോത്ത് കെട്ടിമറിഞ്ഞുവീണ് കൈകാലിട്ടടിച്ചു എന്ന് നാട്ടിലെ കെട്ടുകഥ.

ഉടുക്കുന്നത് ഒന്നേകാൽ മുഴം വീതിയുള്ള മുണ്ട്. അതിനുമീതെ അരയിൽ നാലിഞ്ചു വീതിയുള്ള കട്ടിതോൽബെൽറ്റ്. അത് അവസാനത്തെ ആയുധം. ഒരിക്കലും ഉപയോഗിക്കേണ്ടി വന്നിട്ടില്ല.

മാത്തുണ്ണ്യമ്മാന്റെ കുടിയിരുപ്പുപറമ്പിൽ ഒരു മൂലയിൽ, ഒരു കൂരയിൽ താമസം. വീടും കുടിയിരുപ്പും രാപ്പകൽ സംരക്ഷണം. കുടിയിരുപ്പിലെ ഏതാനും തെങ്ങുകൾ ചെത്തും. മൂന്നു മൺകുടുക്ക കള്ള് മാത്തുണ്ണ്യമ്മാന്. ബാക്കി മുഴുവനും പുണ്ടുക്കുട്ടിക്ക്. പലവട്ടം സേവിക്കും. ചെന്നായയുടെ വിശപ്പ്. വിശപ്പടങ്ങുന്നതുവരെ കുഞ്ഞിത്താണ്ട വിളമ്പിക്കൊടുക്കണം. അത് മാത്തുണ്ണ്യമ്മാന്റെ കൽപന.

പിന്നെ ജോലി, കുളമായ കുളങ്ങളൊക്കെ ചൂണ്ടലിട്ട് മീൻ പിടിക്കും. കണ്ണൻ, മൊയ്യ്, കടു ഒക്കെ കോർമ്പ കോർത്ത് അടുക്കളമുറ്റത്തു ചെന്ന് 'പൂഹേയ്' എന്നു വിളി. കുഞ്ഞിത്താണ്ടയെ മീൻ മുഴുവൻ ഏൽപിക്കാൻ. അന്നത്തെ ദിവസം ആ വായിൽനിന്നും ആകെ പുറത്തു വന്നിട്ടുള്ള ഒരേ ഒരു ശബ്ദവും അതായിരിക്കും.

പിന്നെ ഒഴിവുനേരങ്ങളിൽ മാത്തുണ്ണ്യമ്മാന്റെ നാടൻതോക്കുകളുടെ കുഴലുകൾ വൃത്തിയാക്കൽ, അവയിൽ നിറയ്ക്കാനുള്ള വെടിമരുന്നുകൾ, ചകിരിനാരുകൾ, പല വലിപ്പത്തിലുള്ള ഇരുമ്പുഗോളങ്ങൾ മുതലായവ തയാറാക്കുക. അതെല്ലാം കഴിഞ്ഞാലാണ് ഏറ്റവും ബുദ്ധിമുട്ടുള്ള ജോലി.

കുട്ടിചേറപ്പായിയെ നീന്തം പഠിപ്പിക്കൽ. വെള്ളത്തിലേക്ക് പിടിച്ചു കൊണ്ടു പോകുമ്പോൾ തിരിഞ്ഞോടും. വെള്ളത്തിലിട്ടാൽ കല്ലുപോലെ താഴും. അത് വേണ്ടെന്നുവച്ചു. അതിലും ഭേദം മാത്തുണ്ണ്യമ്മാന്റെ നായാട്ടുനായ്ക്കളെ എന്തെങ്കിലും പഠിപ്പിക്കാം എന്ന് പുണ്ടുക്കുട്ടി തീരുമാനിച്ചു.

'പുണ്ടുട്ട്യേയ്' എന്ന വിളികേട്ടുവന്ന വിശ്വസ്ത ഭൃത്യനോട് മാത്തുണ്ണ്യമ്മാൻ പറഞ്ഞു:

'വടക്കുള്ള ആശാന്റെ വിരുതുകൾ ബഹുകേമം. എങ്ങനേങ്കിലും കൊണ്ടു വരണം.'

എല്ലാം വിസ്തരിച്ച് ഉപദേശിച്ചു. പോകേണ്ട വഴി, കാണേണ്ട വിധം, കാഴ്ചവയ്ക്കേണ്ട കാര്യം.

ആശാനെ കൈയോടെ കൂട്ടിക്കൊണ്ടുവരണം.

പുണ്ടുക്കുട്ടി തലയാട്ടി. അതിന്റെ അർത്ഥം ആശാനെ കൊണ്ടുവരും. ഒന്നുകിൽ നല്ല വഴിക്ക് അല്ലെങ്കിൽ പിടിച്ചുകെട്ടി!

ചെലവുകൾക്കു വെള്ളിനാണയങ്ങളും ചെമ്പുതുട്ടുകളും കൊടുത്തു. അതിൽ കുറെ തോൽബെൽറ്റിൽ. ബാക്കി വെള്ളിനാണയങ്ങൾ വായിലും സൂക്ഷിച്ചു. വടക്കോട്ടു യാത്രയാരംഭിച്ചു.

യാത്രാമദ്ധ്യേ പുണ്ടുക്കുട്ടി ചിന്തിച്ചു.

എന്തിനാ മാത്തുണ്ണ്യാപ്ളാര് ഇനിയും അഭ്യാസം പഠിക്കണത്? നല്ല കരുത്തല്ലേ ഉം... എന്നാലും ആളേടുത്തെറീണ വിദ്യ അതൊന്ന് കാണണേലൊ.

മാത്തുണ്ണ്യമ്മാൻ പയറ്റിൽ തെളിഞ്ഞവൻ. കരുത്തുള്ളവൻ. എങ്കിലും കടഞ്ഞെടുത്ത കാലുകളുടെ ശക്തി അമാനുഷം.

മാത്തുണ്ണ്യമ്മാന്റെ ചിരകാലജന്മി.

ആമത്തൂരില്ലത്തെ പ്രോത്തൻ നമ്പൂരി തിരുമേനിക്ക് മാത്തുണ്ണ്യമ്മാനെ വലിയ ഇഷ്ടം. മാത്തുണ്ണ്യമ്മാന്റെ തറവാട്ടുകാർ കൃത്യമായി പാട്ടനെല്ലും, കാഴ്ചക്കുലകളും എത്തിക്കുന്നതുകൊണ്ടൊന്നുമല്ല. മാത്തുണ്ണ്യമ്മാന്റെ സ്നേഹബഹുമാനം നിറഞ്ഞ പെരുമാറ്റം, ആകാരം. ആനക്കൊമ്പിന്റെ കുഴകളുള്ള മെതിയടികളിട്ട്, ആരെയും കൂസാതുള്ള ചവിട്ടിമെതിച്ച നടത്തം. എല്ലാം കണ്ടപ്പോൾ തിരുമേനി ശങ്കിച്ചു:

ഒരു പൂണുലുംകൂടി ഉണ്ടെങ്കില്, സാക്ഷാൽ ക്ഷത്രിയൻ...?

ഒരു പാതിരാനേരം. കൂട്ടനിലവിളികേട്ട് മാത്തുണ്ണ്യമ്മാൻ പിടഞ്ഞെണീറ്റ് ഉമ്മറത്തു വന്നു ശ്രദ്ധിച്ചു. നിലവിളി ഇല്ലത്തുനിന്ന്!

അപ്പോഴേക്കും പുണ്ടുക്കുട്ടി മുന്നിൽ. കാച്ചിക്കുറുക്കിയ ഇരുട്ട് കട്ടപിടിച്ചതു പോലെ?

മാത്തുണ്ണ്യമ്മാൻ പിന്നെ ഒന്നും ആലോചിച്ചില്ല. മെതിയടികളിൽ കാൽ തിരുകി.

അതു കണ്ട മാത്രയിൽ, പുണ്ടുക്കുട്ടി ചൂട്ടു കത്തിച്ചു നടന്നു. പിറകെ മാത്തുണ്ണ്യമ്മാൻ.

ഇല്ലത്തിന്റെ മുറ്റത്തു കൊള്ളക്കാർ! കൊള്ളക്കാരുടെ കൈകളിൽ അമ്മിക്കുഴ, പന്തക്കുഴ, ഒലക്ക, വടിവാൾ, പന്തീരാൻ. മുറ്റത്തെ പ്ളാവിൻ കൊമ്പിൽ, ആലാത്തു കയറിൽ കെട്ടിത്തൂക്കിയിട്ട അമ്മി. അമ്മിയാട്ടി ഇടിച്ചു തകർക്കുന്നു, ഇല്ലത്തിന്റെ മുൻവാതിൽ!

പിന്നെ ഒന്നും ചിന്തിച്ചില്ല. മുന്നോട്ടു ഓടി. പന്തക്കുഴകളുടെ പുക മൂക്കിൽ കയറി. ആന ചിന്നംവിളിക്കുന്നതുപോലെ മാത്തുണ്ണ്യമ്മാൻ ചീറിത്തുമ്മി.

കൊള്ളക്കാർ ഞെട്ടിത്തിരിഞ്ഞുനോക്കി. അവർ മാത്തുണ്ണ്യമ്മാനെ വട്ടം പൊതിയാൻ തുടങ്ങിയപ്പോൾ...

മാത്തുണ്ണി കണ്ണിമവെട്ടാതെ, പെട്ടെന്ന് തറ്റുടുത്ത്, മെതിയടികളിൽ നിന്നും ഇറങ്ങി, ഇടതുകാലിൽ ചുവടുറപ്പിച്ച് വലതുകാൽ നെഞ്ചുയരം

ഉയർത്തി നീട്ടി ഭുജാമുസലങ്ങൾ കഴുകൻപക്ഷങ്ങളാക്കി വിടർത്തി പമ്പരം തിരിഞ്ഞു. ആയിരം അശ്വങ്ങൾ കുളമ്പെറിയുംപോലെ!

പുണ്ടുക്കുട്ടി കൊള്ളക്കാരുടെ കാലുകൾക്കിടയിലൂടെ വട്ടത്തിൽ, അതിശീഘ്രം ഓടി. കൊള്ളക്കാർ മറിഞ്ഞു വീണു. അവരുടെ വൃഷണങ്ങൾ പലതും ചമ്മന്തി.

അതിൽനിന്നും രക്ഷപ്പെട്ട കൊള്ളക്കാർ നെട്ടോട്ടം. ബാക്കിയുള്ളവർ ഊർദ്ധൻവലിച്ചു കിടപ്പ്.

ആലാത്തുകയറിന്റെ അറ്റത്തെ അമ്മിക്കല്ലിന്റെ ആട്ടം പിടിച്ചു നിർത്തി, മാത്തുണ്ണ്യമ്മാൻ അതിലൊന്ന് വിശ്രമിച്ചുനിന്നു.

അപ്പോൾ ഇല്ലത്തെ നിലവിളി നിലച്ചു.

മുൻവാതിൽ തുറന്ന് പ്രോത്തൻനമ്പൂതിരി പുറത്തുവന്നു കിതച്ചു പറഞ്ഞു:

'ന്നാ, ട്ടോ മാത്തുണ്ണീ, നോം മാത്തുണ്ണീടെ നേരംപോക്കൊക്കെ കണ്ടു, ക്ഷായി.'

പിന്നെ വീണു കിടക്കുന്ന തസ്കരന്മാരെ നോക്കി വലതുകൈയിലെ ചെറുവിരൽ ഉയർത്തിവിറപ്പിച്ച് ആത്മഗതം:

ന്നാലും ഒരു ശങ്ക. ഒക്കെ സിദ്ധികൂട്യോ. ഇവറ്റടെ ജാതി എന്താന്ന് ഒരു രൂപോല്ല്യല്ലൊ. ദഹിപ്പിക്കേ, കുഴിച്ചിടേ എന്താ വേണ്ടെ?

മാത്തുണ്ണ്യമ്മാൻ സമാധാനിപ്പിച്ചു:

'ചത്തിട്ടില്ല. ബോധം പോയിട്ടുണ്ടാവും. അത്ര്യേള്ളു.'

'എന്നാ മാത്തുണ്ണിക്ക് വശംണ്ടാവുലൊ? മറുതട്ട്. അതങ്ങട്ടു പ്രയോഗിക്കാലോ. ഒക്കെ വേഗം വെട കൊണ്ടോട്ടെ.'

മർമസ്ഥാനങ്ങളിൽ ചൂണ്ടിയും തട്ടിയും മാത്തുണ്ണ്യമ്മാൻ അവരെ ഓടിച്ചു.

തിരുമേനി സന്തോഷത്തോടെ: 'എന്നാ മഹാഭാഗ്യം തന്നേട്ടോ മാത്തുണ്ണ്യേ. ഇല്ലത്ത് നരഹത്യണ്ടായില്ല. നല്ല നേരംപോക്കന്നെ. മാത്തുണ്ണിക്കു സൽ പുത്രനുണ്ടാകും സംശല്യ.'

മാത്തുണ്ണ്യമ്മാൻ വീട്ടിലെത്തി കുളിച്ച് കുഞ്ഞിത്താണ്ടയുടെ അടുത്തു ചെന്നു കിടന്നു.

അന്നുണ്ടായ സന്തതി!

ചേറപ്പായി!

പുണ്ടുക്കുട്ടി തിരിച്ചെത്തി, ആശാനുമായി. ഒരു സന്ധ്യയ്ക്ക്. അന്നു രാത്രി കയ്യാലപ്പുരയിൽ, കള്ള്, കോഴി. ആശാൻ, പുണ്ടുക്കുട്ടി.

പരിപൂർണ വിശ്രമം.

പിറ്റേന്നു കാലത്ത് ആശാൻ, മാത്തുണ്ണ്യമ്മാൻ പുണ്ടുക്കുട്ടിയുമായി ഞവുഞ്ഞിക്കുളത്തിന്റെ കരയിൽ ചെന്നു.

വിസ്തൃതമായ ഞവുഞ്ഞിക്കുളത്തിന്റെ കരയിൽ, പെണ്ണുങ്ങൾ മുണ്ടലക്കുന്ന പരന്ന കരിങ്കല്ലു ചൂണ്ടി ആശാൻ ആജ്ഞാപിച്ചു. ആജ്ഞയനുസരിച്ച് പുണ്ടുക്കുട്ടി അലക്കുകല്ലിൽ കമിഴ്ന്നുകിടന്നു മുറുകെപ്പിടിച്ചു. ആശാൻ മാത്തുണ്ണ്യമ്മാനോട് പറഞ്ഞു:

'ശ്രദ്ധിച്ചു നോക്കണം. ഞാൻ പുണ്ടുക്കുട്ടിയെ പറിച്ചെടുത്തു കുളത്തിലേക്കെറിയും. അതെങ്ങനെ സാധിക്കുണൂ എന്ന്.'

ആശാൻ ചുവടുറപ്പിച്ചുനിന്ന് ഒന്നുരണ്ടു പ്രാവശ്യം ആഞ്ഞു. പിന്നെ പുണ്ടുക്കുട്ടിയുടെ അരക്കെട്ടിൽ പിടിക്കലും പൊക്കലും എറിയലും കണ്ണിമവെട്ടും നേരംകൊണ്ട്.

പുണ്ടുക്കുട്ടി ഞവുഞ്ഞിക്കുളത്തിന്റെ നടുവിൽ വീണു. താഴ്ന്നു പൊങ്ങി. നീന്തി കര കയറി.

ആശാൻ മാത്തുണ്ണ്യമ്മാനോട്:

'എന്നാ ഇനി ഒന്നു നോക്കിക്കൂടെ?'

'നോക്കാം.'

'ഇനി ഞാൻ അലക്കുകല്ലിമ്മെ. എന്നെ എടുത്തെറിയണം, എന്താ?'

'നോക്കാം.'

ആശാൻ അലക്കുകല്ല് അടവച്ചിരുന്നു, ഒരു കാരാമ പോലെ.

മാത്തുണ്ണ്യമ്മാൻ മുന്നോട്ടാഞ്ഞ് ആശാന്റെ അരക്കെട്ടിൽ അമർത്തിപ്പിടിച്ച് പൊക്കാൻ നോക്കി. ആശാൻ പിടിവിട്ടില്ല.

രണ്ടടി മാറി മുന്നോട്ടു ചാടി വീണ്ടും ശ്രമിച്ചു. അനക്കമില്ല.

പിന്നെ മാത്തുണ്ണ്യമ്മാൻ പിറകോട്ടു പത്തടി നടന്ന് ഓടിയെത്തി ചുവടുറപ്പിച്ച് ആശാനെ പൊക്കി ഞവുഞ്ഞിക്കുളത്തിലേക്കാഞ്ഞെറിഞ്ഞു.

കുളത്തിന്റെ നടുവിൽച്ചെന്നു വീണത് ആശാനും, അലക്കുകല്ലും ഒന്നിച്ച്. വെള്ളത്തിൽ വീണപ്പോൾമാത്രം ആശാൻ കല്ലിൽനിന്നും പിടിവിട്ടു.

എന്താണു സംഭവിച്ചതെന്നറിയാതെ മാത്തുണ്ണ്യമ്മാൻ പരിഭ്രമിച്ചു നിൽക്കുമ്പോൾ, ആശാൻ നീന്തി പടവു കയറി കോപാന്ധനായി ഓടിയെത്തി. മാത്തുണ്ണ്യമ്മാനെ നോക്കി ദഹിപ്പിച്ചു. മാത്തുണ്ണ്യമ്മാൻ മല പോലെ നിന്നു. അപ്പോൾ പുണ്ടുക്കുട്ടി വാ പൊത്തി പതുക്കെ ചിരിച്ചു.

അതു കേട്ടപാടെ ആശാൻ തിരിഞ്ഞു പുണ്ടുക്കുട്ടിയെ ചാടിപ്പിടിച്ച്, നിഷ്പ്രയാസം പൊക്കിയെടുത്തു. കൈകളിലിട്ട് വട്ടംകറക്കി ഞവുഞ്ഞിക്കുളത്തിന്റെ നടുവിലേക്കാഞ്ഞെറിഞ്ഞു. എന്നിട്ടും കോപം ശമിക്കാതെ അട്ടഹസിച്ച്, കരണംമറിഞ്ഞു തുള്ളിനിന്നു.

അപ്പോൾ മാത്തുണ്ണ്യമ്മാൻ പതുക്കെ ആശാനോടു പറഞ്ഞു:

'ആശാനെ, പുണ്ടുക്കുട്ടി നീന്തിക്കേറിവരുമ്പോ, ഇവടെ നിക്കണത് ആപത്താട്ടാ.'

ആശാൻ ഉടനെ വടക്കു ലക്ഷ്യമാക്കി പലായനം. ദ്രുതഗതി.

കുളത്തിനടിയിലെ ചേറ് ചവിട്ടിക്കലക്കി മുകൾപ്പരപ്പിലെത്തി പുണ്ടുക്കുട്ടി പിടഞ്ഞു നീന്തി. ഞവുഞ്ഞിക്കുളത്തിലെ ചെളിയും വെള്ളവും കലങ്ങി. കണ്ണുകളിൽ കോപം ചുവന്നു കലങ്ങി. പുണ്ടുക്കുട്ടി പടവുകൾ ഓടിക്കയറി, കരയിൽ ചുരമാന്തി മുക്രയിട്ടുനിന്ന് ആശാനെ പരതി, വടക്കോട്ടു നോക്കി നിൽക്കുന്ന മാത്തുണ്ണ്യമ്മാനെ കണ്ടപ്പോൾ, ആ ദിശയിലേക്ക് ഒരു കാട്ടുപോത്ത് ശരംവിട്ടു.

അപ്പോൾ മാത്തുണ്ണ്യമ്മാൻ നിശ്ചയിച്ചു.

ഈ പോക്കുപോയാൽ ഒരു ശവം വീഴും. ഒന്നുകിൽ ആശാൻ, അല്ലെങ്കിൽ പുണ്ടുക്കുട്ടി.

മാത്തുണ്ണ്യമ്മാൻ നീട്ടിവിളിച്ചു:

'പുണ്ടുട്ട്യേയ് പൂപ്പ്യേയ്.'

ആ ഒച്ച നാലു കാതം കടന്ന് തിരിച്ചെത്തിയപ്പോൾ, തിരിഞ്ഞു നോക്കാതെ മാത്തുണ്ണ്യമ്മാൻ നടന്നു. പൂമുഖത്തെ വീട്ടിച്ചാരുകസേരയിൽ കിടന്നു.

വിളികേട്ട പുണ്ടുക്കുട്ടി മുന്നോട്ടാഞ്ഞ വലതുകാൽ മണ്ണിൽ ചവിട്ടിയമർത്തിനിന്നു തിരിഞ്ഞു. പിന്നെ ചവിട്ടിമെതിച്ചു നടന്നു. പതുക്കെ, പതുക്കെ.

മാത്തുണ്ണ്യമ്മാന്റെ മുന്നിൽ വന്നു നിന്നു.

'പോയി കുളിച്ച് ഒറങ്ങിക്കോ.'

അതുകേട്ട് പുണ്ടുക്കുട്ടി നടന്നു, തന്റെ കൂരയിലേക്ക്.

വീട്ടിച്ചാരുകസേരയിൽ കിടന്ന് മാത്തുണ്ണ്യമ്മാൻ ഓർത്തു. തന്റെ അമ്മ പറഞ്ഞ കഥകൾ, ഓർമകൾ.

പുണ്ടുക്കുട്ടിയുടെ അമ്മ. നീളം കുറഞ്ഞ കാലുകളുള്ള ഇണ്ണിയ. ഇണ്ണിയയ്ക്ക് ആദ്യത്തെ ഗർഭം. ഏഴാം മാസം. കള്ളു ചെത്താൻ കയറിയ ഭർത്താവ് പുണ്ടു ഒരു ദിവസം തെങ്ങിന്റെ കുരളിൽനിന്നും ഇറങ്ങിവന്നില്ല. തെങ്ങിൽ നിന്നും താഴത്തെത്തിയത് ചേറ്റുകത്തി! താഴെയിറക്കിയ ശരീരത്തിൽ കെട്ടിപ്പിടിച്ച്, പിന്നെ നെഞ്ചത്തടിച്ചു നിലവിളിക്കുന്ന ഇണ്ണിയയെ നോക്കി നിന്നവർ ഭയപ്പെട്ടു.

ഗർഭം അലസുമോ?

എട്ടാംമാസം അവസാനം, ഒരു കർക്കിടരാവിന്റെ പാതിരാവ്. ഇണ്ണിയ ഞരങ്ങി. ഞരക്കം നിലവിളിയായി. നിലവിളി ഉച്ചത്തിലായി. അതുകേട്ട്

ഞെട്ടിയുണർന്നു, മാത്തുണ്ണ്യമ്മാന്റെ അമ്മ. ഒരു വയസ്സു പ്രായമുള്ള മാത്തുണ്ണി പായിൽ കൈകാലിട്ടടിച്ചു വാവിട്ടു കരയുന്നത് ഒരു നിമിഷം നോക്കി. ഒന്നു തലോടി. കരച്ചിൽ നിൽക്കാൻ കാത്തിരിക്കാതെ പഴംതുണികളെടുത്ത്, കമ്പിറാന്തലെടുത്ത് ആ ചെറ്റപ്പുരയിലേക്കോടി.

കമ്പിറാന്തലിന്റെ തിരി നീട്ടി.

അവിദഗ്ദ്ധമെങ്കിലും പഴക്കമുള്ള കൈവിരലുകൾ ശിശുവിനെ പുറത്തെടുത്തു.

ആൺകുഞ്ഞ്!

പൊക്കിൾക്കൊടി മുറിച്ച് പാളയിൽ കിടത്തി കുളിപ്പിക്കുമ്പോൾ ഉറക്കെ കരച്ചിൽ. അതിനു ജീവനുള്ളതു ഭാഗ്യമെന്നു തോന്നി. അത്രയും അശുവായ ശിശു. ഇത്ര ഉറക്കെ കരയുകയോ?

അതിന്റെ അച്ഛനെ ഓർത്ത് മാത്തുണ്ണ്യമ്മാന്റെ അമ്മ പേരു വിളിച്ചു:

പുണ്ടുട്ട്യേയ്!

അതു കേട്ടു തളർന്ന ജാനകി കണ്ണുകളടച്ചു. പിന്നെ തുറന്നില്ല.

മാത്തുണ്ണ്യമ്മാന്റെ അമ്മ പുണ്ടുക്കുട്ടിയെ വളർത്തി. എത്ര വളർത്തിയിട്ടും, മൂന്നര അടിയിൽ വളർച്ച മുട്ടി. എന്നിട്ടും പുണ്ടുവിന്റെ കുട്ടി, പുണ്ടുക്കുട്ടി കരുത്തനായി, പുരുഷനായി. നെഞ്ചിൽ ഇടിച്ചാൽ കൈ തെറിക്കും.

മാത്തുണ്ണ്യമ്മാനും പുണ്ടുക്കുട്ടിയും ഒന്നിച്ചു വളർന്നു. പുണ്ടുക്കുട്ടിയുടെ വംശം നിലനിർത്തണം. മാത്തുണ്ണ്യമ്മാൻ പുണ്ടുക്കുട്ടിക്ക് പെണ്ണന്വേഷിച്ചു വലഞ്ഞു. മൂന്നരയടി ഉയരമുള്ളവന് ആരും പെണ്ണു കൊടുക്കില്ല. അവസാനം ഒരു വിധവ, കുട്ടികളില്ലാത്തവൾ, പൊക്കമുള്ളവൾ, മുഖശ്രീയുള്ളവൾ, മുടന്തുള്ളവൾ, പുണ്ടുക്കുട്ടിക്ക്.

കാലം കുറച്ചു കഴിഞ്ഞു.

പെണ്ണ് കരഞ്ഞു. പെണ്ണിന്റമ്മ കരഞ്ഞു. എന്നിട്ടും കുട്ടികളുണ്ടായില്ല. അപ്പോൾ വഴിപാടുകൾ, നേർച്ചകൾ.

എല്ലാം സ്വീകരിച്ച ദൈവങ്ങൾ ഊമകൾ.

മാത്തുണ്ണ്യമ്മാൻ തെങ്ങുകയറ്റത്തിന് പോകുമ്പോൾ, പുണ്ടുക്കുട്ടിയുടെ കവിളിലെ നീരു കണ്ടു ചോദിച്ചു:

'ശൂലം കയറ്റ്യേന്റെ നീരാ നന്റെ കവിളില്?

പുണ്ടുക്കുട്ടി തലയാട്ടി.

'കുട്ടീണ്ടാവാൻ വഴിപാട്, അല്ലേ?'

അപ്പോഴും പുണ്ടുക്കുട്ടി തലകുനിച്ചു നിന്നു.

തെങ്ങുകയറ്റം കഴിഞ്ഞ് തേങ്ങയെണ്ണിക്കഴിഞ്ഞപ്പോൾ ഇരുട്ട്.

പുണ്ടുക്കുട്ടി ചൂട്ടു വീശി നടന്നു. ചൂട്ടിന്റെ വെളിച്ചത്തിൽ മാത്തുണ്ണ്യമ്മാൻ പിറകിൽ. രണ്ടുപേരും ഒന്നും സംസാരിക്കാതെ വീട്ടിലേക്കു നടക്കുമ്പോൾ–

പെട്ടെന്ന് മാത്തുണ്ണ്യമ്മാൻ മേലോട്ട് ഒന്നു ചാടി. മെതിയടികളിൽ അമർന്നുനിന്ന് അമർത്തിപ്പറഞ്ഞു:

'പുണ്ടുട്ട്യേ, ചതിച്ചൂട്ടാ.'

കേൾക്കേണ്ട താമസം പുണ്ടൂട്ടി തിരിഞ്ഞുനിന്ന്, മാത്തുണ്ണ്യമ്മാന്റെ മെതിയടികൾക്കിടയിൽ ചൂട്ടുവീശി നോക്കി.

മെതിയടികൾക്കിടയിൽ കിടന്നു പുളയുന്ന മൂർഖൻ.

ചൂട്ടു നിലത്തിട്ടു മൂർഖന്റെ വാലുപിടിച്ച് വലിച്ചൂരി തലയ്ക്കുമേലെ വട്ടംവീശി അടുത്തു കണ്ട തെങ്ങിൽ ആഞ്ഞടിച്ചു. പിടി വിട്ടു.

മൂർഖൻ തെങ്ങിൽ ചുറ്റി ഊർന്നുവീണു.

തിരിഞ്ഞോടിവന്ന് തളർന്നുവീണു കിടക്കുന്ന മാത്തുണ്ണ്യമ്മാന്റെ കാലുകൾ നോക്കി. ഇടതുകാലിന്റെ തള്ളവിരൽ! മെതിയടി ഊരിമാറ്റി. പുണ്ടുക്കുട്ടി തന്റെ ഉടുമുണ്ട് കീറി, പിരിച്ച്, മാത്തുണ്ണ്യമ്മാന്റെ ഞെരിയാണിക്കു മുകളിൽ വരിഞ്ഞുകെട്ടി. പിന്നെ ആ തള്ളവിരൽ വായ്ക്കകത്തിട്ട് അമർത്തി വലിച്ചു തുപ്പി, പത്തു വട്ടം.

മാത്തുണ്ണ്യമ്മാന്റെ അടുത്ത് പുണ്ടുക്കുട്ടി തളർന്നു വീണു.

കെടാൻ പോകുന്ന ചൂട്ടിന്റെ വെളിച്ചം കണ്ടെത്തിയവർ ഓടിയെത്തി.

രണ്ടുപേരെയും താങ്ങിയെടുത്ത് വിഷവൈദ്യന്റെ അടുത്തേക്ക്. വിഷഹാരിയുടെ മുറ്റത്ത് പ്രജ്ഞയറ്റ്, ചലനമറ്റ് രണ്ടുപേരും കിടന്നു.

ചികിത്സകൾ തുടർന്നുകൊണ്ടേയിരുന്നു. അർദ്ധരാത്രി കഴിഞ്ഞപ്പോൾ ഒരാൾ മാത്രം കണ്ണുതുറന്ന് പതുക്കെ എഴുന്നേറ്റു. കൂടിയിരുന്നവർ പിന്നെയും കാത്തു.

പുലരാൻ നേരത്ത് പുണ്ടുക്കുട്ടിയുടെ മൃതമായ ദേഹം ചെറ്റപ്പുരയിലെത്തിച്ചു.

നീളം കുറഞ്ഞ ഒരു കുഴി.

കുഴി വെട്ടുന്നവർക്ക് എളുപ്പമായിരുന്നു.

മണ്ണ്, എല്ലാം മറയ്ക്കുമ്പോൾ കരുത്തുള്ള കാലുകൾ കുഴഞ്ഞ്, നിലത്തിരുന്ന് മാത്തുണ്ണ്യമ്മാൻ തന്റെ മുഖം പൊത്തിപ്പിടിച്ചു.

ആരും കേൾക്കാത്ത ശബ്ദത്തിൽ വിളിച്ചു: 'പുണ്ടുട്ട്യേയ്.'

■

രോഗിയും വൈദ്യരും

കൊയ്ത്തും മെതിയും കഴിഞ്ഞു.

മെതിച്ച നെല്ല് ഏഴിലൊന്നു പതം അളന്നു കൊടുത്തു കഴിയുമ്പോൾ മണി മൂന്നോടടുക്കുന്നു.

വിയർത്ത്, വലഞ്ഞു വീട്ടിലെത്തുമ്പോൾ മാത്തുണ്ണ്യമ്മാനു സഹിക്ക വയ്യാത്ത വിശപ്പ്, ഉഷ്ണം. നേരെ അരണ്ട വെളിച്ചവും, തണലുമുള്ള ശയന മുറിയിൽ ചെന്നു കട്ടിലിൽ ഇരുന്നു. തോർത്തുമുണ്ടെടുത്തു നെഞ്ചും നെറ്റിയും തുടച്ച് ഒന്നു വീശി. പിന്നെ കട്ടിലിൻ ചുവട്ടിന്റെ തണുപ്പിൽ കിടന്നു മൂത്ത്, ശ്ശ്, ശ്ശ് എന്ന ശബ്ദമുണ്ടാക്കുന്ന മൺകുടുക്ക യെടുത്ത് ഒറ്റവലിക്കു കുടിച്ചു തീർത്തു.

ഏമ്പക്കമിട്ടു. അതുകേട്ടു ഭിത്തികൾ ഒന്നു കുലുങ്ങി.

അപ്പോൾ കുഞ്ഞിത്താണ്ട ഓടിയെത്തി.

വറുത്ത മീനും മുളകുചമ്മന്തിയും. കവിടിപിഞ്ഞാണം മുന്നിൽവച്ചു.

മാത്തുണ്ണ്യമ്മാൻ ഒരു നിമിഷത്തിനകം അതു മുഴുവൻ ഭക്ഷിച്ചപ്പോൾ സഹിക്കവയ്യാത്ത വിശപ്പു ബാക്കി.

അപ്പോൾ കുഞ്ഞിത്താണ്ട സങ്കടമുണർത്തിച്ചു:

'ചേറപ്പനെക്കൊണ്ടു ഞാൻ തോറ്റു'

'ഉം? എന്താ?'

'അവന്റെ വികൃതി. എപ്പൊ നോക്ക്യാലും, പിൻപുറത്തെ തെങ്ങിന്റെ മോളിലാ! കേറല്ലേ എന്ന് എത്ര പറഞ്ഞാലും, ഒരു അനുസരണേം ഇല്ല. വീണട്ട് കയ്യോ കാലോ ഒടിഞ്ഞാലേയ്, പിന്നെ പറഞ്ഞിട്ട് ഒരു കാര്യോല്ല എന്താ വേണ്ടാച്ചാ ചെയ്യാം.'

മാത്തുണ്ണ്യമ്മാൻ എണീറ്റു.

'എവിട്യാ ചേറപ്പൻ?'

'പിൻപര്യേത്ത് കള്ള് ചെത്തണ തെങ്ങില്ലേ? അതിന്റെ മോളില്ണ്ട്.'

മാത്തുണ്ണ്യമ്മാൻ ചൂരൽ എടുത്തു പിൻഭാഗത്തു മുണ്ടിന്നിടയിൽ തിരുകി നടന്നു.

അപ്പൻ വരുന്നതു കണ്ട് ചേറപ്പായി തെങ്ങിൽ നിന്നും ഊർന്നിറങ്ങി മര്യാദക്കാരനായി നിന്നു. അപ്പനെ ഒന്നു നോക്കി. ആശ്വസിച്ചു. ഭാഗ്യം! അപ്പന്റെ കൈയിൽ ചൂരലില്ല. കുട്ടിചേറപ്പായി ട്രൗസർ ഒന്നു വലിച്ചുകേറ്റി പുഞ്ചിരിച്ചുനിന്നു പറഞ്ഞു:

'അപ്പാ, കൊറെ നേരായി, ഞാൻ പറമ്പിലൊക്കെ ഒന്നു നടന്നു നോക്ക്വാ. ഇപ്പൊ എനിക്ക് വെശക്ക്ണ്ണ്ട്' എന്നു പറഞ്ഞ് കുട്ടിചേറപ്പായി വീട്ടിലേക്കോടുമ്പോൾ, മാത്തുണ്ണ്യമ്മാൻ ആജ്ഞാപിച്ചു:

'നിക്കവിടെ!'

കുട്ടിചേറപ്പായി ഉടനെ നിന്നു.

'ഇവിടെ വാ.'

കുട്ടിചേറപ്പായി സംശയിച്ചു നടന്ന്, അച്ഛന്റെ ഒരു കൈയകലം വന്നു നിന്നു. ഒരു ചെറിയ വിറയലും ഉണ്ടായി.

മാത്തുണ്ണ്യമ്മാൻ പതുക്കെ പറഞ്ഞു:

'മോൻ, ഈ തെങ്ങിമ്മെലൊന്ന് കേറ്.'

ചേറപ്പായി സംശയിച്ചു നിന്നു.

പെട്ടെന്ന് ചേറപ്പായിയുടെ ചന്തിയിൽ ചൂരൽ പുളഞ്ഞു.

ഉടൻ ചേറപ്പായി തെങ്ങിന്റെ മുകളിൽ

'ഇറങ്ങി വാ.'

ചേറപ്പായി ഇറങ്ങി.

'ഉം, കേറ്. നനിക്കു മത്യാവട്ടെ.'

ചേറപ്പായി സംശയിച്ചു നിന്നപ്പോൾ, മാത്തുണ്ണ്യമ്മാൻ ചൂരൽ ചുഴറ്റി.

ഉടൻ ചേറപ്പായി തെങ്ങിന്മേൽ കയറി.

ഇറങ്ങ്.

ഇറങ്ങുമ്പോൾ ട്രൗസറിൽക്കൂടി മൂത്രം ചേറപ്പായിക്കു മുമ്പേ ഇറങ്ങി.

ചേറപ്പായി നിലത്തു പൂഴിയിൽ കിടന്നുരുണ്ട് ഉറക്കെ കരഞ്ഞു.

'നീ ഇനി തെങ്ങിന്മേൽ കയറ്വേ?'

'ഇല്ല. മാതാവാണേ സത്യം.'

'ഒന്നുകൂടി കയറണോ?'

'വേണ്ട, ഇനിക്ക് വെശന്ന്ട്ട് വയ്യ.'

'എന്നാ പോയി ട്രൗസർ മാറ്റി കുളിച്ച് എന്തെങ്കിലും തിന്നോ.'

ചേറപ്പായി ട്രൗസർ വലിച്ചു കേറ്റിപ്പിടിച്ചു വീട്ടിലേക്ക് ഓടി.

അന്നു രാത്രി കുട്ടിചേറപ്പായി, അമ്മയെ കെട്ടിപ്പിടിച്ച്, പല ദുഃസ്വപ്ന ങ്ങളും കണ്ടു കിടന്നുറങ്ങി.

ചേറപ്പായി വലുതായി. പത്താം ക്ലാസ്സിലെ പരീക്ഷ കഴിഞ്ഞു. റിസൾട്ട് അറിയുന്ന ദിവസം! ചേറപ്പായി തെങ്ങിൻപറമ്പിലൂടെ സ്കൂളിലേക്കു നടക്കുകയായിരുന്നു.

അപ്പോൾ, ചേറപ്പായിയുടെ ആത്മമിത്രം ശങ്കരൻകുട്ടി എതിരേ ഓടിവരുന്നു.

ഈ നൂറ്റാണ്ടിലൊരിക്കലും, പത്താം ക്ലാസ് പാസ്സാകില്ലെന്ന്, അദ്ധ്യാപകരും വിദ്യാർത്ഥികളും ഒരുപോലെ വിധിയെഴുതിയ ശങ്കരൻകുട്ടി!

അതു കണ്ടപ്പോൾ, നിന്നനിൽപ്പിൽനിന്നും ജീവൻ പോയാൽ മതി എന്നായി ചേറപ്പായിക്ക്.

ശങ്കരൻകുട്ടി ഓടിവന്ന്, വന്നപാടേ ചേറപ്പായിയെ കെട്ടിപ്പിടിച്ച് കിതച്ചു പറഞ്ഞു:

'ഡാ, ഞാൻ പാസ്സായി.'

ചേറപ്പായി വിറപൂണ്ടു ചോദിച്ചു:

'അപ്പോ, ഞാനോ?'

'അതൊന്നും ഇനിക്കറില്ല. നന്നെ വിളിച്ചോണ്ടു വരാൻ വേലുക്കുട്ടി മാഷ് പറഞ്ഞു.'

അത്രയും പറഞ്ഞ് ശങ്കരൻകുട്ടി പൂഴിയിൽ തലകുത്തി മറിഞ്ഞു. അമിതമായ ആവേശത്തോടെ പത്തു പ്രാവശ്യം.

ചേറപ്പായി സങ്കടത്തോടെ സ്കൂളിലേക്ക് ഓടി. പിറകെ നായാട്ടു നായയെപ്പോലെ ശങ്കരൻകുട്ടിയും.

വേലുക്കുട്ടി മാഷ് ചേറപ്പായിയുടെ തലയിൽ തലോടി പറഞ്ഞു:

'നിനക്ക് ഫസ്റ്റ്ക്ളാസ് ഉണ്ട്! നമ്മുടെ സ്കൂളിലെ ഒരേ ഒരു ഫസ്റ്റ് ക്ളാസ്!'

ചേറപ്പായി ശങ്കരൻകുട്ടിയെ ഒരു ധൃതരാഷ്ട്രാലിംഗനം. ശ്വാസംമുട്ടിയ ശങ്കരൻകുട്ടിയെ താഴെയിട്ട് ഓടി വീട്ടിലെത്തി. വൃത്താന്തം അപ്പനോടും അമ്മയോടും പറഞ്ഞ് പറമ്പു മുഴുവൻ ഓടിനടന്നു.

ചേറപ്പായിയും ശങ്കരൻകുട്ടിയും പട്ടണത്തിലെ ഒരേ കോളേജിൽ, ഒരേ ഹോസ്റ്റലിൽ ഒരേ മുറിയിൽ.

വിദ്യാഭ്യാസത്തിനു വീട്ടിൽനിന്നു കിട്ടുന്ന കാശോ? അയ്യോ, മഹാകഷ്ടം! കഷ്ടിച്ച് അഷ്ടിക്കാം. ടൗണിലെ ബിസ്മില്ലാ ഹോട്ടലിന്റെ മുന്നിലൂടെ നടക്കും. ചില്ല് അലമാരയിൽ പൊറോട്ടയും ഇറച്ചിറോസ്റ്റും. അതൊന്നു കാണാം. അത്രമാത്രം. ഉഡുപ്പി ഹോട്ടലിലെ മസാൽദോശയും ജിലേബിയും തികച്ചും അപ്രാപ്യം. വല്ലപ്പോഴും പ്ളയേഴ്സ് സിഗരറ്റ് വാങ്ങാൻ കാശില്ല. എങ്കിലും രണ്ടുപേരും തെറുപ്പുബീഡി നിർബ്ബാധം വലിച്ചു കഴിച്ചുകൂട്ടി.

അതെല്ലാം എന്തെങ്കിലും ആകട്ടെ.

ചെറുപ്പം മുതൽ രുചിച്ചു നുണഞ്ഞ് പരിചയിച്ച തെങ്ങിൻകള്ളോ? അത് സ്വപ്നം കാണാൻപോലും അസാദ്ധ്യം.

രണ്ടുപേരും ഒഴിവുസമയങ്ങളിൽ, രണ്ടു തലകളും കൂട്ടിയിടിച്ച്, ഗാഢമായി ചിന്തിച്ചു. എന്താണ് ഒരു പോംവഴി? പോംവഴി പോട്ടെ. ഒരു ഇടവഴി പോലും കണ്ടുപിടിക്കാൻ സാധിച്ചില്ല. ഉറങ്ങാത്ത ദിനരാത്രങ്ങൾ അവർ പലതും പങ്കിട്ടു.

ഒരു അർദ്ധരാത്രി!

കിടക്കയിൽനിന്നും, ശങ്കരൻകുട്ടി ചാടിയെണീറ്റ് പ്രഖ്യാപിച്ചു:

'ചേറപ്പാ, ഇനിക്ക് ഒരു വെളിപാട്. ഉറക്കത്തിൽ വെളിച്ചപ്പാട് തുള്ളി പ്പറഞ്ഞതാ.'

ചേറപ്പായിക്ക് ഒരു പിടിയും കിട്ടിയില്ല.

'എന്താണ്ടായ്യേ! ഇനിക്കൊന്നും മനസ്സിലായില്ലല്ലോ!'

ശങ്കരൻകുട്ടി രണ്ടു ബീഡി കത്തിച്ച് ഒന്ന് ചേറപ്പായിക്ക് കൊടുത്തു.

'നീ വലിക്ക്. നന്റെ തലച്ചോറ് ഒന്ന് ചൂടുപിടിക്കട്ടെ. എന്നിട്ടു പറയാം.'

ചേറപ്പായി ബീഡി ആഞ്ഞുവലിച്ചു.

'ഇനി പറഞ്ഞോ.'

'ഞാൻ ഒരു സൂത്രം പറഞ്ഞുതരാം. ഇന്റെ വീട്ടില് കാശൊന്നൂല്ല. നന്റെ വീട്ടില് കാശുണ്ട്, ഇല്ലേ?'

അന്നും അറുപിശുക്കനായ ചേറപ്പായി പറഞ്ഞു:

'അത്ര അധികൊന്നൂല്ല.'

'എന്നാലും കൊറൊച്ചൊക്കെ ഉണ്ട്. നനിക്ക് പൊറോട്ടേം, എറച്ചീം ഒക്കെ തിന്നണോ! മസാലദോശ, ജിലേബി! പ്ളെയേഴ്സ് സിഗരറ്റ്.'

'ഒക്കെ വേണംന്ന്ണ്ട്. എന്നാ അതൊക്കെ ഇന്റെ അപ്പന്റെ കാശോണ്ട് പറ്റില്ല.'

'ന്നാ, നനിക്ക് കള്ള് കുടിക്കണംന്ന് പൂതീണ്ടോ?'

ചേറപ്പായി ചാടി എണീറ്റ് പറഞ്ഞു:

'വേഗം പറയ് എന്താ വഴി?'

'പറയാം. ഒരു ഉപായം. നനിക്ക് ഒരു സൂക്കട്. അതായത്, ഒരു രോഗം. അങ്ങിനേണ്ട്ന്ന് നിയ്യ് നന്റെ അപ്പനോട് പറയണം. അതിനു ചികിത്സി ക്കാൻ കാശ് വേണംന്നും പറയാ, നീ ഒറ്റ മോനല്ലെ? അപ്പോ നീ ചോദിക്കണ കാശ് നന്റെ അപ്പൻ തരും. ആ കാശോണ്ട് നമ്മള് രണ്ടാളും സുഖിക്കും. എന്താ?'

'അതിന് ഇനിക്ക് സൂക്കട് ഒന്നൂല്ലല്ലോ. രോഗം എന്താന്ന് ചോദിച്ചാല്, അപ്പനോട് ഞാനെന്താ പറയ്യാ?'

ശങ്കരൻകുട്ടി കട്ടിലിന്മേൽ പത്മാസനത്തിൽ ഇരുന്നു സഗൗരവം:

'പുറത്തു കാണിക്കാൻ പറ്റാത്തതും, എന്നാൽ അകത്തുള്ളതുമായ ഒരു രോഗം.'

'അതെന്താ?'

'മൂലക്കുരു. പുറത്തു കാണില്ല. കാണിക്കാനും പറ്റില്ല. അങ്ങനെ ഒരു രോഗം നനിക്കുണ്ടെന്ന് അപ്പനോടും അമ്മയോടും പറയണം. കുത്തിയിരുന്ന് പഠിക്കണ കാരണംകൊണ്ടാ അതുണ്ടായേന്നും പറയണം. അപ്പോ നന്റെ അപ്പൻ ചികിത്സിക്കാൻ ഇഷ്ടംപോലെ കാശു തരും.'

'എന്നാ നനിക്കും ഉണ്ടെന്ന് നന്റെ അച്ഛനോട് പറഞ്ഞൂടെ? നന്റെ അച്ഛനും കാശ് തരില്ല്യേ?'

'ഇല്ല. ഇന്റെ അച്ഛന് എട്ടു മക്കളാ. നന്റെ അപ്പന് നീ ഒറ്റ മോനാ. പിന്നെ ഇന്റെ അച്ഛന് കാശുംല്ല.'

ആശയം തരിക്കേടില്ല എന്ന് ചേറപ്പായിക്ക് തോന്നൽ.

'അപ്പോ, ആരാ ചികിത്സിക്കണേന്ന് അപ്പൻ ചോദിച്ചാലോ?'

'അതിന് വഴീണ്ട്. ഇനിക്ക് പരിചയള്ള ഒരു വൈദ്യര് ഇവടേണ്ട്. ഇനിക്ക് നല്ല വിശ്വാസള്ള വൈദ്യർ. എല്ലാം തൊറന്ന് പറഞ്ഞാലും, ഒരു കൊഴപ്പം ല്ലാത്ത ആള്.'

'അപ്പൻ ആ വൈദ്യരോട് ചോദിച്ചാലോ?'

'ചോയിച്ചോട്ടെ. അപ്പൊ വൈദ്യര് പറയും, നന്റെ ദേഹം മുഴുവൻ മൂലക്കുരുവാന്ന്. പോരെ? പക്ഷേ, നമ്മള് അയാൾക്ക് കള്ളും ഇറച്ചീം ഒക്കെ വാങ്ങിക്കൊടുക്കണം. വൈദ്യരുടെ വീട്ടില് അതിനുള്ള സൗകര്യൊക്കേണ്ട്. എല്ലാ ഞായറാഴ്ചേം നമ്മക്ക് അവിടെ കൂടാം.'

'അപ്പൊ വൈദ്യർടെ വീട്ടിലുള്ളോരൊക്കെ അറീല്ല്യേ?'

'എഡാ ചേറപ്പാ, വൈദ്യർക്ക് ആകെ ഒരു മോള്. അവള് പത്തു പ്രാവശ്യം പത്താംക്ലാസ് തോറ്റ് ടൂട്ടോറിയലില്. രതികുമാരിദേവി. ഇളനീർക്കുടം.'

'ഹായ്. നീ ഇനി ഒന്നും മിണ്ടല്ലേ. ഞാൻ ഒന്നു സ്വപ്നം കാണട്ടെ.'

ചേറപ്പായി തലയണ കെട്ടിപ്പിടിച്ച് കണ്ണുകൾ ഇരുക്കിയടച്ചുകിടന്ന് കൃത്യമായി കണക്കുകൂട്ടി.

'മൂലക്കുരു എന്നുപറഞ്ഞ് അപ്പനോട് അമ്മയുടെ ശുപാർശയിന്മേൽ കാശു വാങ്ങാം.'

'വൈദ്യർക്ക് കള്ളും എറച്ചീം വാങ്ങിക്കൊടുക്കാം ബാക്കി കാശോണ്ട് മസാലദോശ, ജിലേബി, പ്ളെയേഴ്സ് സിഗരറ്റ്. അത് വൈദ്യർക്ക് കൊടുക്കില്ല.'

വൈദ്യരുടെ പേരും മേൽവിലാസവും സൂത്രത്തിൽ ശങ്കരൻകുട്ടിയോട് ചോദിച്ചറിയണം. ഇന്റെ അപ്പന്റെ കാശോണ്ട് ശങ്കരൻകുട്ടി സുഖിക്കണ്ട ശങ്കരൻകുട്ടി ഔട്ട്.'

ഇത്രയും ആലോചിച്ചുറച്ച് രതികുമാരിദേവിയെ സ്വപ്നം കണ്ട് ചേറപ്പായി സുഖമായി ഉറങ്ങി.

മൂലക്കുരുവിനും കുഴിനഖത്തിനും മാത്രം ചികിത്സിക്കുന്ന വൈദ്യരുടെ വീടു കണ്ടുപിടിച്ച് ചേറപ്പായി ഭവ്യതയോടെ വൈദ്യരോട് പറഞ്ഞു:

'മൂലക്കുരു.'

'കാണട്ടെ.'

'പറ്റില്ല.'

കക്ഷോദരങ്ങളിലെ വിയർപ്പൊപ്പി വൈദ്യർ പറഞ്ഞു:

'എന്നാൽ, കുഴിനഖത്തിന് കുറിപ്പെഴുതാം. രണ്ടിനും ഒന്നന്യാ മരുന്ന്?'

'വലിയ വെത്യാസൊന്നൂല്യ.'

'അതല്ല വൈദ്യരേ, ഒരു സൊകാര്യം.

'പറഞ്ഞോളു.'

'ആരെങ്കിലും കേട്ടാലോ?'

വൈദ്യർ കുംഭ ഒന്നു കുലുക്കിച്ചിരിച്ച് വിളിച്ചു:

'രതികുട്ട്യേ...'

പെട്ടെന്ന് രതികുമാരിദേവിയുടെ പാദസരങ്ങൾ ഓടിവന്ന് ചേറപ്പായിയുടെ മുന്നിൽ നിശ്ചലമായി. ചേറപ്പായി എന്ന അതിസുന്ദരനെ കൺകോണു കൊണ്ടൊന്ന് കടാക്ഷിച്ചപാടെ ചന്ദനനിറമുള്ള രതികുമാരിയുടെ കപോലങ്ങൾ തുടുത്തു. ചോര ഇറ്റിറ്റുവീണു. അവൾ നമ്രമുഖിയായി നിന്നു. എത്ര വേണമെങ്കിലും ചോര ഇറ്റുവീഴട്ടെ എന്നു നിശ്ചയിച്ച് ചേറപ്പായി രതികുമാരിയെ കേശാദിപാദം ചൂഴ്ന്നുനോക്കി. നിർമാണത്തിൽ ഒരു പോറലുമേറ്റിട്ടില്ലാത്ത സുന്ദരി. പിന്നെ ചേറപ്പായി ആ കനകവിഗ്രഹത്തെ മനസ്സു കൊണ്ട് പരിപൂർണ നഗ്നയാക്കി. അപ്പോൾ ചേറപ്പായിയുടെ തലച്ചോറിൽ കട്ടെറുമ്പുകൾ വരി തെറ്റി കൂട്ടമായോടി.

വൈദ്യർ മകളുടെ തലയിൽ തലോടി പറഞ്ഞു:

'മോള് അടുക്കളയിൽ പോയിരുന്ന് പഠിച്ചോളു. ഇങ്ങോട്ടു ശ്രദ്ധിക്കേണ്ട.'

പാദസരങ്ങളുടെ ശബ്ദം ഓടിയകന്നു.

ചേറപ്പായി അടക്കിപ്പിടിച്ച സ്വരത്തിൽ എല്ലാം വിവരിച്ചു കൊടുത്തു.

എല്ലാം ക്ഷമയോടെ കേട്ട് വൈദ്യർ പൊട്ടിച്ചിരിച്ചു:

'ഇത്രേള്ളു പ്രശ്നം? അഷ്ടാംഗഹൃദയത്തിൽ പ്രതിവിധിയില്ലാത്ത വല്ല ബുദ്ധിമുട്ടുംണ്ടോ? പരിഹരിക്കാം.'

ചേറപ്പായി എല്ലാ ഞായറാഴ്ചകളിലും കൃത്യമായി പള്ളിയിലും വൈദ്യ രുടെ വീട്ടിലും.

ചേറപ്പായിയും ശങ്കരൻകുട്ടിയും തമ്മിലുള്ള സാമൂഹ്യസമ്പർക്കം ഒന്നു രണ്ടു വാക്കുകളുടെ മൗനാഭ്യാസത്തിലൊതുങ്ങി. എങ്കിലും ഒരു കൈക്കൂലി, അല്ലെങ്കിൽ പ്രത്യുപകാരം എന്ന നിലയ്ക്ക് ശങ്കരൻ കുട്ടിയറിയാതെ ശങ്കരൻ കുട്ടിയുടെ മേശമേൽ രണ്ടു പ്ലെയേഴ്സ് സിഗരറ്റ് ചേറപ്പായി നിത്യവും നിവേദിച്ചു.

എല്ലാ ഞായറാഴ്ചകളിലും രണ്ടുപേരും ഓരോ പ്രേമലേഖനങ്ങൾ കൈമാറുക എന്ന ഒരു പരസ്പരധാരണയിൽ ചേറപ്പായിയും രതി കുമാരിയും എത്തിച്ചേർന്നു.

ജീവിതം പരമാനന്ദം.

അങ്ങനെ ചേറപ്പായി പരമാനന്ദനായി ജീവിച്ചുപോരവേ ഒരു ഞായ റാഴ്ച മാത്തുണ്ണ്യമ്മാൻ മകന്റെ സുഖവിവരങ്ങളറിയാൻ ഹോസ്റ്റലിൽ എത്തി. ശങ്കരൻകുട്ടിയോട് അന്വേഷിച്ചു.

ചേറപ്പായി മൂലക്കുരു ചികിത്സയ്ക്കു പോയിരിക്കയാണെന്നും ദീനം കുറെ കൂടുതലാണെന്നും, അപ്പനെങ്ങാനും വരാൻ ഇടയായാൽ ഉടനെ വൈദ്യരുടെ വീട്ടിലേക്ക് പറഞ്ഞയയ്ക്കണമെന്ന് ചേറപ്പായി പ്രത്യേകം തന്നോട് നിർദ്ദേശിച്ചിട്ടുണ്ടെന്നും ശങ്കരൻകുട്ടി പറഞ്ഞു. കൂടാതെ വൈദ്യ രുടെ വീട്ടിലേക്കുള്ള വഴി കൃത്യമായി വിവരിച്ചു കൊടുത്തു.

മാത്തുണ്ണ്യമ്മാന്റെ മെതിയടികൾ വഴിയിലെ പൂഴി തെറുപ്പിച്ച് വൈദ്യരുടെ വീട്ടിൽ ചെന്നുകരേറി. മാത്തുണ്ണ്യമ്മാൻ അന്തംവിട്ടുനിന്നു!

കറുത്ത സിമന്റ് തറയിൽ, വിയർപ്പ് തുടച്ച് വൈദ്യരും രോഗിയും അരക്കിലമർന്ന പാകത്തിൽ ചാഞ്ഞും ചെരിഞ്ഞും കിടപ്പ്!

മാത്തുണ്ണ്യമ്മാന്റെ ശരീരം വിറച്ചു.

കള്ളുകുടം എടുത്ത് വൈദ്യരുടെ മുഖത്തെറിഞ്ഞുടച്ചു. ഒറ്റക്കൈ കൊണ്ട്, വൈദ്യരുടെ മടിക്കുത്തിൽ പിടിച്ചു തട്ടുയരം പൊക്കി താഴെയിട്ടു.

അനന്തരം!

തിരിഞ്ഞ് ചേറപ്പായിയുടെ അടുത്തേക്ക്.

ചേറപ്പായി ചാടിയെണീറ്റ്, അന്നു കൃത്യമായി കൊടുക്കേണ്ട പ്രേമ ലേഖനം ജനാലത്തിണ്ടിൽവച്ച് പുറത്തേക്ക് ഓടി.

മെതിയടികൾ ഊരിപ്പിടിച്ച് മാത്തുണ്ണ്യമ്മാൻ പിറകെ കുതിച്ചു.

ഒരു കവലയിൽവച്ച് ചേറപ്പായിയെ പിടികൂടി. മെതിയടികൊണ്ട് തലങ്ങും വിലങ്ങും തല്ലി.

'അതുകൊണ്ടരിശം തീരാഞ്ഞിട്ടവൻ

പാതിയൊടിഞ്ഞൊരു മെതിയടികൊണ്ടഥ!

ചേറപ്പായിയുടെ നെറ്റിയിൽ മണ്ടയിൽ

ഈറ പൊടിഞ്ഞങ്ങാഞ്ഞുപെടച്ചു.'

ചേറപ്പായിയുടെ തലപൊട്ടി ചോരയൊലിച്ചു.

അതു കണ്ട് പൊതുജനം തടിച്ചുകൂടി. പൊതുജനരോഷവർഷം.

'ഇങ്ങനെ തല്ലാൻ പാടുണ്ടോ?'

'ആരെടാ നീ അവനെ തല്ലാൻ?'

'എന്തക്രമം?'

'പിടിയെടാ തടിമാടനെ.'

ആ തക്കം നോക്കി ചേറപ്പായി ഓടി. ഒരു ഇടവഴിയിലൊളിച്ചുനിന്ന് തിരിഞ്ഞുനോക്കി.

ജനം മാത്തുണ്ണ്യമ്മാനെ വളയുന്നു. അതിലൊരു മീശക്കാരൻ മാത്തുണ്ണ്യ മ്മാന്റെ കൈത്തണ്ടയിൽ കയറിപ്പിടിച്ചതും, മാത്തുണ്ണ്യമ്മാൻ കൈയൊന്നു കുടഞ്ഞതും, പിടിച്ചവൻ പത്തുവാര ദൂരെ തെറിച്ചതും ഒപ്പം!

അപ്പോൾ ജനം ഒന്നുകൂടി അടുത്തു. അക്രമാസക്തരായി.

ഉടൻ ചേറപ്പായി അപ്പന്റെ അടുത്തേക്കോടി, അപ്പനെ കെട്ടിപ്പിടിച്ച് രോഷാകുലനായി മുഷ്ടി ചുരുട്ടി ജനത്തിനോട് പ്രസംഗിച്ചു:

'ഇത് എന്റെ പിതാവ്. തല്ലുകൊണ്ടതും ഇനിയും കൊള്ളേണ്ടതും മകൻ. ഈ ഞാൻ. എന്റെ അപ്പൻ എന്നെ തല്ലിയാൽ നിങ്ങൾക്കെന്താ നാട്ടാരേ?'

ജനം ഇങ്ക്വിലാബ് വിളിച്ച് പിരിഞ്ഞുപോയി.

അപ്പോൾ മാത്തുണ്ണ്യമ്മാൻ ചേറപ്പായിയെ വീണ്ടും രണ്ടു പൂശി.

■

അന്തിക്കള്ള്

ആഫ്റ്റർ ലഞ്ച്, നോ സിറ്റിങ്.

മജിസ്ട്രേട്ട് അതു പറഞ്ഞപ്പോൾ, ചേറപ്പായിക്കുണ്ടായ സന്തോഷം!

ഉച്ചയ്ക്കുശേഷം കോടതിയിലിരിക്കേണ്ടല്ലോ? സുഖം ബഹുസുഖം. അതിനുമുമ്പ് തന്റെ പ്രതിയെ വിട്ടു എന്ന വിധികൂടി കിട്ടിയാൽ, വെങ്കിടി സ്വാമിവക്കീലുമായി ഒന്ന് ആഘോഷിക്കാം.

സമയം, ഉച്ചയ്ക്ക് ഒന്നാകാൻ ഇനിയും ഏതാനും മിനിറ്റുകൾ.

അവസാനമായി വിളിച്ചത് ചേറപ്പായിയുടെ കേസ്. വിധിപറയാൻ.

നാലുദിവസംമുമ്പ്, ചൂണ്ടാണിവിരൽ, മജിസ്ട്രേട്ടിനു നേരേ നീട്ടിയും ഗൗണിന്റെ സടകുടഞ്ഞും തന്റെ പ്രതിയെ രക്ഷിക്കാൻ, ചേറപ്പായി ഘോര ഘോരം വാദകോലാഹലങ്ങൾ നടത്തിയ കേസ്. ഇത്തരത്തിലുള്ള കേസ്സുകളിൽ പ്രതി കുറ്റക്കാരനല്ല എന്നു കണ്ട്, ഹൈക്കോടതിയിലെ ബഹുമാന്യരായ ജഡ്ജിമാർ വിധിച്ച വിധികൾ അടങ്ങിയ തടിച്ച പുസ്തകങ്ങൾ ചേറപ്പായി ഹാജരാക്കിയിട്ടുണ്ടായിരുന്നു.

തന്റെ പ്രതിയെ വെറുതെ വിടാൻ അതിന്റെ ഒന്നും ആവശ്യമില്ല, എന്നറിയാം. എന്നാലും, പുതിയ മജിസ്ട്രേട്ടല്ലേ? ചെറുപ്പവുമല്ലേ? അദ്ദേഹത്തിന് അതൊക്കെ ഒരു സഹായമാകട്ടെ എന്നു കരുതി. അത്രമാത്രം.

വിധി കേൾക്കാൻ ചേറപ്പായി കാതുകൂർപ്പിച്ചിരുന്നു.

അപ്പോൾ വെങ്കിടിസ്വാമിവക്കീൽ, കുറച്ചൊരു ആകാംക്ഷയോടെ ചേറപ്പായിയെ നോക്കി.

ന്യായാധിപന്റെ ചുണ്ടുകൾ അനങ്ങി.

ഒരു മാസം വെറും തടവും ഒരു നൂറു രൂപ പിഴയും.

ദുർവ്വിധി!

ചേറപ്പായി അരിശംപൂണ്ടു.

പിഴ അടച്ചില്ലെങ്കിലും വിരോധമില്ല, ഒരാഴ്ചകൂടി ജയിലിൽ കിടന്നാൽ മതി.

വിധിയുടെ ബാക്കിഭാഗം, അങ്ങനെ വിളിച്ചു കൂവണമെന്ന് ചേറപ്പായിക്ക് തോന്നി.

മജിസ്ട്രേട്ട് എണീറ്റു.

കോടതി പിരിഞ്ഞു.

കേസ്സുകെട്ട്, ഗുമസ്തൻ കൃഷ്ണൻകുട്ടിനായരുടെ മുഖത്തേക്കു വലിച്ചെറിഞ്ഞ്, ചേറപ്പായി ആക്രോശിച്ചു:

കൊടുക്കടോ അപ്പീൽ.

കൊടുക്കാലോ എന്ന് കൃഷ്ണൻകുട്ടിനായർ.

ചേറപ്പായി, വെങ്കിടിസ്വാമിയുടെ അടുത്തുചെന്ന് സങ്കടം പറഞ്ഞു.

സ്വാമീ...കണ്ടോ...അവൻ, ആ...മജിസ്ട്രേട്ട് ചെയ്ത പണി കണ്ടോ? ഞാൻ...

എഡാ ചേറപ്പാ, കവലൈപ്പെടാതെ. ഭാഗ്യം! അദ്ദേഹം നിന്നെക്കൂടി ശിക്ഷിച്ചില്ലല്ലോ?

അപ്പോ, സ്വാമീം ഇനിക്കെതിരാ? നോക്കിക്കോ, ഞാൻ അപ്പീൽ കൊടുക്കും. ഇത് അവസാന വിധിയൊന്നുമല്ല.

കൊടുക്ക്, കൊടുക്ക്. ശിക്ഷ കൂടാതിരുന്നാൽ ഭാഗ്യം!

എന്താ, സ്വാമീം ഇങ്ങനെ പറേണെ?

എടാ, കുടിച്ചു ബോധമില്ലാതെ ക്രോസ്സുചെയ്താൽ പ്രതിയെ ശിക്ഷിക്കും, വക്കീലിനേയും ശിക്ഷിക്കുമേ.

ചേറപ്പായി ദേഷ്യംവന്ന് തിരിഞ്ഞു നടന്നു.

പിറകിൽനിന്നു സ്വാമി വിളിച്ചതൊന്നും ഗൗനിച്ചില്ല.

ചവിട്ടി മെതിച്ച് വീട്ടിനകത്തു കയറി, കോട്ടും ഗൗണും ഡയറിയും വലി ച്ചെറിഞ്ഞു.

ദഹിപ്പിക്കുന്നവിധം മാതാവിനെ ഒന്നു നോക്കി.

ചേറപ്പായിക്കുമാത്രം കേൾക്കുന്ന, ചിരപരിചിതമായ ശബ്ദം ഒഴുകി വന്നു:

* സെഖര്യാവേ, സെഖര്യാവേ...

ക്രുദ്ധനായി ചേറപ്പായി പറഞ്ഞു:

മാതാവേ, നനിക്ക് ഇനീം ഈ വീട്ടില്, താമസിക്കണന്ന്ണ്ടങ്കിലേയ്, അവിടെ മിണ്ടാണ്ടിരുന്നോ മുത്ത്യേ.

മാതാവ് പതുക്കെ പറഞ്ഞു:

---

* സഖറിയ എന്ന പേരിനെ, ബൈബിളിൽ സെഖര്യാവ് എന്നും നാട്ടിൽ ചേറപ്പൻ, ചേറപ്പായി എന്നും വിളിക്കാറുണ്ട്.

സെഖര്യാവേ, സെഖര്യാവേ, ക്ഷോഭം സൽപുത്രന് യോജിച്ചതല്ല എന്നറിയുക.

ചേറപ്പായി കണ്ഠമിടറിപ്പറഞ്ഞു:

ഈയൊരു കേസ്സു ജയിക്കാൻ ഞാൻ നനിക്ക് മെഴ്തിരി എത്ര നേർന്നു? ആ വകേല് കാശ് എത്ര്യാ? നനിക്കറിയോ?

സെഖര്യാവേ, നീ സമാധാനിക്കൂ. പോയി സമാധാനത്തോടെ ഭക്ഷണം കഴിക്കൂ. നിന്റെ ഭാര്യ കൊച്ചുറോതയോട് ദേഷ്യപ്പെടരുത്.

ഓ, നന്റെ ഒരു കിന്നാരം. കൊച്ചുറോത. അവളും നീയും ഒറ്റക്കെട്ടാ. എനിക്കെതിരാ നോക്കിക്കോ. നനിക്ക് ഇനി ഒരു മെഴ്തിരീടെ കഷണം പോലും കിട്ടില്ല.

മാതാവ് നിശ്ശബ്ദയായി.

അപ്പോൾ അകത്തുനിന്ന് കൊച്ചുറോത:

നങ്ങള് ചോറുണ്ണാൻ വന്നേ.

ശ്ശവം...ചൂല്...

പെട്ടെന്ന് ചേറപ്പായി വായപൊത്തി. വാക്കുകൾ വിഴുങ്ങി.

മാതാവു കേട്ടാലോ മോശമല്ലേ?

ഓടി അകത്തു ചെന്നു. അലമാര തുറന്നു കുപ്പിയെടുത്തു.

ചേറപ്പായിക്ക് അരിശംവന്നു.

കുപ്പിയിൽ വെറും രണ്ടു പെഗ്ഗ് മാത്രം.

ദേഷ്യം തീർക്കാൻ, വെള്ളം ചേർക്കാതെ കുപ്പി കമഴ്ത്തി.

അപ്പോൾ കൊച്ചുറോത പിന്നിൽ:

അപ്പിടീം കുടിക്ക്യാ?

ഒലക്ക, മിണ്ടാണ്ടിരുന്നോ ചൂലെ.

ബീഡി കത്തിച്ച്, ഊണുമുറിയിൽ തലങ്ങും, വിലങ്ങും നടന്നു.

ഒട്ടൊരു സമാധാനമായി. ചോറും പോർക്കിറച്ചിയുംകൂട്ടി സമൃദ്ധിയായി ഉണ്ടു.

വീണ്ടും ഒരു ബീഡി കത്തിച്ച്, ഓഫീസ്സുമുറിയിലെ ചാരുകസേരയിൽ തളർന്നുകിടന്നു. ആലോചിച്ചു.

ഏതു യുവതിയും കണ്ടു മോഹിച്ചു പരവശയാകുന്ന, തന്റെ മിനുത്ത കഷണ്ടി തലോടി...

പണ്ട് തുറ്റുതുറ്റായ തന്റെ മുടി. അതൊന്നു ചീകിയൊതുക്കി വയ്ക്കാൻ പാടുപെട്ടിരുന്ന കാലം.

നിയമബിരുദവും എടുത്ത്, ബാർകൗൺസിൽ പരീക്ഷയും കഴിഞ്ഞ്,

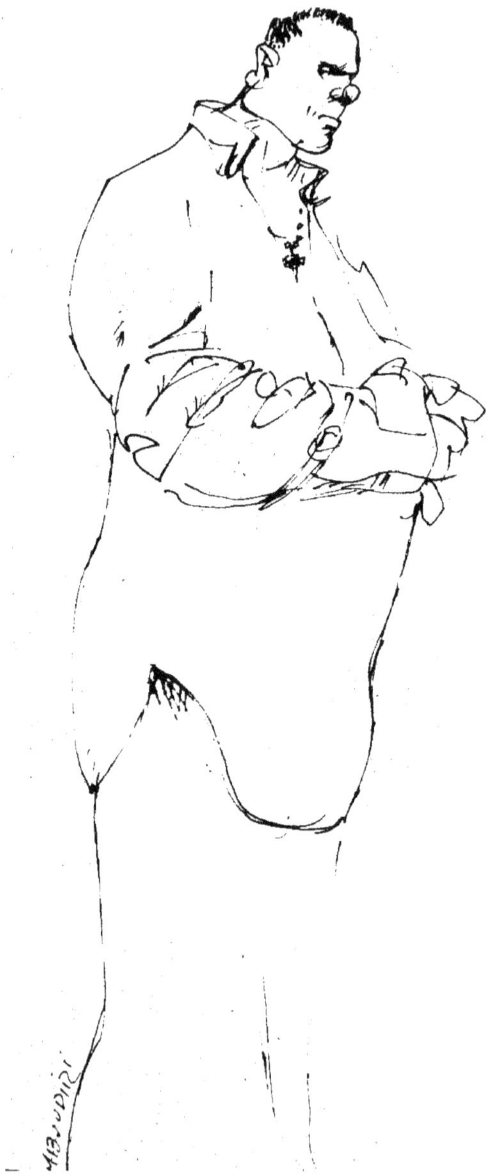

സ്വർണമെഡൽ നേടി, കോദണ്ഡരാമൻവക്കീലിന്റെ കീഴിൽ അപ്രന്റീസ്സായി, ലോഡ്ജിൽ താമസിച്ചിരുന്ന കാലം.

അന്നാണു വിവാഹാലോചന വന്നത്.

പെണ്ണുകാണാൻ പോകുമ്പോൾ–

അടുത്ത മുറികളിലെ അപ്രന്റീസ് വക്കീൽമാർ, റെയിൽവേസ്റ്റേഷനിൽ വന്നു യാത്രയാക്കി. ഭാവുകങ്ങളോതി.

പെണ്ണുകാണൽ.

ചടങ്ങ്.

കണ്ടു.

കൊച്ചുറോത.

കോൺവെന്റിൽ പത്താംക്ലാസ്സിൽ.

പാവാടയും ഡാവണിയും.

വെള്ളക്കൂമ്പാള!

കുരുത്തോല!

അരിവെള്ളരി!

കിറും, കിറും–കടിച്ചുതിന്നാം.

ചേറപ്പായി നിശ്ചയിച്ചു.

ഇവളിൽ എന്റെ ഗോത്രം വിടരും.

തിരിച്ചുവന്ന്, ലോഡ്ജിലെ മുറിയിൽ തൂക്കിയിട്ട മാതാവിന്റെ ചിത്രം നോക്കി രഹസ്യമായി ഉണർത്തിച്ചു:

മാതാവേ, ഇനിക്കിഷ്ടായി, ഞാൻ വാക്കുകൊടുക്കട്ടെ?

സെഖര്യാവേ, സെഖര്യാവേ, പവിത്രമാണു ഭാര്യാഭർത്തൃബന്ധം എന്നറിയുക. ജീർണിച്ച വസ്ത്രങ്ങൾ ഊരിക്കളയുന്നതുപോലെയല്ല ഭാര്യ.

നന്റെ വല്യെ ഉപദേശൊന്നും വേണ്ട. പെണ്ണുകാണാൻ പോണേനു മുമ്പ് നനിയ്ക്കു നേർന്നത് രണ്ട് മെഴ്തിരി. ഓർമേല്യെ?

സെഖര്യാവേ, അന്നു നീ എനിക്കു നേർന്നത് നാലു മെഴുകുതിരികൾ എന്നോർക്കുക.

ഓ, ന്നാ, നാലെങ്കി, നാല്. ഇതൊന്നു നടത്തിത്താ. അവൾടെ അപ്പനെ ഇനിക്കത്ര ഇഷ്ടായിട്ടൊന്നൂല്ല. തന്തക്കൊരങ്ങ്. എന്നാലും ഇനിക്ക് കൊറേ കാശ് കിട്ടും. ആ മൊശകോടന്റേന്ന്.

സെഖര്യാവേ, നീ നിന്റെ വാക്കുകൾ നിയന്ത്രിക്കൂ.

ആർഭാടമായ വിവാഹം.

ആദ്യരാത്രി.

അരിവെള്ളരി കടിച്ചുകീറി.

ആദ്യജാതൻ രൂപംപൂണ്ടു.

കൊച്ചുറോതയെ തന്തക്കൊരങ്ങിനെ ഏൽപിച്ച് ലോഡ്ജിലേക്കു തിരിച്ചു.

വിവാദപരവും സംഭവബഹുലവുമായ തന്റെ അഭിഭാഷകവൃത്തിയുടെ തറക്കല്ലുകൾക്ക് ഉറപ്പുവരുത്താൻ.

അപ്രന്റീസ് വക്കീലന്മാർ ആർത്തുചിരിച്ച് സ്വാഗതമോതി. മുദ്രാവാക്യങ്ങളുമായി.

കം, കം ചേറപ്പായി, കം, കം ടു അവർ ബാച്ചിലേഴ്സ് ഡെൻ.

ആഴ്ചയിൽ പത്തു ദിവസം കൂട്ടുകാരുമായി അക്കരെ ദ്വീപിൽ പോയി.

ചെറുവഞ്ചിയിൽ. വൈകുന്നേരം.

അക്കരെ!

നിലാവുപോലുള്ള പൂമണൽ വിരിച്ച തറ. ഓല കൊണ്ടുള്ള ചുവരുകൾ. അകത്തുകയറിയിരിക്കുമ്പോൾ, മുന്നിൽ കള്ളുകുപ്പികൾ. മായം ചേർക്കാത്ത അന്തിക്കള്ള്!

കൊഞ്ചു വരട്ടിയുലർത്തിയത്!

താറാവ് മപ്പാസ്സ്!

പ്രാവിറച്ചി വരട്ടിയത്!

കരിമീൻ വറുത്തതു മുഴുക്കനേ!

മുളക് ചമ്മന്തി!

കനലിൽ ചുട്ടെടുത്ത ഗർഭിണികളായ മത്തി! ഹോ, അവയുടെ പരിങ്ങീ*നെന്തു സ്വാദ്? വാലുപിടിച്ച് കുടയുമ്പോൾ, ഇലയിൽ വീഴുന്നു നെയ്യൂറിയ ദശ.

ഓരോ ദിവസം ഓരോന്ന്.

കള്ളുകുപ്പികൾ ഒഴിയുമ്പോൾ അരക്കിലമർന്ന പാകം.

തിരിച്ച്, വഞ്ചിയിലിരുന്നാടിയുലഞ്ഞ്, ഇളംകാറ്റേറ്റ്, ബീഡി ആഞ്ഞു വലിച്ച്, നിലാവുപൊഴിക്കുന്ന ചന്ദ്രബിംബം നോക്കി ചേറപ്പായി ഉറക്കെക്കരഞ്ഞു.

ഇന്റെ കൊച്ചുറോതേ!

കൂട്ടുകാർ ആർത്തട്ടഹസിച്ച് കോറസ്സ് പാടി.

ഇന്റെ കൊച്ചുറോതേ!

മദ്ധ്യാഹ്നമുറങ്ങുന്ന ഒരു നിശ്ശബ്ദവേള.

ചേറപ്പായി സിവിൽ, ക്രിമിനൽ പ്രൊസീഡിയർ കോഡുകളുമായി മല്ലിട്ടു തോറ്റുമയങ്ങുംനേരം.

* പരിഞ്ഞീൻ, പലിഞ്ഞീൻ

വാതിൽക്കൽ മുട്ട്.

ചേറപ്പായിക്ക് സന്ദർശകർ.

ചാടിയെഴുന്നേറ്റ് വാതിൽ തുറന്നു.

മുന്നിൽ മുറി നിറഞ്ഞുനിൽക്കുന്നവരോ?

അമ്മാനപ്പന്റെ അനുജൻ യാക്കോവ് എന്ന കാക്കു, എന്ന ഇക്കാക്കു. കുട വയർ, കഷണ്ടി; ഫ്യൂജിസില്ക്കിന്റെ ജുബ്ബാ, വീതികൂടിയ പച്ച അരപ്പട്ട, രണ്ടു തരം ശബ്ദം.

കൂടെ, അമ്മായിയമ്മയുടെ ആങ്ങള, ലാസർ എന്ന ലാസറുണ്ണി. സ്വർണച്ചെയിൻ രണ്ടു റാത്തൽ. പറ്റെ വെട്ടിയ തലമുടി ഒന്നര ഇഞ്ച്. മാന്തളിർപോൽ ശരീരം. കാക്ക കരയുന്ന ശാരീരം.

ചേറപ്പായിക്ക് ആകെ ഒരു ഇതായി.

കുശലപ്രശ്നം ചില്ലറയിലാക്കി, ചായയാക്കി.

അതുകേട്ട് ഇക്കാക്കു അർദ്ധനാരീസ്വരത്തിൽ പൊട്ടിച്ചിരിച്ച് ഒരു ചോദ്യം:

ഈ, ഹ, ഹ, ഹാ! ഇപ്പൊ ചായ്യ്യോ? അതൊന്നുല്ല വേണ്ടെ, അല്ലേ ലാസറുണ്ണ്യേ?

ലാസറുണ്ണികാക്ക കരഞ്ഞു.

ചേറപ്പാ, നീയ്യാ ഷർട്ടൊന്നെടുത്തിട്. മ്മക്ക് ഒന്നു പൊറത്തെറങ്ങി ലാത്താം.

ചേറപ്പായി ദുഃഖിതനായി. ഇവറ്റയ്ക്കു തിന്നാൻ എന്തെങ്കിലും വാങ്ങിക്കൊടുക്കേണ്ടെ? കൈയിൽ ഒറ്റക്കാശില്ല.

ചേറപ്പായി വേഗം പറഞ്ഞു:

നാളത്തേക്ക് ഒരു അന്യായം തയാറാക്കാനുണ്ട്. ഞാനില്ല പൊറത്തേക്ക്.

ലാസറുണ്ണി തൊണ്ട കീറി പ്രഖ്യാപിച്ചു:

നീ വാടാ. ആദ്യായിട്ട് നന്നെ കാണാൻ വരുല്ലെ?

ഇപ്പൊ ഞങ്ങളെകൂടെ വാ. നീ വക്കീലായിട്ട് നാട്ടില് വന്ന് പിന്നെ ഞങ്ങളെ ക്ഷണിച്ചോ.

ഗത്യന്തരമില്ലാതെ ചേറപ്പായി കസവിന്റെ കരയുള്ള മുണ്ടും, സിൽക്ക് ഷർട്ടും അണിഞ്ഞു. ഇവരുടെ മുന്നിൽ മോശക്കാരനാകരുതല്ലൊ? ഭാര്യ വീട്ടുകാരല്ലേ?

ചേറപ്പായി അടുത്ത മുറിയിലേക്ക് ഓടി ഇരുപതു രൂപ കടംവാങ്ങി വന്ന്, ധൈര്യത്തോടെ പറഞ്ഞു:

പുവ്വാം.

മൂന്നുപേരും പുറത്തിറങ്ങി നടന്നു.

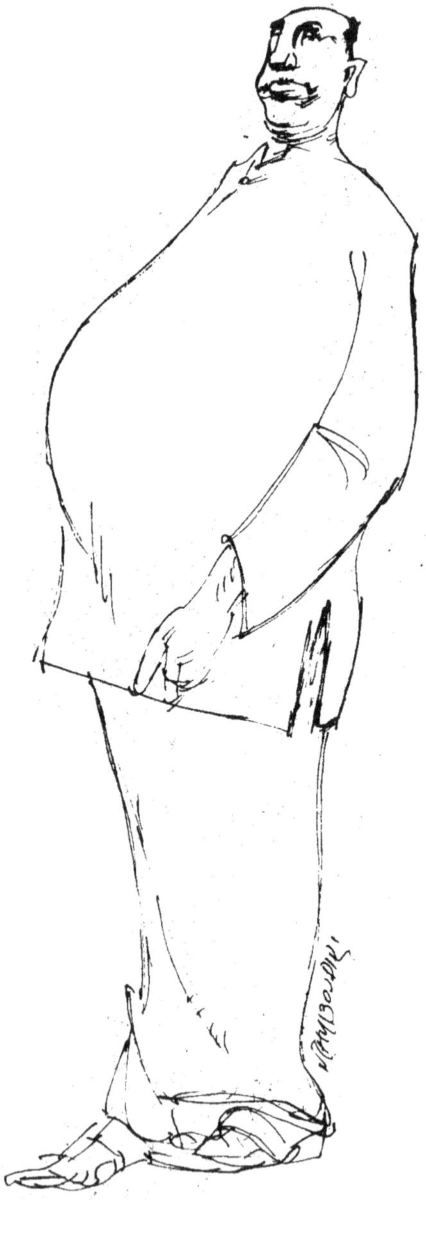

ഒരു ചെറിയ ഹോട്ടലിന്റെ മുന്നിൽ എത്തിയപ്പോൾ ചേറപ്പായി പറഞ്ഞു:

ഇവിടെക്കേറാം.

ഇക്കാക്കുവും, ലാസറുണ്ണിയും ഒരുമിച്ചു പറഞ്ഞു:

ഹോട്ടലിലൊന്നും പുവ്വണ്ട. നീ വാ.

അവർ ജട്ടിയിലേക്കു നടന്നു.

ചെറുവഞ്ചിയിൽക്കയറി.

അപ്പുറത്തെ ദ്വീപിലേക്ക്.

ചേറപ്പായി ചിന്തിച്ചു:

പഹയന്മാർ കള്ളുകുടിക്കാനാ. മാതാവേ രക്ഷിക്കണം ട്ടാ.

കള്ളുഷാപ്പിൽ കയറാൻ തുടങ്ങിയപ്പോൾ ചേറപ്പായി പിന്നോട്ടാഞ്ഞു.

അംശം അധികാരിയുടെ മുടിയനായ പുത്രൻ, ഇക്കാക്കു, അധികാരത്തോടെ പറഞ്ഞു:

സാരല്യടാ ചേറപ്പാ, നീ വാ.

നിവൃത്തിയില്ല. കൂടെപ്പോയി.

വെള്ളമണൽ വിരിച്ച തറ, ഓല മറച്ച ഭിത്തി.

ഇരിക്കുന്നതിനുമുമ്പ് ഇക്കാക്കു ഓർഡർചെയ്തു; മൂന്നു വിരൽ കാട്ടി.

മുന്നിൽ മൂന്നു കുപ്പി അന്തിക്കള്ള്, കൊഞ്ച്, പ്രാവിറച്ചി, മുളകുചമ്മന്തി.

ഭേഷ്, ഭേഷ്, ലാസറുണ്ണി ഉറക്കെപ്പറഞ്ഞു.

ചേറപ്പായി വിഭവങ്ങൾമാത്രം കഴിച്ച്, കുപ്പികളിൽ ആർത്തിയോടെ നോക്കി പ്പറഞ്ഞു:

ഞാൻ കുടിക്കില്ല. അതു ശീലമല്ല.

ഇക്കാക്കു ചോദ്യം:

നിയ്യ് പിന്നെ എങ്ങന്യാഡാ ഒരു വക്കീലാവ്വാ? കുറച്ചു കുടിച്ച് പരിചയിക്കഡാ.

ഉംം, ഹുംം. ഞാൻ കുടിക്കില്ലാ.

അപ്പോഴേക്കും ആറു കുപ്പികൾ ഒഴിഞ്ഞു. മൂന്നു കുപ്പികൾ ശ്ശ്ശ് എന്നു പറഞ്ഞോടിയെത്തി.

ചേറപ്പായിക്കു സഹിച്ചില്ല.

എഴുന്നേറ്റു.

എനിക്കൊന്നു മൂത്രമൊഴിക്കണം.

ആരും അതൊന്നും ശ്രദ്ധിച്ചില്ല.

പിൻവശത്തു പോയി. രഹസ്യമായി രണ്ടു കുപ്പി ഒറ്റ ശ്വാസത്തിൽ കാലിയാക്കി, കലിതീർത്ത് തിരിച്ചുവന്നിരുന്നു.

പിന്നെ ചേറപ്പായി വൃകോദരനായി ഭക്ഷിച്ചു. അക്ഷോഭ്യനായി. അണ പ്പല്ലിലിട്ട്, കൊഞ്ച് കടിച്ചമർത്തുമ്പോൾ തേനൂറി. പ്രാവിറച്ചി കടിച്ചരച്ച് എല്ലുകൾ ചവപ്പുതുപ്പിയത്, ഇക്കാക്കുവിന്റെ ഫ്യൂജിസിൽക്കിൽ തട്ടിയോ എന്നു സംശയം.

അതൊന്നും ശ്രദ്ധിക്കാതെ ഇക്കാക്കു പറഞ്ഞു:

നിയ്യ്, ഡാ ചേറപ്പാ, നല്ലോണം തിന്ന്. നിയ്യ് വക്കീലായി വന്നട്ട് വേണം... പിന്നെ ഇന്റെ പണയോം, പ്രോനോട്ടും ഒക്കെ പിന്നെ നിയ്യന്നെ.

ഇനിയും ഒരു രണ്ടു കുപ്പികൂടി കുടിക്കണമെന്ന ആശ, ചേറപ്പായി മനസ്സിൽ ചുട്ടുകരിച്ചു.

ഒരുവിധം മൂന്നുപേരും എഴുന്നേറ്റ് നടന്നു നടന്ന്, കാശുവാങ്ങിക്കുന്ന വന്റെ മുന്നിലെത്തി സഡൻബ്രെയ്ക്ക്.

ഇക്കാക്കു ഫ്യൂജിസിൽക്കിന്റെ ജുബ്ബാ പൊക്കി. പച്ച അരപ്പട്ടയിൽ നിന്നും ഒരു വലിയ നോട്ട് ചീന്തിയെടുത്ത്, മേശപ്പുറത്തെറിഞ്ഞു.

കാശു വാങ്ങിക്കുന്നവൻ, മേശപ്പുറത്ത് ചോക്കുകൊണ്ടെഴുതി, ആകെ ത്തുക പറഞ്ഞു.

ആകെത്തുക നോക്കി, ലാസറുണ്ണി ഒരു ചോദ്യം:

ഇവിടെ എന്താ കള്ളിന് കാശ് ഇത്ര അധികം?

സാറെ, ഞാൻ കൂടുതലൊന്നും എഴുതീട്ടില്ലല്ലൊ?

ലാസറുണ്ണി ഉറച്ചുനിന്നു പറഞ്ഞു:

അല്ല, അധികാ.

കണക്കു കൂട്ടി കാശുവാങ്ങുന്നവൻ ചേറപ്പായിയുടെ മുഖത്തേ ക്കൊന്നു നോക്കി.

ചേറപ്പായി, ഇക്കാക്കുവിന്റെ പിറകിലേക്കു മാറി, മുഖം കസവു മുണ്ടിന്റെ കോന്തലകൊണ്ട് ഒപ്പിമറച്ചു.

ലാസറുണ്ണി അപ്പോഴും വിടാനുള്ള ഭാവമല്ല.

ഷാപ്പുകാരൻ, ദേഷ്യംവന്ന് എഴുന്നേറ്റു. ചേറപ്പായിയെ ചൂണ്ടി ഉച്ച ത്തിൽ:

എന്നാൽ, ഈ സാറിനോടു ചോദിക്കണം. ഇവിടെ നിത്യവും വരുന്ന ആളാ. ഇന്നലെയും കൂടി വന്നതാ. ഇനി ഈ സാറു പറയട്ടെ, ഇവിടെ കാശു കൂടുതലാണോ എന്ന്!

അത്ഭുതപരതന്ത്രരായ ഇക്കാക്കുവും ലാസറുണ്ണിയും ചേറപ്പായിയെ നോക്കാൻ തിരിയുന്നതിനുമുമ്പ്–

ചേറപ്പായി ഷാപ്പിൽ നിന്നും നെട്ടോട്ടം ഓടി, വെള്ളത്തിൽ ചാടി, മറുകരയെത്താൻ നീന്തിത്തുടങ്ങിയിരുന്നു. ■

അനന്തകൃഷ്ണയ്യർ എന്ന ഗുമസ്തൻ

വക്കീൽ ചേറപ്പായി പഴയകാലം ഓർത്തു.

സന്നതെടുത്ത്, കഴുത്തിൽ വെള്ളപ്പട്ട കെട്ടാൻ തുടങ്ങിയിട്ട് വർഷം രണ്ടു കഴിഞ്ഞു.

ചേറപ്പായി അപ്പോഴും പ്രശസ്തനായ വക്കീൽ രാമയ്യന്റെ ജൂനിയർ.

രണ്ടു തലമുറകളായി വക്കീൽപണി അഭ്യസിക്കുന്ന മഠമാണ് രാമയ്യന്റേത്. രാമയ്യന്റെ അച്ഛൻ ശീനുപട്ടർ, നിയമബിരുദം എടുത്തിട്ടുണ്ടായിരുന്നില്ല. പ്ലീഡറായിരുന്നു. എന്നിരുന്നാലും, സിവിലും ക്രിമിനലും ഒരുപോലെ കൈ കാര്യം ചെയ്തിരുന്ന ഒരു ധിഷണാശാലി. ധാരാളം പ്രാക്ടീസ്. നിയമ ബിരുദമെടുത്ത രാമയ്യനും ആ പണിതന്നെ തുടർന്നു.

രാമയ്യന്റെ അച്ഛന്റെ കാലം മുതൽ ഗുമസ്തനായിരുന്നു, അനന്ത കൃഷ്ണയ്യർ.

പുലി. സർ സി.പി.യുടെ കണ്ണുകൾ. ക്രൂരമായ അടഞ്ഞ ശബ്ദം. കക്ഷികൾ പേടിച്ചു വിറച്ചായിരുന്നു, അനന്തകൃഷ്ണയ്യരോട് സംസാരിക്കാറ്. രാമയ്യന്റെ അഭിഭാഷകവൃത്തിയിൽ, അനന്തകൃഷ്ണയ്യർ വഹിച്ച പങ്ക് കുറച്ചൊന്നുമല്ല. രാമയ്യനുപോലും അനന്തകൃഷ്ണയ്യരെ ബഹുമാനവും ഉള്ളിൽ നേരിയ ഭയവുമാണ്. കോണകം, പൂണുനൂൽ, മൽമൽ മുണ്ട്, നേര്യത് ഇത്രമാത്രമാണ് അനന്തകൃഷ്ണയ്യരുടെ ശരീരത്തിലുള്ള തുണിവ്യാപാരം. കാതുകളിൽ വൈരക്കല്ലുകൾ. കുടുമ്മ. ദേഷ്യം വന്നാൽ, വൈരക്കല്ലുകളും കുടുമ്മയും വിറയ്ക്കും.

പുറത്തു കാണാവുന്ന ശരീരഭാഗങ്ങളിൽ, തലങ്ങനേയും വിലങ്ങനേയും ഭസ്മരേഖകൾ. ചേറപ്പായി ആ കണ്ണുകളിലേക്കു നോക്കാറേയില്ല. അനന്ത കൃഷ്ണയ്യർ തിരിച്ചൊന്നു നോക്കിയാൽ, ചേറപ്പായി ഭസ്മം.

എല്ലാ ദിവസവും കാലത്ത്, ചേറപ്പായി രാമയ്യന്റെ ആപ്പീസിൽച്ചെന്നിരിക്കും. കേസുകെട്ടുകൾ തൊടാൻ അനുവാദമില്ല. അലമാരയിലുള്ള ഗ്രന്ഥ ങ്ങൾ വായിച്ചുപഠിക്കാം. വിരോധമില്ല. കോടതിയിൽ, രാമയ്യൻ വക്കീലിന്റെ പിറകിലിരിക്കാം. കേട്ടുപഠിക്കാം. കോടതിയിൽ എഴുന്നേറ്റ്

NAMBOODIRI

നിന്നു 'യുവർ ഓണർ' എന്ന് ഒരിക്കലും സംബോധന ചെയ്യാനും സാധിച്ചിട്ടില്ല.

ഒരു പണിയുമില്ല; അരക്കാശുമില്ല.

എന്തിനാ ഈ പണിക്കു പോണെ? പറമ്പും പാടോം നോക്കി നടന്നൂടെ?

ഭാര്യ കൊച്ചുറോത ചോദിച്ചു.

മിണ്ടാണ്ട് അവിടെ ഇരുന്നോ, ചൂലേ.

കാശ് കിട്ടാത്തേന്, എന്തിനാ ഇന്നോട് കന്നം കടിക്കാൻ വരണേ?

ചേറപ്പായി ഓർത്തു. രാമയ്യന്റെ ഗുമസ്തന്മാർക്കു പോലും എത്ര കാശാ കിട്ടണേ?

കർക്കടകമാസത്തിലെ കറുത്തവാവിൻനാൾ, പുലരാൻ കാലത്ത് രാമയ്യന് ഗംഭീര ജലദോഷം, മൂക്കടപ്പ്, ചുമ, നെഞ്ചത്ത് നീരിന്റെ അണക്കെട്ട്. സംസാരിക്കാൻ വയ്യ. സംസാരിച്ചാൽ ഒരൊറ്റ അക്ഷരം മനസ്സിലാകില്ല.

കൃത്യമായി ഫീസുവാങ്ങിയതിനുശേഷം, എല്ലാ കക്ഷികളോടും, കോടതി യിലേക്കു പൊയ്ക്കൊള്ളാൻ ആംഗ്യം കാണിച്ചു.

കക്ഷികൾ പോയപ്പോൾ ഒരുവിധം പറഞ്ഞൊപ്പിച്ചു.

ചേറപ്പായിയുടെ നേരെ വിരൽചൂണ്ടി, അനന്തകൃഷ്ണയ്യരോടായിരുന്നു സന്ദേശം:

ഇന്ന് കേസ്സൊക്കെ നീട്ടണം.

അതു കേൾക്കേണ്ടതാമസം, ചേറപ്പായി ഒരു ബോധക്ഷയം വിഴുങ്ങി വിയർത്തു.

കാതിലെ വൈരക്കല്ലുകളും കുടുമ്മയും വിറപ്പിച്ച്, അനന്തകൃഷ്ണയ്യർ മുന്നിലും, ഇടറുന്ന കാലുകളുമായി ചേറപ്പായി പിറകിലും. കോടതിയിലേക്കുള്ള യാത്ര. അനന്തകൃഷ്ണയ്യർ കക്ഷത്ത് ഇറുക്കിപ്പിടിച്ച കേസുകെട്ടുകളിലേക്ക് നോക്കുമ്പോഴൊക്കെ, ചേറപ്പായി മാതാവിനെ വിളിച്ചു:

മാതാവേ, കേസൊക്കെ നീട്ടാൻ മജിസ്ട്രേട്ടിന്ന് തോന്നിക്കണം ട്ടാ.

അന്ന് ആദ്യമായി, ചേറപ്പായി മുൻനിരയിലെ കസേരയിൽ ഉപവിഷ്ടനായി.

കേസുകൾ ഓരോന്നും വിളിക്കുമ്പോൾ ചേറപ്പായി എഴുന്നേൽക്കും.

അപ്പോൾ, പിറകിൽനിന്നും, അനന്തകൃഷ്ണയ്യരുടെ ആജ്ഞകൾ.

മുന്നിൽ, ഒരിക്കലും ചിരിക്കാത്ത മജിസ്ട്രേട്ട്.

അതിൽനിന്നും രക്ഷപ്പെടാൻ പിറകിലേക്കൊന്ന് നോക്കിയാൽ -

അനന്തകൃഷ്ണയ്യർ.

വല്ലാത്ത വിയർപ്പ്. ഗൗൺ ഊരി ഒന്നു പിഴിയണമെന്നു തോന്നി.

ഹാവൂ. ഇനി ഒരു കേസുംകൂടി ബാക്കി. അതുകൂടി വിളിച്ച് ഒന്നു നീട്ടിയാൽ, മാതാവേ, നനിക്ക് അഞ്ചു മെഴുതിരി.

രാമയ്യന്റെ അവസാനത്തെ കേസും വിളിച്ചു.

അത് നീട്ടിക്കാനുള്ള ഹർജി അനന്തകൃഷ്ണയ്യർ ചേറപ്പായിയുടെ കൈയിൽ നിഷ്കരുണം തിരുകി. കൽപിച്ചു:

ശീഘ്രലം കൊടുങ്കോ.

കൊടുത്തു. മജിസ്ട്രേട്ട്, ഹർജി നിവർത്തിനോക്കുകപോലും ചെയ്യാതെ പറഞ്ഞു:

വളരെ പഴയ കേസ്. സാക്ഷികൾ പലതവണയായി വരുന്നു. വിസ്തരിക്കണം.

ചേറപ്പായി വിളറി.

താനിരിക്കുന്ന കസേരയിൽ അനന്തകൃഷ്ണയ്യരെ പിടിച്ചിരുത്തി, ഓടി രക്ഷപ്പെടണമെന്നു തോന്നി.

ക്രുദ്ധനായ അനന്തകൃഷ്ണയ്യർ. പിറകിൽനിന്നും ജൽപനങ്ങൾ.

രാമയ്യൻ സിക്ക് ആണെന്ന് ശൊല്ല്. കേസ് നീട്ടണമെന്ന് ശൊല്ല്. ഏതാവത് ശൊല്ല്.

ഒരക്ഷരം ചേറപ്പായിക്ക് പുറത്തുവന്നില്ല.

കാക്കി ഉടുപ്പിട്ട ഫോറസ്റ്റ് ഗാർഡിനെ സാക്ഷിക്കൂട്ടിൽ കയറ്റി സത്യം ചെയ്യിപ്പിച്ചു.

ഗാർഡ് പച്ചവെള്ളം പോലെ മൊഴിഞ്ഞു:

പ്രതി സർക്കാർ വനത്തിൽ കയറി ഒരു പാഴ്മരം വെട്ടി വിറകാക്കുന്നതു കണ്ട്, കൃത്യം തടഞ്ഞ്, പ്രതിയെ അറസ്റ്റു ചെയ്തു. കൃത്യത്തിന് ഉപയോഗിച്ച വെട്ടുകത്തി ബന്തവസ്സിൽ എടുത്തു. വെട്ടുകത്തി, പതിനെട്ട് ഇഞ്ചുനീളമുള്ളതും ഇരുമ്പുകൊണ്ട് ഉണ്ടാക്കിയതും മരത്തിന്റെ പിടിയുള്ളതും ആകുന്നു. സ്ഥലത്ത്, അമ്പതു പൈസാ വിലകിട്ടുന്നതും ആണ്. കൃത്യസ്ഥല മഹസ്സർ എഴുതി. പ്രതിയുടെ കൃത്യംമൂലം സർക്കാരിലേക്ക് പതിനഞ്ചുരൂപ നഷ്ടം സംഭവിച്ചിട്ടുണ്ട്.

ഒരു കരുണയുമില്ലാതെ മജിസ്ട്രേട്ട് പറഞ്ഞു:

യെസ്, ക്രോസ്. എതിർവിസ്താരം തുടങ്ങാം.

ഗത്യന്തരമില്ലാതെ ചേറപ്പായി എഴുന്നേറ്റു. വിറയ്ക്കുന്ന കാലുകളുമായി.

സാക്ഷിക്കൂട്ടിൽ നിൽക്കുന്ന ഫോറസ്റ്റ് ഗാർഡിനെ ഒന്നേ നോക്കിയുള്ളു. കൊമ്പൻമീശ. എന്തു വേണമെങ്കിലും ചോദിക്കെടാ. ഇതുപോലെ എത്ര വക്കീലന്മാരെ കണ്ടിരിക്കുന്നു എന്ന ഭാവം.

ചേറപ്പായി കൈയിലുള്ള ഫയൽകൊണ്ടു മുഖം മറച്ചു. എന്തു ചോദിക്കണമെന്ന് ഒരു പിടിയുമില്ല.

അനന്തകൃഷ്ണയ്യർ അരിശം പൂണ്ട് എന്തൊക്കെയോ തമിഴിൽ പിറുപിറുത്തിരുന്നു.

അടുത്തിരിക്കുന്ന വെങ്കിടിസ്വാമി വക്കീൽ പതുക്കെ പറഞ്ഞുകൊടുത്തു ഒരു ചോദ്യം:

നിങ്ങളെക്കണ്ടപ്പോൾ പ്രതി ഓടിപ്പോകാൻ ശ്രമിച്ചോ?

ഇല്ല. എന്നേയും കൂട്ടുഗാർഡിനേയും കണ്ടപ്പോൾ, പ്രതി പേടിച്ച് അവിടെ ത്തന്നെ നിന്നു.

ഇനി എന്തു ചോദിക്കും? അറിയില്ല.

വെങ്കിടിസ്വാമി വീണ്ടും സഹായിച്ചു. ചേറപ്പായി ചോദിച്ചു:

കൃത്യത്തിന് ഉപയോഗിച്ച വെട്ടുകത്തി ഈ കോടതിമുമ്പാകെ ഹാജരാക്കി യിട്ടുണ്ടോ?

ഇല്ല.

എന്തുകൊണ്ട്?

അങ്ങനെ പതിവില്ല. റെയിഞ്ചാപ്പീസ്സിൽ ഹാജരാക്കിയിട്ടുണ്ട്. ഉത്തരവായാൽ ഹാജരാക്കാം.

ഇനി എന്തു ചോദിച്ചാലും പുല്ലുപോലെ ഉത്തരം എന്നായി ഫോറസ്റ്റ് ഗാർഡ്.

ചേറപ്പായി തലപുകഞ്ഞ് ആലോചിച്ചു. മനസ്സുരുകി മാതാവിനെ വിളിച്ചു. കണക്കുപറയാതെ മെഴുകുതിരികൾ നേർന്നു.

പിന്നെ ചോദിച്ചു:

ഈ പ്രതി പാഴ്മരം മുറിച്ചു എന്നു പറയുന്ന സ്ഥലം സർക്കാർ വനമാണോ?

അതേ.

എന്നാൽ, അതിന്റെ സർവേനമ്പർ പറയൂ.

സാക്ഷിക്കൂട്ടിൽ നിൽക്കുന്ന ഗാർഡ് പതുക്കെയൊന്നു പതറാൻ തുടങ്ങുന്നത് ചേറപ്പായി മനസ്സിലാക്കി. കുറച്ചു ധൈര്യം കിട്ടി.

അപ്പോൾ സർവേനമ്പർ അറിയില്ല അല്ലേ?

അതു മനഃപാഠം ആക്കിയിട്ടില്ല.

ചേറപ്പായിക്ക് ആ ഉത്തരം രസിച്ചില്ല.

അതല്ല ചോദ്യം. ചോദിച്ചതിന് ഉത്തരം പറയണം. സർവേനമ്പർ എത്ര?

അറിയില്ല.

എന്നാൽ, കൃത്യസ്ഥലം സർക്കാർവനമാണെന്നു കാണിക്കാൻ രേഖ യുണ്ടോ?

തീർച്ചയായും ഉണ്ട്.

ആ രേഖ ഈ കോടതിയിൽ ഹാജരാക്കിയിട്ടുണ്ടോ?

അതിന്റെ ആവശ്യമില്ല.

ചേറപ്പായി ശബ്ദം ഉയർത്തി:

അതു തീരുമാനിക്കേണ്ടതു നിങ്ങളല്ല. ബഹുമാനപ്പെട്ട കോടതി യാണ്. എന്റെ ചോദ്യത്തിന് ഉത്തരം പറയണം. രേഖ ഹാജരാക്കി യിട്ടുണ്ടോ?

ഇല്ല.

വെങ്കിടിസ്വാമി ചേറപ്പായിയുടെ ഗൗൺ പിടിച്ചു വലിച്ചുപറഞ്ഞു:

മതി. ക്രോസ് നിറുത്ത്.

ചേറപ്പായി എതിർവിസ്താരം നിറുത്തി ഇരിക്കുമ്പോഴും അനന്ത കൃഷ്ണയ്യർ എന്തോ പിറുപിറുത്തിരുന്നു.

കോടതി പിരിഞ്ഞപ്പോൾ സ്വാമി പറഞ്ഞു:

ഡാ ചേറപ്പാ, ക്രോസ് നന്നായി. നീ ഇനി സ്വന്തം പ്രാക്ടീസ് തുടങ്ങ്. അല്ലെങ്കിൽ, എന്നും ഒരു ജൂനിയർ മാത്രമായി കഴിയാം.

അയ്യോ സ്വാമീ...

പേടി, അല്ലേ? അതൊക്കെ പോകും. നീ തുടങ്ങ്. ഞാൻ സഹാ യിക്കാം. സ്വന്തമായി ഒരു ഓഫീസ് വേണം. കൃഷ്ണൻകുട്ടിനായരെ ഗുമസ്തനായി എടുത്തോ. മിടുക്കനാ. ആവശ്യംവരുമ്പോൾ എന്റെ ലൈബ്രറി ഉപയോ ഗിക്കാം.

ചേറപ്പായിക്ക് അതു തരക്കേടില്ല എന്നു തോന്നി.

കുറച്ചുനാൾ കഴിഞ്ഞ് രാമയ്യൻ വക്കീലിനോടു വിട പറഞ്ഞു.

ഒരു ശനിയാഴ്ച രാത്രി മാതാവിന്റെ മുമ്പിൽ ചെന്നുനിന്നു.

മാതാവേ, ഈ വരുന്ന തിങ്കളാഴ്ച തൊട്ട് ഞാൻ ഒറ്റയ്ക്കാ. അനു ഗ്രഹിച്ചോ. ഇല്ലെങ്കില് ചീത്തപ്പേരു നനിക്കാ. നിയ്യ് എന്താ ഒന്നും മിണ്ടാത്തെ?

മാതാവിന്റെ ശബ്ദം തലകുനിച്ചു കേട്ടു:

സെഖര്യാവേ, നാളെ ഞായറാഴ്ച ആകുന്നു. വിശുദ്ധ തോമസിന്റെ പള്ളി അടുത്തല്ലേ? അവിടെ പോകൂ. കൊച്ചുറോതയേയും കുട്ടികളേയും കൊണ്ടുപോകണം.

മാതാവേ, അതിനു കാറു വിളിക്കണ്ടേ? കാശു കുറച്ചാവും.

മാതാവ് നിശ്ശബ്ദയായി.

നിയ്യ് ഇന്റെ കാശൊക്കെ നശിപ്പിക്കും, ആയ്ക്കോ. ഇനി നനിക്ക് മെഴ്തിരി എത്ര്യാ വേണ്ടെ മുത്ത്യേ? ഒന്നു പോരെ?

മാതാവ് ഒന്നും പറഞ്ഞില്ല.

ഹാവൂ സമാധാനം. ഒന്നു മതീല്ലെ? നനിക്ക് ഇന്നോട് കൃപേണ്ട്, ല്ലേ?

പിറ്റേന്ന്, സ്ഥലത്തെ ഏകവാടകക്കാറിന്റെ ഉടമസ്ഥൻ കൊച്ചുവർക്കി ഒരു പഴയ ഫോർഡ്കാറും കൊണ്ട് പടിക്കൽ എത്തി.

കൊച്ചുറോത അണിഞ്ഞൊരുങ്ങി, കിടാങ്ങളുമായി മുന്നിൽ എത്തി.

ചേറപ്പായി വെറുപ്പോടെ അടിമുടി നോക്കി.

സമൃദ്ധിയായി എണ്ണ പുരട്ടിയ മുടി, തലയോടിനോട് അമർത്തി കോതി വച്ചിട്ടുണ്ട്. ശുദ്ധശൂന്യമായ മാറ്, ചട്ടുകംപോലെ. അകവും പുറവു മില്ല. അതിനു തൊട്ടുതാഴെ, പഴയ കല്യാണസാരി നെഞ്ചത്തുകേറ്റി ഉടുത്തിരിക്കുന്നു.

ചേറപ്പായിക്ക് അരിശം വന്നു.

...ശ്ശവം. പൊറപ്പെട്ടോ കാറിലേക്ക്.

യാത്രക്കാർ കയറിയപ്പോൾ, കൊച്ചുവർക്കി, കാറിനു ചുറ്റും നടന്ന് വാതിലുകളടച്ചു. അതിനുശേഷം, സ്റ്റിയറിങ്ങിനു പിന്നിൽ, കൈയും കാലും ബലംപിടിച്ചിരുന്നു. കൊച്ചുവർക്കിയുടെ ചെക്കൻ ചതുരത്തിൽ വളച്ച ഒരു ഇരുമ്പുകോലും കൊണ്ട് മുന്നിൽചെന്ന്, അതു കാറിന്റെ മൂക്കിലിട്ടു പത്തു പ്രാവശ്യം തിരിച്ചു. കുരച്ചും ചീറിയും ചാടിയും ഫോർഡ് ഓടാൻ തുടങ്ങി. കൊച്ചുവർക്കിയുടെ ചെക്കൻ പുറകെ ഓടി. ഫുട്ബോർഡിൽ കയറി തൂങ്ങി നിന്നു. സെയ്ന്റ് തോമസ് സ്ഥാപിച്ച പള്ളിയെ ലക്ഷ്യമാക്കി കാർ ഓടാൻ തുടങ്ങി.

പള്ളിയിലേക്കു കയറുമ്പോൾ, ചേറപ്പായി കൊച്ചുറോതയോടു പറഞ്ഞു:

മനസ്സുരുകി പ്രാർഥിച്ചോ.

ഉം. എനിക്ക് ഒരു മെഴ്തിരീം കത്തിക്കണം. ഇന്റെ അപ്പന്റെ കാലിമ്മലെ വാതം മാറാൻ.

ചേറപ്പായിക്ക് അരിശം വന്നു.

നന്റെ അപ്പന്റെ ഒരു കാല്. ഒലക്ക. ഇന്റെ പ്രാക്ടീസ്. അതിന് കത്തിക്ക് മെഴ്തിരി.

അതാ വേണ്ടേ?

അല്ല, പിന്നെ നിന്റെ–

ബാക്കി പറഞ്ഞില്ല. പള്ളിയല്ലേ?

പള്ളിയിൽനിന്നും തിരിച്ചുപോരാൻ, കൊച്ചുവർക്കിയും ചെക്കനും കൂടി, നേരത്തേചെയ്ത പ്രക്രിയകളൊക്കെ നടത്തി, കാർ സ്റ്റാർട്ടാക്കി.

ചേറപ്പായിക്ക് എന്തെന്നില്ലാത്ത ആനന്ദവും ആത്മവിശ്വാസവും. അതിലേറെ ആത്മവിശ്വാസത്തോടെ, കൊച്ചുവർക്കിയുടെ ഫോർഡും.

സ്ഥലത്തെ പേരുകേട്ട കള്ളുഷാപ്പു കടന്നു, കടന്നില്ല എന്ന അസന്ദിഗ്ദ്ധാവസ്ഥ:

പെട്ടെന്നു ചേറപ്പായി:

നിർത്ത്, കൊച്ചുവർക്ക്യേ.

സഡൻ ബ്രെയിക്ക്.

കൊച്ചുറോതയും കുട്ടികളും മുൻസീറ്റിലേക്കു തെറിച്ചുവീണു.

കൊച്ചുവർക്ക്യേ, ഷാപ്പില് മീൻകൂട്ടാൻ എന്താന്ന് നോക്കണ്ടേ?

കൊച്ചുവർക്കി കാറിന്റെ ഡോറുമായി ഒരു ചെറിയ ഗുസ്തി നടത്തി തുറന്നു.

കൊച്ചുറോതയുടെ പരിഭവം:

നങ്ങള് കള്ളുഷാപ്പിൽക്ക് പൂവ്വാ? ന്നാ ഇന്നെ ഇന്റെ വീട്ടില് കൊണ്ടാക്കിക്കോ.

അവിടെ മിണ്ടാണ്ടിരുന്നോ, ചൂലേ. കൊച്ചുവർക്ക്യേ രണ്ടു കുപ്പി നല്ലത്. ഒരു പാത്രോം.

കൊച്ചുവർക്കി തിരിച്ചുവരുമ്പോൾ, നെറ്റിയിൽ വിയർപ്പ്, കക്ഷത്ത് രണ്ടു കുപ്പി. കൈയിൽ ഒരു കവിടിക്കുണ്ടൻ പിഞ്ഞാണം.

ചേറപ്പായി, കുണ്ടൻപിഞ്ഞാണം കൊച്ചുറോതയ്ക്ക് കൊടുത്തു.

ശ് ശ് ശ് ശ് എന്നു ശബ്ദമുണ്ടാക്കുന്ന കള്ള് നിറയെ ഒഴിച്ചു കൊടുത്തു കൽപിച്ചു:

ഒന്നും മിണ്ടാണ്ട് സേവിച്ചോ.

കൊച്ചുറോത ചുണ്ട് അനക്കാതെ പാത്രം കാലിയാക്കി പറഞ്ഞു: നല്ലതാട്ടാ.

എന്നാ ഒരു ലേശംകൂടി ആയിക്കോട്ടെ.

കൊച്ചുറോത പിഞ്ഞാണം നീട്ടി. ചേറപ്പായി കുറേക്കൂടി ഒഴിച്ചു കൊടുത്തു പറഞ്ഞു:

കൊറച്ച് കുട്ട്യോൾക്കും കൊടുത്തോ.

ബാക്കി കുപ്പിയോടെ മോന്തി ചേറപ്പായി നടക്കാൻ തുടങ്ങി. അപ്പോൾ കൊച്ചുറോത:

ഒരു കുപ്പീംകൂടി മേടിച്ചോ. വെള്ളേപ്പംണ്ടാക്കാനാ.

ഇനിക്ക് എന്തിനാണ്ട്യേ വെള്ളേപ്പം? നീയ്യന്ന്യല്ലെ ഇന്റെ വെള്ളേപ്പം?

ഷാപ്പിലേക്കു നടക്കുമ്പോൾ ചേറപ്പായി ചോദിച്ചു:

എന്താ കൊച്ചുവർക്ക്യേ മീൻകൂട്ടാൻ?

കരിമ്പാളി (കരിമീൻ), കൂർക്ക ഉപ്പേരി, പപ്പടം വറുത്തത്.

ഭേഷ്, ഭേഷ്, നടന്നോ വേഗം.

തിരിച്ചുവന്ന ചേറപ്പായി, അലസമായി, ചാരുകസേരപോലെ മുൻ സീറ്റിൽ കിടന്നു.

വീട്ടിൽ എത്തിയപ്പോൾ കൊച്ചുറോതയ്ക്ക് എന്തെന്നില്ലാത്ത സ്നേഹം. കുട്ടികള് ഉമ്മറത്തും മുറ്റത്തും ഒക്കെ ഓട്ടംതന്നെ. ഇടയ്ക്ക് പിരണ്ടുവീഴുന്നു.

ധാരാളം പോർക്കിറച്ചിയും കൂട്ടി ചോറുണ്ട്, ചേറപ്പായി കൂർക്കംവലിച്ച് കിടന്നുറങ്ങി.

വൈകുന്നേരം എണീറ്റ് മാതാവിന്റെ മുന്നിൽ ചെന്നു നിന്നു.

മാതാവേ, നന്റെ തോമാച്ചന്റെ പള്ളീലൊക്കെ പോയി. നാളെ അങ്ങട്ട് തൊടങ്ങായി. ഇനി എന്താ വേണ്ടെ നനിക്ക്?

സെഖര്യാവെ, ഒന്നു കുളിച്ചു ശുദ്ധമാകു. അവിടെയും ചെന്ന് ഒന്ന് ഉണർത്തിക്കൂ.

കുളികഴിഞ്ഞു നേരെ നടന്നു, ചെല്ലാൻ അനുവാദമുള്ളിടത്തോളം. രഹസ്യമായി കൈകൂപ്പി മനസ്സിൽ ഉരുവിട്ടു:

ഭഗവാനേ രക്ഷിക്കണം.

മറുപടിയെന്നോണം, ഗോപുരമണി മുഴങ്ങി.

■

ആദ്യത്തെ കേസ്

വക്കീൽ ചേറപ്പായി, തനിക്കു സ്വന്തമായി ഒരു ഓഫീസ്മുറി അന്വേഷിച്ചു കണ്ടെത്തി.

കോടതിയിൽനിന്നും വളരെ അകലെയല്ലാതെ, ഒരു പഴയ കെട്ടിടത്തിൽ. മാറാലയും പൊടിയും നിറഞ്ഞ ഒരു മുറി.

വീട്ടിൽനിന്നും കൊണ്ടുവന്ന ഒരു പഴയ മേശ, ഒരു കസേര, മാവിന്റെ പലക കൊണ്ടുണ്ടാക്കിയ പുത്തൻ ബഞ്ച് രണ്ടെണ്ണം. അതെല്ലാം മുറിയിൽ കൊണ്ടു വന്നിട്ടപ്പോൾ ചേറപ്പായി ആലോചിച്ചു. രണ്ടു ബഞ്ചു വേണ്ടിയിരുന്നോ? അതിനുമാത്രം കക്ഷികൾ എന്നു വരാനാണ്? ഉടനെ ഓർത്തു. ഗുമസ്തൻ കൃഷ്ണൻകുട്ടിനായരെ കുടിയിരുത്തണ്ടേ? ഗുമസ്തൻ, വക്കീലിനെപ്പോലെ, കസേരയിൽ ഒന്നും ഇരിക്കേണ്ട. ബഞ്ചിന്റെ അറ്റത്ത് ഇരുന്നാൽ മതി.

ഗുമസ്തന് എഴുതാൻ കഷ്ടിച്ച് നാലു കാലുള്ള ഒരു മേശ, കൊച്ചുറോതയുടെ വീട്ടിൽനിന്നും കിട്ടി.

വർഷങ്ങൾക്കുശേഷം ചേറപ്പായി ഓർക്കാറുണ്ട്:

സംഭവബഹുലവും ശബ്ദഭരിതവുമായി, പ്രസിദ്ധിയാർജിച്ച തന്റെ അഭിഭാഷകവൃത്തിയിലേക്കായി, ഭാര്യവീട്ടിൽനിന്നും കിട്ടിയ ഏക സാധനം. ഇന്ന് ആ മേശ എവിടെയാണ്?

കടംകൊടുത്തു മുടിയാറായ ഒരു ചായപ്പീടികയിൽ, പലഹാരങ്ങൾ വെച്ചിരുന്ന പുരാതനമായ ഒരു അലമാര, വളരെ കുറഞ്ഞ കാശിനു തരപ്പെട്ടു. ചില്ലിട്ട വാതിലുകൾ. പഴയ കുറെ വാരികകൾ, നിയമപുസ്തകങ്ങൾ പോലെ ബൈൻഡ് ചെയ്യിച്ച്, അലമാരയിൽ അടുക്കി. അലമാര ഭദ്രമായി പൂട്ടി. അബദ്ധത്തിൽ ആരും അതു തുറക്കാതിരിക്കാൻ ഒരു ചെറിയ മുൻകരുതൽ എന്ന നിലയ്ക്ക്, താക്കോൽ രഹസ്യമായി കിണറ്റിലിട്ടു.

ഓഫീസ് സജ്ജീകരണങ്ങളെല്ലാം പൂർത്തിയായി.

ഇനി ഒന്നുമാത്രം ബാക്കി.

അതു മാത്രമില്ല.

കക്ഷികൾ.

എന്നും വിജനമായ ആപ്പീസ്.

ചേറപ്പായി തെറുപ്പുബീഡികൾ വലിച്ചും, ഗുമസ്തൻ ഇടതടവി ല്ലാതെ മുറുക്കിയും തപസ്സിരുന്നു, ഒരു കക്ഷിയുടെ കാൽപ്പെരുമാറ്റം കാതോർത്ത്.

വെങ്കിടിസ്വാമിയോടു സങ്കടം പറഞ്ഞു.

എഡാ ചേറപ്പാ, അതിനു കുറച്ചു സമയം പിടിക്കും. നിയമപുസ്തക ങ്ങൾ വായിക്ക്.

ചേറപ്പായി മുരണ്ടു:

അതിന്റെ കൊറവാ ഇപ്പോ.

മറ്റൊന്നും ചെയ്യാനില്ലാതെ ചേറപ്പായി നിയമപുസ്തകങ്ങൾ വായിച്ചു. തരക്കേടില്ല എന്നും തോന്നി.

ഒരു ദിവസം കാലത്ത് ചേറപ്പായി വന്നപ്പോൾ, കൃഷ്ണൻകുട്ടി നായരെ മാത്രമല്ല ഓഫീസിൽ കണ്ടത്. ചേറപ്പായി കോരിത്തരിച്ചു. അതു പുറത്തു കാണിക്കാതെ, ഗൗരവത്തിൽ കസേരയിൽ വന്നിരുന്നു.

കറുത്ത് കൃശഗാത്രനായ ഒരു ചെറുപ്പക്കാരൻ മണ്ടയും ചൊറിഞ്ഞു മുന്നിൽ നിന്നു.

ഗുമസ്തൻ മേശപ്പുറത്ത് ഒരു കത്തു വെച്ചു.

'ഈ കത്തു കൊണ്ടുവരുന്ന വേലായുധന്റെ കേസ് നടത്തണം.' വെങ്കിടിസ്വാമിയുടെ കുറിപ്പ്.

ചേറപ്പായി വേലായുധനോട്:

വേലായുധാ, കോടതിയിൽനിന്നും കിട്ടിയ കടലാസ് എടുക്കൂ.

ഉടനെ കൃഷ്ണൻകുട്ടിനായർ, വക്കാലത്തും സമൻസും മേശപ്പുറത്തു വെച്ചു. വേലായുധനോട് കണ്ണുകൊണ്ടു കാണിച്ചു.

മുഷിഞ്ഞുവിയർത്ത കുറച്ചു നോട്ടുകൾ ചുരുട്ടിക്കൂട്ടി വേലായുധൻ മേശ പ്പുറത്തുവെച്ചു.

ആദ്യമായി കിട്ടുന്ന ഫീസ്. എടുക്കാത്ത നോട്ട് ഉണ്ടാവോ എന്നോർത്ത് ചേറപ്പായി നോട്ടുകൾ പോക്കറ്റിൽ തിരുകി.

പഴയ താപ്പാന ആയിരുന്ന കൃഷ്ണൻകുട്ടിനായർ വേലായുധനോട് കോടതിയിലേക്കു നടന്നുകൊള്ളാൻ പറഞ്ഞു.

വേലായുധൻ പോയപ്പോൾ ഗുമസ്തൻ വാചാലനായി:

ആ തുരുത്തുമ്മെ താമസിക്കുന്ന കല്യാണി. പൊട്ട സ്വഭാവാ. അവള് കൊടുത്ത ഹർജ്യാ. വേലായുധൻ അവളെ പള്ളേല്ണ്ടാക്കി കുട്ടീണ്ടാ യിത്രേ! ആ കുട്ടിക്കു ചെലവിനു കിട്ടാനാ ഹർജി.

ആരാ കല്യാണീടെ വക്കീല്?

നമ്മടെ ജോർജുകുട്ടി. അതൊന്നും സാരല്യാന്നെ.

ഇന്നു വക്കാലത്തു കൊടുത്ത്, ഹർജിപകർപ്പു വാങ്ങണം. അതിന്മേല് വേലായുധന്റെ ആക്ഷേപം കൊടുക്കാൻ വേറെ ഒരു ദിവസത്തേക്കു വെക്കും.

അപ്പൊ കൃഷ്ണട്ട്യായരേ, ആക്ഷേപം തയാറാക്കണ്ടേ? അതൊക്കെ ഞാൻ തയാറാക്കാം. ഇതുപോലെ എത്ര ഹർജി കണ്ടിട്ടുള്ളതാ, ഈ കൃഷ്ണ കുട്ട്യായര്.

എന്നാലും, ആക്ഷേപം തയാറാക്കി വെങ്കിടിസ്വാമിയെ കാണിക്കണം.

വിരോധല്ല.

ഹർജിപകർപ്പു വായിച്ചുനോക്കി വെങ്കിടിസ്വാമി പറഞ്ഞു:

എഡാ ചേറപ്പാ, ഇതു വളരെ എളുപ്പം. കുട്ടിയുടെ പിതാവ് വേലായുധ നാണെന്നു തെളിയിക്കേണ്ട ഭാരം ജോർജുകുട്ടിക്കല്ലേ? ബർഡൻ ഓഫ് പ്രൂഫ്. എവിഡൻസ് ആക്ട് 112-ാം വകുപ്പ്. എല്ലാം നിഷേധിച്ച് ഒരാക്ഷേപം കൊടുക്ക്. എന്നെ ഒന്നു കാണിക്കണം.

അന്നു രാത്രി ചേറപ്പായി മാതാവിന്റെ മുന്നിൽ ചെന്നു.

മാതാവേ, ആദ്യായിട്ട് കിട്ടിയതാ അഞ്ചുറുപ്യാ. ഇതീന്നു നിനക്ക് എന്താ വേണ്ടെ?

മാതാവു പറഞ്ഞു:

സെഖര്യാവേ, സെഖര്യാവേ, അത് കൊച്ചുറോതയ്ക്കു കൊടുക്കൂ.

ഞാൻ സമ്പാദിച്ചതാ. എന്തിനാ അവൾക്കു കൊടുക്കണേ? ഒക്കെ നന്റെ ഇഷ്ടല്ലെ?

സ്വാമിയുടെ ഉപദേശം-

ചേറപ്പാ, കേസ് നീട്ടിക്കൊണ്ടു പോകണം. എന്നാലേ നനിക്ക് കാശു കിട്ടുകയുള്ളൂ.

അവസാനം കേസ് തെളിവിന് എടുത്ത ദിവസം.

പ്രതിക്കൂട്ടിൽ, വേലായുധൻ നിരപരാധിയെപ്പോലെ നിന്നു.

ഹർജിക്കാരി കല്യാണി സാക്ഷിക്കൂട്ടിൽ കയറി, വേലായുധനെ ഒന്നു കടാക്ഷിച്ചു. പിന്നെ ചേറപ്പായിയെ ഒന്നു നോക്കി.

ജോർജുകുട്ടി കല്യാണിയെ വിസ്തരിക്കാൻ തുടങ്ങി.

ചേറപ്പായി, എതിർവിസ്താരത്തിനുള്ള നോട്ടുകൾ കുറിക്കാൻ കടലാസ്സെടുത്ത്, കല്യാണിയെത്തന്നെ നോക്കിയിരുന്നു.

അസലു പെണ്ണ്. ഇടയ്ക്ക് ചേറപ്പായി കല്യാണിയെ മനസ്സിൽ നഗ്ന യാക്കി, ഉംംം! വേലായുധൻ നന്നായി സുഖിച്ചിട്ടുണ്ടാവും. കള്ളൻ.

ജോർജുകുട്ടിയുടെ പ്രഥമ വിസ്താരം:

കല്യാണി എവിടെയാണു താമസം?

മനയ്ക്കലെ പറമ്പിൽ കുടികിടപ്പാ.

വേലായുധനുമായുള്ള അടുപ്പം?

വേലായുധേട്ടൻ അവിടെ തെങ്ങു ചെത്താൻ വരും.

എന്നിട്ട്?

ഇന്റെ അടുത്തുവന്നു ബീഡിക്ക് തിയ്യ്, കുടിക്കാൻ വെള്ളം എന്നൊക്കെ പറയും.

അപ്പോഴൊക്കെ, വീട്ടിൽ കല്യാണിയുടെ അമ്മയുണ്ടോ?

ഇല്ല. അമ്മ പണിക്കു പോയിട്ടുണ്ടാവും.

എന്നിട്ട് എന്താണ് ഉണ്ടായത്?

അങ്ങനെ ഇഷ്ടായി. എന്നെ കല്യാണം കഴിക്കാന്നു പറഞ്ഞു.

പിന്നീടു നിങ്ങൾ തമ്മിൽ എന്താണ് ഉണ്ടായത്?

ഇനിക്കൊന്നും അറീല്ല.

അങ്ങനെ പറഞ്ഞാൽ പോരാ. എല്ലാം വിശദമായി പറയണം. നിങ്ങൾ തമ്മിൽ എന്താണു നടന്നത്?

ഒരീസം വേലായുധേട്ടൻ അടുക്കളേല് വന്നു. തിയ്യ് വേണംന്ന് പറഞ്ഞു...

ഉം. എന്നിട്ട്?

ഞാൻ അടുപ്പീന്ന് തിയ്യ് എടുക്ക്വായിരുന്നേ. വേലായുധേട്ടൻ ഇന്നെ...

പറയൂ, മടിക്കേണ്ട.

ഇന്നെ... കെട്ടിപ്പിടിച്ചു.

എന്നിട്ട് എന്തുണ്ടായി?

ഇന്നെ കല്യാണം കഴിക്കാന്നു പറഞ്ഞു.

അതൊക്കെ പറഞ്ഞ കാര്യങ്ങളല്ലേ? കെട്ടിപ്പിടിച്ചിട്ട് എന്താ ചെയ്തേ?

ഉംം ഉംം. ഞാൻ പറീല്ല. നിക്ക് നാണാ.

ജോർജുകുട്ടിവക്കീൽ ശബ്ദം ഉയർത്തി:

കോടതിയുടെ സമയം കളയരുത്. അവിടെ അന്നു സംഭവിച്ചതെല്ലാം പറയണം.

ഇന്നെ അടുക്കളേല് കെടത്തി...

എന്നിട്ട്?

വേലായുധേട്ടൻ അടുത്തു കിടന്നു.

അടുത്തു കിടന്നിട്ട് വേലായുധൻ എന്തു ചെയ്തു?

എന്തിനാ അതൊക്കെ ചോയിക്കണേ? ഒക്കേം ചെയ്തു.

അതായത്, നിങ്ങൾ തമ്മിൽ ലൈംഗികബന്ധം ഉണ്ടായോ?

അതന്ന്യല്ലേ പറഞ്ഞത്?

ശരി. പിന്നീടും അങ്ങനെ ഉണ്ടായിട്ടുണ്ടോ?

കൊറെ പ്രാവശ്യം.

എന്നിട്ട്?

എന്നിട്ടെന്താ? ഇനിക്കു പള്ളേല്ണ്ടായി. പെറ്റു. ആങ്കുട്ട്യാ.

ആ കുട്ടിയുടെ അച്ഛൻ ആരാണ്?

വേലായുധേട്ടൻ.

മാസംതോറും, കുട്ടിക്ക് എത്ര രൂപ ചെലവിനു കിട്ടണം?

ഇനിക്ക് കാശൊന്നും വേണ്ട. വേലായുധേട്ടൻ ഇന്നെ കല്യാണം കഴിച്ചാ മതി. നിക്ക്ഷ്ടാ.

വേലായുധൻ അതിനൊന്നും തയാറല്ല. കുട്ടിയുടെ അച്ഛൻ അയാളല്ല എന്നും പറയുന്നു.

അതു നൊണ പറയ്വാ. കുട്ടി വേലായുധേട്ടന്റെന്ന്യാ.

ഇനി പറയൂ, കുട്ടിക്കു മാസംതോറും എത്ര രൂപ ചെലവിനു കിട്ടണം?

പത്തുറുപ്യ.

എതിർവിസ്താരത്തിന് ചേറപ്പായി എഴുന്നേറ്റു.

മുൻകൂട്ടി കൂർപ്പിച്ച പെൻസിൽ കല്യാണിയുടെ നേരെ നീട്ടി.

കല്യാണിയുടെ അമ്മയുടെ പേര്?

കാർത്തു.

കാർത്തു കല്യാണം കഴിച്ചിട്ടുണ്ടോ?

ഇനിക്കറീല്ല.

അറിയണമെന്നില്ല. കല്യാണി അച്ഛനെ കണ്ടിട്ടുണ്ടോ?

ഇല്ല.

അച്ഛന്റെ പേര് അറിയാമോ?

ഇനിക്കറീല്ല. എന്തിനാ ഇപ്പൊ അതൊക്കെ ചോയിക്കണേ?

എന്നാൽ, മറ്റൊരു കാര്യം ചോദിക്കാം.

സത്യം പറയണം. അതിന്റെ രേഖകൾ എന്റെ കൈയിലുണ്ട്. കല്യാണിയുടെ അമ്മ കാർത്തു ഇപ്പോൾ ജയിലിലാണ്. അല്ലേ?

കല്യാണി പരിഭ്രമിച്ചു പറഞ്ഞു:

അതെ.

കല്യാണി താമസിക്കുന്ന വീട്ടിൽവച്ചു ചാരായം വാറ്റിയതിനാണു ശിക്ഷ. അല്ലേ?

അതെ.

ഏതായാലും ആ കേസ്സൊക്കെ കഴിഞ്ഞല്ലോ? ഇനി ഒരു കാര്യം ചോദിക്കാം. കല്യാണിയുടെ അമ്മയുണ്ടാക്കിയ ചാരായം കുടിക്കാൻ, രാത്രി ചിലരൊക്കെ വരാറുണ്ട്. കഴിഞ്ഞുപോയ കാര്യങ്ങളല്ലേ? ഇനി അതു പറയുന്നതുകൊണ്ട് കല്യാണിക്കു കുഴപ്പം ഒന്നുമില്ല. വരാറില്ലേ?

എന്നും വരാറില്ല. ചെലപ്പൊ മാത്രം.

അതെ. അങ്ങനെ ചിലപ്പോൾ. കല്യാണിയും, അവരുടെ മുമ്പിൽ ചാരായം കൊണ്ടുപോയി കൊടുക്കും?

ഇല്ല. ചാരായം ഞാൻ കൊടുത്തിട്ടില്ല.

പിന്നെ എന്താണ് കല്യാണി കൊടുക്കാറ്?

ചെലപ്പൊ കൂട്ടാൻ കൊണ്ടുകൊടുക്കും.

അവരിൽ ചിലർ രാത്രി അവിടെത്തന്നെ കിടക്കും. ഇല്ലേ?

പെരയ്ക്കകത്തൊന്നും കെടക്കില്ല.

പെട്ടെന്ന് ചേറപ്പായി, ഗൗൺ ഒന്നു കുടഞ്ഞു വലിച്ചിട്ട് ഒരു ചോദ്യം ഉറക്കെ, ഗൗരവത്തിൽ:

കല്യാണിക്ക് അവരിൽ ചിലരുമായി ലൈംഗികബന്ധം ഉണ്ടായിരുന്നു എന്നു ഞാൻ പറയുന്നു. നിഷേധിക്കാമോ?

കല്യാണി ഒന്നും മിണ്ടിയില്ല.

ഉടനെ ചേറപ്പായി കോടതിയോട് അഭ്യർഥിച്ചു: സാക്ഷിക്ക് ഉത്തരമില്ല എന്നു രേഖപ്പെടുത്തിയാലും.

പിന്നെ ചേറപ്പായി വളരെ മയത്തിൽ ഒരു ചോദ്യം:

ഞാൻ, കല്യാണിയെ, അധികം ചോദിച്ചു ചോദിച്ചു ബുദ്ധിമുട്ടിക്കുന്നില്ല. ഒരു ചോദ്യം കൂടി. കല്യാണി വിവാഹം കഴിച്ചിട്ടുണ്ടോ?

ഇല്ല.

ഈ കുട്ടി, കല്യാണിയുടെ ആദ്യത്തെ കുട്ടി അല്ലല്ലോ? ആദ്യത്തെ പ്രസവത്തിൽ ഒരു കുട്ടി ഇല്ലേ?

കല്യാണിയുടെ മുഖത്തു പരിഭ്രമം.

സത്യം പറയൂ കല്യാണി. ഒരു കുഴപ്പവും ഇല്ല. ആദ്യത്തെ പ്രസവത്തിൽ ഒരു കുട്ടി ഇല്ലേ?

ഉണ്ട്.

ആ കുട്ടിക്കു ചെലവിനു കിട്ടാൻ ഈ ഹർജിയിൽ അപേക്ഷിച്ചിട്ടില്ലല്ലോ?

ഇല്ല.

അപ്പോൾ, ആദ്യത്തെ കുട്ടിയുടെ അച്ഛൻ ഈ വേലായുധനല്ലല്ലോ?

അല്ല. ഈ കുട്ടീടെ അച്ഛൻ വേലായുധേട്ടനന്ന്യാ. ഒറപ്പാ.

ചേറപ്പായി ഉടനെ ഗൗരവത്തിൽ ഒരു ചോദ്യം:

ബഹുമാനപ്പെട്ട കോടതി കൽപ്പിച്ചു ഞാൻ ചോദിക്കുന്നു. ആദ്യത്തെ കുട്ടിയുടെ അച്ഛൻ ആരാണെന്നു പറയാമോ?

ചേറപ്പായി പ്രതീക്ഷിച്ചതിലും പെട്ടെന്നായിരുന്നു ഉത്തരം: ഞാൻ ചത്താലും പറയില്ല. ആരോടും പറേരുതന്നല്ലേ അന്ന് ഇന്നോടു പറഞ്ഞത്?

ചേറപ്പായിയുടെ സപ്തനാഡികളും തളർന്നു. ഒരു ഹൃദയസ്തംഭനത്തിൽ നിന്നും കഷ്ടിച്ചു രക്ഷപ്പെട്ടു. ആകെ വിയർത്തു. വായ് വരണ്ടു. വിയർത്ത കൈപ്പടംകൊണ്ടു നാക്ക് നനച്ചു. കാൽമുട്ടുകൾ പാണ്ടിമേളം കൊട്ടി.

പണ്ടു നിലാവുള്ള ഒരു രാത്രിയിൽ, പരന്നുകിടക്കുന്ന നെൽവയലുകൾക്കു നടുവിൽ, ദ്വീപുപോലെ ഒരു ചെറിയ തെങ്ങിൻപറമ്പ്. തുരുത്ത്. അതിൽ ഒരേ ഒരു ചെറ്റപ്പുര.

അന്നു രാത്രി, ആ പുരയിലേക്കു കടക്കുമ്പോൾ, ഇതു പോലെ കാലുകൾ വിറച്ചിരുന്നു.

പുലരാൻനേരത്ത് ആ ചെറ്റപ്പുരയുടെ മൂലയിൽ നിന്നും എഴുന്നേറ്റു പോരുമ്പോൾ താൻ പറഞ്ഞ വാചകം:

എന്തെങ്കിലും ഉണ്ടായാൽ, ഇന്റെ പേരൊന്നും പറയല്ലേട്ടാ, പണ്ടാറെ.

■

ഡോ. കൊച്ചുതൊമ്മി

കൊച്ചുറോതയിൽ ചേറപ്പായിക്കുണ്ടായ ആദ്യജാതൻ.

വിശുദ്ധതോമാച്ചന്റെ പേരിട്ടു.

തോമസ്.

വാത്സല്യത്തോടെ വിളിച്ചു:

കൊച്ചുതൊമ്മി.

നല്ല മാർക്കുകൾ വാങ്ങി കൊച്ചുതൊമ്മി വളർന്നു വരുന്നതു നോക്കി ചേറപ്പായി വളരെ ദുർലഭമായി ചെയ്യാറുള്ള ഒരു പ്രവൃത്തി ചെയ്തു.

കിടപ്പുമുറിയിൽവച്ച് കൊച്ചുറോതയെ കെട്ടിപ്പിടിച്ചു. പിന്നെ പതുക്കെപ്പറഞ്ഞു:

ഡേ കൊച്ചുറോതേ, മ്മക്ക്മ്മ്ടെ കൊച്ചുതൊമ്മീനെ ഡോക്ടറാക്കണം.

കൊച്ചുറോത ഒന്നു കുണുങ്ങിപ്പറഞ്ഞു:

അവനെ അപ്പോത്തിക്കിരി ആക്ക്യേ? വേണ്ട. അച്ചനാക്കണം. പിന്നെ മെത്രാനാവും. ഇന്റെ അപ്പൻ അങ്ങനെ നേർന്നട്ട്ണ്ട്.

ഫോ ശ്ലവെ, നന്റെ ഒരു അപ്പൻ. ന്നാ നന്റെ അപ്പനാവാരുന്നില്ലേ മെത്രാൻ?

കൊച്ചുറോത കരഞ്ഞു.

ചേറപ്പായി എണീറ്റോടി. ഓഫീസുമുറിയിലെ ചാരുകസേരയിൽ പോയി വീണു.

ആലോചിച്ചു.

കൊച്ചുതൊമ്മിയെ ഡോക്ടറാക്കണം.

പടിക്കൽ, ഡോക്ടർ തോമസ് സഖറിയ എന്ന ബോർഡ് ഒരു പടിക്കാലിൽ. മറ്റേ പടിക്കാലിൽ തന്റെ നെയിംബോർഡ്.

വീട്ടുമുറ്റത്തുതന്നെ പരിശോധനാമുറി പണിയണം.

ഹായ്!

ഡോക്ടർ തോമസിനെ കാണാൻ വരുന്ന രോഗികൾ. വക്കീൽ ചേറപ്പായിയെ കാണാൻ വരുന്ന നിയമരോഗികൾ.

എന്നും മുറ്റത്ത് ഒരു നല്ല ജനക്കൂട്ടം.

രണ്ടുപേർക്കും വളരെ ഗുണം.

സ്കൂൾഫൈനലിൽ ഒന്നാംക്ലാസ്സിനു മീതെ നല്ല മാർക്കു വാങ്ങി ജയിച്ച കൊച്ചുതൊമ്മിയെ കോളേജിൽ ചേർത്ത്, ഹോസ്റ്റലിലാക്കി. സാരോ പദേശങ്ങളും കൊടുത്തു. കള്ളുകുടിക്കരുതെന്നു പ്രത്യേകം ഉപദേശിച്ചു കണ്ണടച്ചിരുന്നു.

പ്രതീക്ഷിച്ചപോലെ കൊച്ചുതൊമ്മി സൽസ്വഭാവിയായി. അമിതമായ മാർക്കുകൾ കരസ്ഥമാക്കി ജൈത്രയാത്ര തുടർന്നു.

ആദ്യമൊക്കെ, കൊച്ചുതൊമ്മി എല്ലാ ആഴ്ച അവസാനത്തിലും വീട്ടിൽ എത്തിയിരുന്നു. പിന്നീട്, പിന്നീട് രണ്ടാഴ്ച, രണ്ടുമാസം കൂടുമ്പോഴായി.

കൊച്ചുറോത കരഞ്ഞു.

തൊമ്മി പറഞ്ഞു:

സ്പെഷ്യൽക്ലാസ്സ്, ട്യൂഷൻ, ബാസ്ക്കറ്റ്ബോൾ എന്നൊക്കെ.

കൊച്ചുതൊമ്മി മീശവച്ചു, വേഷവിധാനങ്ങളിൽ മാറ്റം.

കൊച്ചുറോത വീണ്ടും കരഞ്ഞു.

ചേറപ്പായി സമാധാനിപ്പിച്ചു.

യാദൃശ്ചികമായി ചേറപ്പായി തന്റെ സുഹൃത്തിന്റെ സഹോദരൻ, ആ കോളേജിലെ ലക്ചറെ കണ്ടു.

ആകസ്മികമായി കഥയറിഞ്ഞു.

കൊച്ചുതൊമ്മി ഒരു നല്ല വിദ്യാർത്ഥിയായിരുന്നു. സഹപാഠികൾക്ക് നല്ല ഒരു സുഹൃത്തും. സൽസ്വഭാവി.

നല്ല ഉയരവും, വെളുത്ത് സുഭഗനായും ഉള്ള കൊച്ചുതൊമ്മിയോട് കൂട്ടുകാരൻ പ്രസ്താവിച്ചു.

ആ പ്രസ്താവനയാണ് സകല കുഴപ്പത്തിന്റേയും തുടക്കം.

പേരുകേട്ട ഒരു ചലച്ചിത്രനടന്റെ അതേ ഛായയാണ് കൊച്ചുതൊമ്മിക്ക് എന്ന്.

സംശയിച്ച കൊച്ചുതൊമ്മിയോട് സുഹൃത്ത് പറഞ്ഞു:

ടാ, കുരിശേ, ഞാൻ സത്യാ പറഞ്ഞേ.

അല്ലെങ്കി നീ ആ സീപ്യന്തോണ്യോടൊന്ന് ചോദിച്ചോക്ക്യേ.

സി.പി. അന്തോണി അതാവർത്തിച്ചു പറഞ്ഞു.

ആ നടന്റെ പേരായി പിന്നീട് കോളേജിൽ കൊച്ചുതൊമ്മിക്ക്.

കൊച്ചുതൊമ്മി അതു വിശ്വസിക്കാൻ തുടങ്ങി. രഹസ്യമായി ആ നടൻ അഭിനയിക്കുന്ന സിനിമകൾ കണ്ടു. എന്നിട്ട് കണ്ണാടി നോക്കിയിരിക്കും.

ശരിയാണ്. പിന്നെ സംശയിച്ചില്ല.

മീശയും, വേഷവും, ഹെയർ സ്റ്റൈലും ആ നടന്റേതുപോലെയാക്കി. കിട്ടാവുന്ന സിനിമാമാസികകൾ മുഴുവൻ വാങ്ങി. സിനിമകൾ രണ്ടും, മൂന്നും പ്രാവശ്യം കണ്ടു.

പിന്നെ അധികസമയം വേണ്ടിവന്നില്ല. ആ നടൻ കൊച്ചുതൊമ്മിയെ ആവേശിച്ചു.

നടത്തം, നോട്ടം, സംസാരരീതി, സിഗരറ്റ് വലിക്കുന്ന സ്റ്റൈൽ എല്ലാം പെട്ടെന്നു സ്വായത്തമാക്കി.

പഠിപ്പിൽ ശ്രദ്ധ കുറച്ചു.

വളരെയേറെ കഠിനാദ്ധ്വാനം ചെയ്തപ്പോൾ തീരെ പഠിക്കാതിരിക്കാൻ സാധിച്ചു.

അപ്പോൾ, ആരാധികമാരുടെ വേലിയേറ്റം. പ്രേമലേഖനങ്ങൾ. നടനെപ്പോലെ കൊച്ചുതൊമ്മി എല്ലാവർക്കും മറുപടി അയച്ചു. പല പോസിലും ഫോട്ടോ എടുത്ത് ഒരു വലിയ ആൽബംതന്നെയുണ്ടാക്കി. ഒരു റിപ്പോർട്ടർക്ക് കുറെ കാശുകൊടുത്തു; കൊച്ചുതൊമ്മിയുടെയും, ആ നടന്റെയും രണ്ടു ഫോട്ടോകൾ പ്രസിദ്ധീകരിച്ചു. അടിയിൽ ഒരു കുറിപ്പും. 'ആരെന്നു തിരിച്ചറിയാമോ?'

ആരാധികമാരിൽപ്പെടാത്ത ഒരു പെൺകുട്ടിയെ വലിയ ഇഷ്ടം. വഴിയരികിൽ, പോസ്റ്റിൽ കാത്തുനിന്നു. പിന്തുടർന്നു സംസാരം തുടങ്ങി. ശല്യം സഹിക്കാതായപ്പോൾ, ഒരുരാത്രി, അവളുടെ സഹോദരൻ ഒരു ചെറിയ കൈപ്പെരുമാറ്റം നടത്തി. പിറ്റേദിവസം കൊച്ചുതൊമ്മി ആശുപത്രിയിൽ. ഒരു മഞ്ഞപ്പത്രം ആ വാർത്ത പ്രസിദ്ധീകരിച്ചു. കോളേജിൽ പോകാൻ കഴിയാതായി.

പിന്നെ പരീക്ഷ എഴുതിയില്ല.

ഭാഗ്യത്തിന്, ആ നടന്റെ ജീവിതത്തിലും, സിനിമയിലുമുള്ള മുടിഞ്ഞ മദ്യപാനം, കൊച്ചുതൊമ്മി സ്വന്തം ജീവിതത്തിലേക്കു പകർത്തിയില്ല.

ഇനി പഠിക്കുന്നില്ല എന്നായി.

ചേറപ്പായി ഷോക്കേറ്റു വിറച്ചു.

ഇനി എന്താ ഭാവം?

എനിക്കൊരു ഓട്ടോമൊബൈൽ വർക്ക്ഷോപ്പ് ഇട്ടുതരണം.

നിവൃത്തിയില്ലാതെ അത് ഏർപ്പാടാക്കി.

ഒരു മേൽനോട്ടം വേണമെന്ന് കൊച്ചുവർക്കിയോടു രഹസ്യം പറഞ്ഞു.

പ്രതീക്ഷയ്ക്ക് എതിരായി കൊച്ചുതൊമ്മി വർക്ക്ഷോപ്പ് നല്ല നിലയിൽ നടത്തി. പിന്നീടു പിന്നീട് ആ കുട്ടിക്ക് അതിലും താൽപര്യം കുറഞ്ഞു.

ഒരു ഒഴിവുദിവസം തള്ളിനീക്കാൻ ചേറപ്പായി നന്നേ വിഷമിച്ചു.

ആലോചിച്ചു. സ്വാമിയേയും കൂട്ടി പട്ടണത്തിൽ പോകാമായിരുന്നു. പക്ഷേ, സ്വാമി വെല്ലൂരിൽ. സ്വാമിയുടെ ഭാര്യയെ വിടാതെ പിടികൂടിയിരുന്ന അസുഖത്തിന്റെ ചികിത്സയ്ക്ക്. എത്രകാലമായി ഈ അസുഖം?

ചേറപ്പായി മാതാവിനെ നോക്കി.

മാതാവേ, ഞാനും സ്വാമിയും കൊറെ പാപം ചെയ്തിട്ടുണ്ട്. സമ്മതിച്ചു. അതിനൊക്കെ നനിക്ക് എത്ര മെഴ്തിരി കത്തിച്ചു തീർത്തിട്ടുണ്ട്? നനിക്ക് ഞങ്ങളോട് ഒരു കരുണേംല്ലെ? ആ സൂക്കേട് ഒന്നു മാറ്റിക്കൊടുത്തൂടെ?

മാതാവിന്റെ ശബ്ദം ഒഴുകിവന്നു:

സെഖര്യാവേ, സെഖര്യാവേ, മെഴുകുതിരികൾ മാത്രം പാപപരിഹാരമല്ലെന്ന് ഓർക്കുക. പത്തു കൽപനകൾ ലംഘിക്കാത്ത സത്യവിശ്വാസികൾ, ആത്മാവിൽ ദരിദ്രരത്രേ. സ്വർഗരാജ്യം അവർക്കുള്ളതാണ്.

മാതാവേ, ഞാൻ ഇവിടത്തെ കാര്യാ പറഞ്ഞത്. നന്റെ സ്വർഗത്തിലെ കാര്യല്ല. നിയ്യ് അവിട്ന്ന് എറങ്ങീട്ട്, ഈ ഭൂമീലൊന്ന് ജീവിച്ചുനോക്ക്. അപ്പൊ അറിയാം, അതിന്റെ ഒരു ബുദ്ധിമുട്ട്.

ചേറപ്പായി മുഖം കനപ്പിച്ചിരുന്നു.

പിന്നെ കല്യാണിയെ ഓർത്തു.

പരന്നുകിടക്കുന്ന നെൽവയലുകൾക്കകത്ത്, മനയ്ക്കലെ പറമ്പെന്നു വിളിക്കുന്ന ഒരു തുരുത്ത്. കേവലം ഒരു കുടികിടപ്പുകാരിയായ കല്യാണിക്ക്, അതിൽനിന്നും നിയമപ്രകാരം ലഭിക്കുക പത്തു സെന്റ് മാത്രം.

എന്നാൽ, അര ഏക്രയോളം വരുന്ന ആ തുരുത്ത്, മുഴുവൻ പാട്ടഭൂമിയാണെന്നു വാദിച്ച്, അതു കല്യാണിക്കു സ്വന്തമായിക്കൊടുത്തത്, തന്റെ കേസ്സു നടത്തിപ്പും, സ്വാമിയുടെ ബുദ്ധിയുമാണ്.

ആ ഒരൊറ്റ സൽപ്രവൃത്തിക്കുമാത്രം പതിച്ചുകിട്ടണം, തനിക്ക് സ്വർഗത്തിൽ പത്തുസെന്റെങ്കിലും.

ഇതൊന്നും കണക്കു പറയാതെതന്നെ തനിക്കു മാതാവ് തരേണ്ടതാണ്. മാതാവ് മെഴുകുതിരിക്കു കണക്കു പറയാറുണ്ടല്ലോ?

ചേറപ്പായി ഓർത്തു.

കുറച്ചു വർഷങ്ങൾക്കുമുമ്പ് ഈ ചാരുകസേരയിൽ കിടക്കുമ്പോൾ പടി തുറക്കുന്ന ശബ്ദം.

കല്യാണി!

ചേറപ്പായി കരഞ്ഞു.

മാതാവേ, കല്യാണി. രക്ഷിക്കണം. എന്തിനാണാവോ വരണേ.

മാതാവ് ഒരക്ഷരം മിണ്ടിയില്ല.

കല്യാണി വന്നു പറഞ്ഞു.

മോൻ പത്താംക്ലാസ് ജയിച്ചു.

ആരുടെ മോനെന്നു പറഞ്ഞില്ല.

ചേറപ്പായി ചോദിച്ചില്ല.

കല്യാണി കരഞ്ഞു പറഞ്ഞു:

ചെക്കന് ദുബായിപ്പോണത്രെ.

അതിനു കൊറെ കാശു വേണ്ടേ?

ഞാൻ ണ്ടാക്കാം.

എങ്ങനെ?

തുരുത്തുപറമ്പിന്റെ പകുതി ചോദിച്ചിട്ടാളു വന്നട്ട്ണ്ട്.

ആരാ? നന്റെ പഴേ വക്കീല് ജോർജ്കുട്ട്യാ? അവന് ഭൂമിക്കച്ചോടോം ണ്ടല്ലോ? അവനന്ന്യാവും.

അതെ.

എന്നാ കാശുകൊണ്ടാ. നോക്കാം.

കുറെനാൾ കഴിഞ്ഞ് കല്യാണി മേശപ്പുറത്ത് ഒരു പൊതി കൊണ്ടു വന്നുവച്ചു.

എണ്ണായിരം ണ്ട്. ബാക്കി പിന്നെ തരാം. ഓനെ ദുബായിക്കയ യ്ക്കണം.

ശരി. ഞാൻ നോക്കട്ടെ.

അവനെ ഇങ്ങട്ട് പറഞ്ഞയയ്ക്കട്ടെ?

ചേറപ്പായി വേഗം പറഞ്ഞു:

വേണ്ട. വേണ്ട. ഞാൻ ശര്യാക്കാം.

മേശപ്പുറത്തുവച്ച പൊതി ഒന്നു നോക്കുകപോലും ചെയ്യാതെ, കരച്ചിലിന്റെ അവസാനത്തെ തേങ്ങലുകൾ കൂടി അതോടൊപ്പം വച്ച്, കണ്ണീരൊപ്പി കല്യാണി പോയി.

കല്യാണിയുടെ ചെക്കൻ ദുബായിൽ പോയി.

അവിടന്ന് എത്ര വർഷം കഴിഞ്ഞു?

അപ്രതീക്ഷിതമായി വീണ്ടും കല്യാണി വന്നു.

ഗൾഫിന്റെ മുഖമുദ്രയുള്ള ഒരു പ്ലാസ്റ്റിക്ക് ബാഗ് കല്യാണി മേശപ്പുറത്തു വച്ചു.

ഇതെന്താ കല്യാണ്യേ?

നിക്കറീല്ലല്ലോ. ചെക്കൻ വന്നപ്പൊ കൊണ്ടന്നതാ. ചെക്കന് ഒന്നു കാണണമത്രെ. ചോയിച്ചട്ട് മതീന്ന് ഞാമ്പറഞ്ഞു. അപ്പോ ഇതു കൊണ്ടത്തരാൻ പറഞ്ഞു.

ചേറപ്പായി ഒന്നാലോചിച്ചു പറഞ്ഞു:

നാളെ വൈകുന്നേരം വന്നോട്ടെ.

കല്യാണി പോയി.

ചേറപ്പായി ദീർഘമായി ആലോചിച്ച്, ചിന്തയിലാണ്ടു.

കുറെ കഴിഞ്ഞ് പ്ലാസ്റ്റിക്ബാഗെടുത്തു കൈയിട്ടു. ആദ്യം പിടിച്ചത് കുപ്പിയുടെ കഴുത്ത്-വലിച്ചെടുത്തു-ഷിവാസ് റീഗൽ-ഭേഷ്!

ബാക്കി സാധനങ്ങൾ.

ഒരു ജപ്പാൻ സാരി. ഒരു സൂട്ടിനുള്ള കറുകറുത്ത വൂൾ മിക്സഡ് തുണി. വിൽക്കിൻസൺ ബ്ളെയിഡ്. റോത്ത്മൻ സിഗരറ്റ്. പെർഫ്യൂം.

ഫോറിൻ മെഴുകുതിരികളില്ലല്ലൊ?

ചേറപ്പായി മാതാവിനെ നോക്കി സങ്കടത്തോടെ പറഞ്ഞു:

അടുത്ത പ്രാവശ്യം.

സഞ്ചിയുമെടുത്ത് അകത്തുപോയി.

ഡേ, കൊച്ചുറോതേ ഇങ്ങട്വാ.

പെർഫ്യൂം നിറച്ച സ്പ്രേയുടെ കുപ്പി എടുത്ത് ഒരു ആക്രമണത്തിനു തയാറായി.

കൊച്ചുറോത മുന്നിൽ എത്തിയതും, സ്പ്രെ കൊച്ചുറോതയുടെ മാറിൽ പതിച്ചതും ഒപ്പം.

ഹായ് എന്തൊരു മണം?

ജാപ്പനീസ് സാരി എടുത്തുകൊടുത്തു.

ഹായ്, ഹായ് ഇതൊക്കെ ആരാ തന്നെ?

നന്റെ അപ്പൻ. പോയി ഉടുത്തുവാ, ശ്ശവേ.

കൊച്ചുറോത പോയപ്പോൾ, ഷിവാസ് റീഗൽ കുപ്പി തുറന്നു. ഫ്രിഡ്ജിൽ നിന്നും ഐസ് ക്യൂബ്സ് എടുത്തു ഗ്ലാസ്സിലിട്ടു. അതിന്റെ മീതെ ഷിവാസ് റീഗൽ ഒഴിച്ചു. സ്വർണനിറമുള്ള വിസ്കി. ഐസ് ക്യൂബുകൾ, പുരുഷൻ ആക്രമിക്കുന്ന അംഗനമാരെപ്പോലെ കിടന്ന്, രോമാഞ്ചം പൂണ്ടു.

ഒറ്റവലി.

ശോഷിച്ചു തളർന്നുകിടക്കുന്ന ഐസ്‌ക്യൂബുകളുടെ മുകളിൽ വീണ്ടും ഒഴിച്ചു. ക്യൂബുകൾക്കു വീണ്ടും ജീവൻ.

ജാപ്പനീസ് സാരി വാരിക്കുത്തി കൊച്ചുറോത മുന്നിലെത്തി.

ഒന്നാംതരം ഒരു ജാപ്പനീസ് സാരിയെ ഇത്രമാത്രം അപമാനിക്കുന്നതു കണ്ടു കുപിതനായ ചേറപ്പായി, ഗ്ലാസ്സുമുഴുവൻ വായിലേക്കെറിഞ്ഞ്, വായിൽ ക്കുടുങ്ങിയ ഐസുകഷണങ്ങൾ കടിച്ചു ഞെരിച്ച് അരിശം തീർത്തു.

പിറ്റേദിവസം വൈകുന്നേരം, ഒരു ചെറുപ്പക്കാരൻ തന്റെ മുന്നിൽ ഭവ്യതയോടെ വന്നുനിന്നു.

ഡബിൾമുണ്ട്, വെള്ളഷർട്ട്, ആറടി പൊക്കം, തൂവെള്ള നിറം, തുറ്റ്മുടി.

ഏതാനും നിമിഷങ്ങൾ അവർ മുഖാഭിമുഖം നിന്നു. പരിക്ഷീണനായി ചേറപ്പായി ചാരുകസേരയിൽ കിടന്നു പറഞ്ഞു:

ഇരിക്കൂ.

ഇരുന്നില്ല.

ആഗതൻ ഒരു ഷീഫേഴ്സ് പേന മേശപ്പുറത്തു വച്ചു.

എന്നാ തിരിച്ചു പോണെ?

രണ്ടുമാസം കഴിഞ്ഞ്.

അവിടെ?

ഒരു പീടിക ഉണ്ട്. അറബിയുടെ പേരിലാ.

നല്ല ലാഭം, ണ്ടാവും ല്ലെ?

ഉണ്ട്. ലാഭം കുറച്ചു കണക്കെഴുതും. ലാഭത്തിൽ പകുതി അറബിക്കു കൊടുക്കണെല്ലോ?

ചേറപ്പായി ചിരിച്ചു. ആലോചിച്ചു.

ചെക്കനു ബുദ്ധിയുണ്ട്.

പിന്നെ ദീർഘമായി ചിന്തിച്ചു ചോദിച്ചു:

ഒരു കാര്യം ചോദിക്കട്ടെ?

എന്തും ചോദിക്കാലോ.

ന്റെ കൊച്ചുതൊമ്മീനെ അറീല്യേ?

കേട്ടിട്ടുണ്ട്. നേരിട്ടു പരിചയല്ല.

അവനെ അങ്ങോട്ടയയ്ക്കാന്നു വിചാരിക്ക്യാ.

ചെക്കൻ കോളറിന്റെ അറ്റം കടിച്ചു മിണ്ടാതെ നിന്നു.

എന്താ മിണ്ടാത്തെ?

പഴയപോലെയല്ല ഇപ്പൊ അവിടെ.

മനസ്സിലാവ്ണ്ണ്ട്. കാശ് കൂടുതലാ. അതല്ലെ?

അതു സാരല്യ. ഞാൻ പിന്നെ അറീക്കാം.

ചെക്കൻ നടന്നകലുന്നതു നോക്കിയിരുന്നു.

അന്നു രാത്രി ചേറപ്പായി കൊച്ചുതൊമ്മിയോടു പറഞ്ഞു:

എടാ, നീ ദുബായിക്കു പൊക്കോ.

ഞാൻ പോണില്യ.

പിന്നെ?

ഇടയ്ക്കുകയറി കൊച്ചുറോത:

അവനെ ദുബായിക്കൊന്നും പറഞ്ഞയയ്ക്കണ്ട.

ചേറപ്പായിക്ക് ദേഷ്യം വന്നു.

എന്നാ നന്റെ അപ്പൻ ദത്തെടുത്തോട്ടെ.

പെട്ടെന്ന് കൊച്ചുതൊമ്മി അസന്ദിഗ്ദ്ധമായി പ്രഖ്യാപിച്ചു:

ഞാൻ അച്ചനാവാൻ നിശ്ചയിച്ചു.

കൊച്ചുറോത ചാടിയെണീറ്റു മകനെ കെട്ടിപ്പിടിച്ചു പറഞ്ഞു:

അതന്യാ ഇന്റെ അപ്പൻ നേർന്നേ, ഇന്റെ മോനേ.

ചേറപ്പായി ഓടി വിസ്കിക്കുപ്പിയെടുത്തു തലകീഴായി മറിച്ചു-

വർഷങ്ങൾക്കുശേഷം.

ഡോക്ടർ കൊച്ചുതൊമ്മി വീട്ടിൽ വന്നുകയറി. ളോഹയിട്ട്. അച്ചനായി.

ഡിവിനിറ്റിയിൽ ഡോക്ടറേറ്റ് എടുത്ത്.

■

അങ്കക്കോഴികൾ

ജനം തിങ്ങി കാടായ കോടതിവരാന്ത.

കോടതി കൂടാറായി.

ജനക്കൂട്ടത്തിന്നിടയിലൂടെ, തിക്കിയും തിരക്കിയും, തിരക്കിട്ടു കോടതി ഹാളിലേക്കു നടക്കുമ്പോൾ, പെട്ടെന്ന് ചേറപ്പായിയുടെ കഴുകൻ കണ്ണുകൾ ഒരു ദിക്കിൽ അരനിമിഷം മോഹാലസ്യപ്പെട്ടു.

ഒന്നര, മുണ്ട്, നേര്യത്. നല്ല വെളുപ്പ്. ചുണ്ടുകളിൽ പഴുത്ത കാന്താരി മുളക്. കുചാഗ്രങ്ങളിൽ, കൺകോണുകളിൽ, കാമബാണങ്ങൾ. ഒട്ടും അനുകമ്പയില്ലാതെ.

അതിൽ കൂടുതൽ സാമുദ്രികശാസ്ത്രഗവേഷണം സാധിച്ചില്ല. സഹിച്ചില്ല. വേഗം നടന്നു. സ്വാമിവക്കീലിന്റെ അടുത്തു ചെന്നിരുന്നു.

മജിസ്ട്രേട്ട് ബഞ്ചിൽ കയറി ആസനസ്ഥനായി.

പടുവൃദ്ധനാണെങ്കിലും, സർവീസ്ബുക്കിൽ അമ്പത്തിനാലു വയസ്സു മാത്രം പ്രായമുള്ള പ്യൂൺ കുട്ടികൃഷ്ണൻ നായർ, കോടിമുണ്ടു ചീന്തുന്ന ശബ്ദത്തിൽ ഉറക്കെ വിളിച്ചു. മൂന്നു പ്രാവശ്യം.

ഹരജിക്കാരുണ്ടോ?

സ്വാമിവക്കീൽ എഴുന്നേറ്റുനിന്നു ബോധിപ്പിച്ചു:

യുവർ ഓണർ, ഞാൻ ഒരു പ്രൈവറ്റ് കംപ്ലയിന്റ് ഫയൽ ചെയ്യുന്നുണ്ട്.

ആ അന്യായത്തിന്റെ അസ്സലും, പകർപ്പും, വക്കാലത്തും, സാക്ഷിപ്പട്ടികയും അടങ്ങുന്ന കടലാസ്സുകെട്ട് പ്യൂണിനെ ഏൽപിച്ചു. പ്യൂൺ അത് മജിസ്ട്രേട്ടിന്റെ മുമ്പാകെ ചുമടിറക്കി.

പ്യൂൺ കുട്ടികൃഷ്ണൻനായർ ഉറക്കെ വിളിച്ചു:

അന്യായക്കാരി പാറുക്കുട്ടിയമ്മ.

ചേറപ്പായിയുടെ കണ്ണുകൾ കോടതിവാതിൽക്കൽ ഒട്ടി.

കോടതിവരാന്തയിൽ തിങ്ങിക്കൂടിയ പരപുരുഷന്മാരുടെ ദേഹത്തെങ്ങാനും ഒന്നു മുട്ടിയാൽ, പാതിവ്രത്യം പൊട്ടിപ്പോകുമെന്നു ഭയന്ന്,

അവരെ തൊടാതെ, *ഉണ്ണിപ്പിണ്ടി കത്തിച്ചു പിടിച്ച്, ഞെങ്ങിഞെരുങ്ങി പ്രവേശിച്ച്, നമ്രശിരസ്ക്കയായി നിന്നു പാറുക്കുട്ടിയമ്മ.

ചേറപ്പായി കൺകുളിർക്കെ നോക്കിയിരുന്നു.

അതുകണ്ട് ബെഞ്ച്ക്ലാർക്ക് സൗദാമിനി, അരിശത്തോടെ ചേറപ്പായിയെ നോക്കി. ചേറപ്പായി അന്യസ്ത്രീകളെ നോക്കുന്നത് എന്തുകൊണ്ടോ സൗദാമിനിക്ക് ഒട്ടും സഹിക്കില്ല.

എഴുന്നേറ്റുനിൽക്കുന്ന വെങ്കിടിസ്വാമിയെ ചേറപ്പായി ഒന്ന് ഊന്നിക്കുത്തി.

സ്വാമി ഉടനെ ഗൗരവത്തിൽ:

ശ്ലി–കീപ്പ് ക്വയറ്റ്.

ചേറപ്പായി പാറുക്കുട്ടിയമ്മയെ ശ്രദ്ധിച്ചു.

കസവുമുണ്ട്, ചുവപ്പു റൗക്ക, കസവിന്റെ നേര്യത്. ഒന്നര മുറുക്കിയുടുത്ത് നിതംബങ്ങൾക്കു ബ്രാ!

പിന്നെ അനോട്ടമിക്കായി ശ്രദ്ധിച്ചു.

നേര്യതും, റൗക്കയും, കസവുമുണ്ടും ഓരോന്നോരോന്നായി അപ്രത്യക്ഷമാക്കി. അപ്പോഴും ബാക്കിനിൽക്കുന്നു കാശുമാല, സ്വർണവളകൾ, ചുവപ്പു കമ്മൽ. ഇനി സ്വർണ അരഞ്ഞാണം ഉണ്ടോ ആവോ? ആരിവൾ? ആയിരം തിരിയിട്ടുകത്തിച്ച നിലവിളക്കോ?

വൃദ്ധനും പരമഭക്തനുമായ പാവുണ്ണിവക്കീൽ, പാറുക്കുട്ടിയമ്മയെ ഒന്നു നോക്കി, തലതിരിച്ചു. കണ്ണടച്ചു. രഹസ്യമായി കുരിശുവരച്ചു.

വാദിയുടെ മൊഴിയെടുക്കാൻ ഇന്നു സമയം കിട്ടില്ല. അവർ നാളെ വരട്ടെ എന്നു മജിസ്ട്രേട്ട്.

ചേറപ്പായിക്കു സന്തോഷം. ആലോചിച്ചു.

അങ്ങനെതന്നെ. നാളെയും സമയം കിട്ടരുത്. പാറുക്കുട്ടിയമ്മ എന്നും കോടതിയിൽ വരുമാറാകട്ടെ.

ലഞ്ചിനു പിരിഞ്ഞപ്പോൾ ചേറപ്പായി കോഡു ഭാഷയിൽ സ്വാമിയോടു ചോദിച്ചു:

സ്വാമി അന്യായമൊക്കെ ശരിക്കു പഠിപ്പിച്ചില്ലേ?

ഉം...

എതിർവിസ്താരം ചെയ്യുമ്പോൾ തെറ്റാതെ ഉത്തരം പറയുമോ?

ഒന്നുകൂടി പഠിപ്പിക്കണം.

---

* ഉണ്ണിപ്പിണ്ടി കത്തിച്ച് = നൂറുശതമാനം, ശാരീരികമായും മാനസികമായും പതിവ്രതയായ സ്ത്രീക്കു മാത്രമേ വാഴയ്ക്കകത്തുള്ള പച്ച ഉണ്ണിപ്പിണ്ടി കത്തിക്കാൻ സാധിക്കുള്ളൂ എന്നാണു ശാസ്ത്രം. ഉണ്ണിപ്പിണ്ടി ആളിക്കത്തുമത്രേ! ആർക്കും അതു പരീക്ഷണവിധേയമാക്കാം.

ഞാൻ സഹായിക്കാം.

ഉം... പാക്കലാം.

ഞാൻ എപ്പഴാ വരണ്ടേ? കുറിപ്പ് അയച്ചാമതി.

ഉം... പാക്കലാം.

വെങ്കിടിസ്വാമിയുടെ മഠത്തിന് അപ്പുറം സ്വാമിക്ക് ഒരു പുറംപറമ്പുള്ളതിൽ, ഓല മേഞ്ഞ ഒരു ഔട്ട് ഹൗസ്. കയറിച്ചെല്ലുന്നതു തളത്തിലേക്ക്. ഇരുവശം രണ്ടു മുറികൾ. തളത്തിൽ ഒരു ചാരുകസേര, മേശ, കസേരകൾ. രണ്ട് അലമാരി നിറയെ നിയമപുസ്തകങ്ങൾ. ഒഴിവു ദിവസങ്ങളിൽ സ്വാമി ഉപയോഗിക്കുന്ന പുര.

ആരുടേയും ശല്യമില്ലാതെ, ശ്രദ്ധിച്ചു തയ്യാറാക്കേണ്ട അന്യായം, പത്രിക, പ്രസംഗത്തിനുള്ള നോട്ട്സ്, എല്ലാം ഇവിടെ ഏകാഗ്രതയിലാണ്ടു പഠിച്ചു കണ്ണടച്ചു കിടന്ന് ആലോചിക്കും. ഇടയ്ക്ക് കണ്ണുതുറന്ന് എഴുതും.

ചില കക്ഷികൾക്ക് വെങ്കിടിസ്വാമിയെക്കണ്ട് ഒറ്റയ്ക്കു സംസാരിക്കേണ്ട കാര്യങ്ങളുണ്ട്. പുനഃസ്ഥാപിക്കയോ, വിച്ഛേദിക്കയോ ചെയ്യേണ്ടതായ വിവാഹബന്ധങ്ങൾ, അതിഗൂഢമായ മരണപത്രങ്ങൾ, നിരോധനാജ്ഞകൾ, പാർട്ട്ണർഷിപ്പ് വ്യവസ്ഥയിന്മേൽ ഓട്ടാവുന്ന ബിസിനസ്സ്. ബസ്സ്. ഏതായാലും ഒരു കടുകിട പഴുതില്ലാതെ അതെല്ലാം കൈകാര്യം ചെയ്യുന്നത് ഇവിടെ.

മഠത്തിന്റെ മുറ്റത്തുള്ള റെഗുലർ ഓഫീസിൽ പ്രധാന ഗുമസ്തനും, രണ്ടു കുട്ടിഗുമസ്തരും എഴുത്തുതന്നെ എഴുത്ത്.

ഏതെങ്കിലും കക്ഷി സ്വാമിയെ ഒറ്റയ്ക്കു കാണണമെന്നു പറഞ്ഞാൽ വലിയ ഗുമസ്തൻ ചെറിയതോതിൽ ഒരു എതിർവിസ്താരം. തൃപ്തിയായാൽ മാത്രം സ്വാമിയുടെ അടുത്തേക്ക് അയയ്ക്കും. അല്ലാതെ, സ്വാമിയുടെ അടുത്തേക്കു ചെല്ലാൻ പാടില്ല എന്നു നിയമം.

നിയമത്തിന്നതീതൻ ചേറപ്പായി.

ചേറപ്പായി കാത്തിരുന്നു മടുത്തു. മണി പതിനൊന്നര കഴിഞ്ഞു. ഇന്ന് ഒഴിവുദിവസം. സ്വാമിയുടെ കുറിപ്പെത്തിയിട്ടില്ല. ദേഷ്യംവന്നു. പരമരഹസ്യമായി കുറച്ചു വിസ്കി കഴിച്ചു. പിന്നെ കുപ്പി ബാഗിൽ ഒളിപ്പിച്ചു. കൊച്ചു റോതയോട് ഒന്നും പറയാതെ, മാതാവിന് ഒരക്ഷരം സംസാരിക്കാൻ ഇടം കൊടുക്കാതെ ധൃതിയിൽ പുറത്തിറങ്ങി നടന്നു.

സ്വാമിയുടെ പുറംപറമ്പിലെ മണ്ണു ചവുട്ടിമെതിച്ചു തളത്തിൽ കയറി മുഖത്തു രൗദ്രഭാവം വരുത്തി.

സ്വാമി ചാരുകസേരയിൽ നിർദ്ദാക്ഷിണ്യം തളർന്നു കിടപ്പ്.

നിയന്ത്രിക്കാനാകാത്ത ദേഷ്യം ചേറപ്പായിയുടെ മൂക്കിന്റെ തുമ്പിൽ വന്നു നിന്നു, അവിടെയും നിൽക്കാതെ പോലീസ്നായയെപ്പോലെ, അടഞ്ഞു കിടക്കുന്ന വാതിലുകളിൽ മണംപിടിച്ചു വിറച്ചു നിന്നു.

സ്വാമി തണുത്ത സ്വരത്തിൽ:

ഇരിക്ക്.

ഇരിക്കില്ല.

നിന്റെ ബാഗിൽ?

അതറിയാനാ ഇപ്പൊ തെരക്ക്? ഒന്നൂല്ല.

റൊമ്പ കഷ്ടം.

സ്വാമി സവിസ്തരം ഒഴക്ക് പൊടിയെടുത്തു.

പരിപൂർണ നിശ്ശബ്ദത.

സ്വാമീ, ഞാൻ പുവ്വാ.

പൊയ്ക്കൊ.

അപ്പോൾ ചേറപ്പായി ഇരുന്നു. ആലോചിച്ചു. വേണോ? വേണ്ടേ? അവസാനം ഒരു തീരുമാനത്തിൽ എത്തി. ബാഗിന്റെ സിബ്ബ് വലിച്ചൂരാൻ തുടങ്ങുക യായിരുന്നു.

അപ്പോൾ പുറത്ത് മൃദുപാദവിന്യാസം.

വാതിൽക്കൽ പാറുക്കുട്ടിയമ്മ.

പാറുക്കുട്ടിയമ്മ ഒന്നു പുഞ്ചിരിച്ചു.

ചേറപ്പായി വിസ്തരിച്ചു ചിരിച്ചു. സ്വാമിയെ നോക്കി പറഞ്ഞു:

സ്വാമീ, നമ്മുടെ കക്ഷി.

നമ്മുടെയല്ല. എന്റെ കക്ഷി.

ചേറപ്പായി അസഹ്യതയോടെ കക്ഷിയെ നോക്കി.

അപ്പോൾ പാറുക്കുട്ടിയമ്മയുടെ പുറകിൽ, മാറുമറയ്ക്കാത്ത ഒരു അരോഗദൃഢഗാത്രൻ.

ചേറപ്പായിയുടെ സപ്തനാഡികളും തളർന്നു. വേഗം ബാഗിന്റെ സിബ്ബ് വലിച്ചുപൂട്ടി, തലതാഴ്ത്തിയിരുന്നു.

പാറുക്കുട്ടിയമ്മയുടെ മിനുസമുള്ള ശബ്ദം.

സ്വാമീ, ഇന്റെ ഭർത്താവ്. ലീവില് വന്നതാ. പട്ടാളത്തിലാ.

ചേറപ്പായി ഒന്നുവിറച്ചു. ടിയാനെ ഒന്നുനോക്കി.

പട്ടാളം ദീർഘമായി ഒന്നു ശ്വസിച്ച്, മാംസപേശികൾ എറ്റൻഷനി ലാക്കി, കൈകെട്ടിനിന്നു.

ചേറപ്പായിക്ക് ഓടിരക്ഷപ്പെടണമെന്നു തോന്നി.

പട്ടാളം കർക്കശശബ്ദത്തിൽ:

കേസ്സ് ജോറാക്കിനടത്തണം. പീസ്സ് എത്രവേണംച്ചാൽ ഞാൻ തരും.

ചേറപ്പായി എണീറ്റു.

അപ്പോൾ പാറുക്കുട്ടിയമ്മ ഭർത്താവിനോട്:

ഇതും വക്കീലാ.

ഉടനെ പട്ടാളം:

എന്നാ നമുക്ക് ഈ വക്കീലും വേണം. രണ്ടാളും കൂടി കേസ്സ് പൊടിപൊടിക്കണം.

ചേറപ്പായിക്ക് സന്തോഷമായി.

എന്നാ പാറുകുട്ടിയമ്മ ഇന്റെ ആഫീസ്സില് വന്ന് കടലാസ്സൊക്കെ ഒപ്പിട്ടു തരണം. അപ്പൊ സ്വാമീ ഞാൻ പോട്ടെ.

സ്വാമി എന്തെങ്കിലും പറയുന്നതിനുമുമ്പ് ചേറപ്പായി ബാഗും തൂക്കി ഇറങ്ങിനടന്നു.

എന്താണ് പാറുക്കുട്ടിയമ്മ വരാത്തത് എന്നോർത്ത് ചേറപ്പായി തന്റെ ഓഫീസ്സിൽ വിഷമിച്ചിരുന്ന ദിവസങ്ങൾ അനവധി.

ആ ദുഷ്ടൻ സ്വാമി ഉപദേശിച്ചിട്ടുണ്ടാവും, ഇന്റെ ആഫീസ്സില് വര ണ്ടാന്ന്.

ഒരു ദിവസം കാലത്ത് തന്റെ വക്കീലാപ്പീസ്സിന്റെ വാതിൽക്കൽ നിറഞ്ഞു നിൽക്കുന്നൂ ഒരുത്തി, വിസ്താരമേറിയ അരക്കെട്ട് അകത്തു കടത്താനാകാതെ. ശരീരം വെണ്ണ. നിറം നെയ്യ്.

വരൂ, വരൂ, അകത്തുവരൂ.

കട്ടിളക്കാലുകളിൽ അരക്കെട്ടമർത്തി സ്ക്വീസ്സ് ചെയ്ത് ഒരുവിധം കടന്നു. അടിവച്ച് നടന്നടുക്കുമ്പോൾ, ഓരോ ചുവടിലും ഭരതനാട്യം. ചേറപ്പായിയുടെ മസ്തിഷ്ക്കത്തിൽ സംഹാരതാണ്ഡവം.

തവിട്ടുനിറത്തിലുള്ള ഒരു കടലാസുകഷണം മേശപ്പുറത്തു വച്ചു. നേരിയ ഗദ്ഗദത്തിൽ:

വക്കീലേ, പോലീസ്സ് തന്നതാ. നാളെ കോടതീല് ഹാജരാവണെന്ന് പറഞ്ഞു. വക്കീലെ, ഞാൻ ഒരു കുറ്റോം ചെയ്തിട്ടില്ല. കള്ളക്കേസ്സാ. രക്ഷിക്കണം.

പിന്നെ ഒരു രണ്ടുമൂന്ന് തേങ്ങൽ.

ചേറപ്പായി കോടതിസമൻസ് എടുത്ത് ഗൗരവത്തിൽ നോക്കി, അതേ ഗൗരവത്തിൽ:

ഇതിൽ പറയുന്ന കത്രീന നിങ്ങളാണോ?

അതെ.

ഉം. കുറച്ചു ബുദ്ധിമുട്ടുള്ള വകുപ്പുകളാണല്ലോ? എന്താണ്ടായേ?

അതേയ്, അവളേയ്, അവള്... ഞാൻ പറേണില്യ. ആ യക്ഷിപ്പാറു ഇന്റെ പേരില് കള്ളക്കേസ്സുണ്ടാക്കീതാ.

ആരാ ഈ യക്ഷിപ്പാറു?

പാറുക്കുട്ടീമ്മാന്നാ ശരിക്കുള്ള പേര്.

ഓ, മനസ്സിലായി. പാറുക്കുട്ടിയമ്മ.

ചേറപ്പായിക്ക് സന്തോഷം. പാറുക്കുട്ട്യമ്മേനെ, സാക്ഷിക്കൂട്ടിൽ നിർത്തി, വിയർപ്പിച്ച് എതിർവിസ്താരം ചെയ്ത് നിഗ്രഹിക്കും. സ്വാമിക്ക് ഒരു നല്ല പാഠോം.

എല്ലാം പറയൂ.

ഞങ്ങള് അയലക്കാ. ഇനിക്ക് വക്കീലേ രണ്ടു ആടുങ്ങളുണ്ട്.

എന്ത്? കത്രീനയ്ക്കു ആണുങ്ങളോ?

കത്രീന ഒന്നു കുണുങ്ങി. മുഖത്ത് ശൃംഗാരം തിരതല്ലി. അപ്പോൾ ചേറപ്പായിയുടെ നോട്ടം ചെന്നെത്തിയ ശരീരഭാഗം ഒന്നു മറയ്ക്കാൻ കത്രീന ഒരു വൃഥാശ്രമം, രണ്ടു കൈകൊണ്ട്.

ചേറപ്പായി ആലോചിച്ചു. രണ്ടു കൈകൾകൊണ്ടു മറയില്ലല്ലോ? എന്റെ കൈകൾ കടംതരാമല്ലോ?

എന്താ വക്കീലേ ഇങ്ങനെ ചോയിക്കണെ? ആണുങ്ങളല്ല വക്കീലേ, ആടുങ്ങൾ. ഞാൻ അവൾക്ക് നിത്യോം രണ്ടുനാഴി പാല് കൊടുക്കും. കാശു തരാണ്ടായപ്പൊ ഞാൻ അത് ചോദിച്ചു. അതിന് ഇന്നെപ്പറഞ്ഞ ചീത്ത വാക്കിന് കൈയും കണക്കൂല്ല. ഞാൻ അതിന്റെ പത്തെരട്ടി കൊടുത്തു. അപ്പോ, അവള് എന്താ ചെയ്തേന്നാ...

പറയൂ, വക്കീലിനോടും, ഡോക്ടറോടും എല്ലാം തുറന്നുപറയണം.

കത്രീന ഇടവും വലവും നോക്കി ചേറപ്പായിയുടെ അടുത്തു വന്നു രഹസ്യം പറഞ്ഞു:

അവളു മുണ്ടു പൊക്കിക്കാട്ടി! സഹിക്കോ?

അത് മനസ്സിൽക്കണ്ട് ചേറപ്പായി:

സഹിക്കില്ല. ഇനിക്ക് ഒട്ടും.

നമുക്ക് അങ്ങനെ ചെയ്യാൻ പറ്റോ വക്കീലെ? നമ്മള് ക്രിസ്ത്യാന്യോ ളല്ലെ?

ചേറപ്പായി, കത്രീനയുടെ ഞൊറിയിട്ടുടുത്ത അഞ്ചു മുഴം മുണ്ട് നോക്കി പൊട്ടിത്തരിച്ചു.

ക്രിസ്ത്യാനിപ്പെണ്ണുങ്ങൾക്ക് അതു പറ്റില്ലല്ലോ?

ഞാനപ്പൊ അവളെ ഒരു കല്ലേറ് അങ്ങട്ട് നടത്തി. ഒന്നും അവൾടെ മേല് കൊണ്ടട്ടില്ലാട്ടാ. അത്രേണ്ടായത്. വക്കീലേ, ഇനിക്കിന്റെ പാലിന്റെ കാശ് കിട്ടണം. പിന്നെ അവൾടെ പേരില് മാനനഷ്ടത്തിന് ഒരു കേസ്സും. കെടക്കട്ടെ അവള് ജയിലില്.

എല്ലാം ശര്യാക്കാം. നാളെ രണ്ടു ജാമ്യക്കാരേം കൊണ്ട് വരണം.

പിറ്റേന്ന് കത്രീനയുടെ ഭാഗം വക്കാലത്ത് കൊടുത്തപ്പോൾ, പാറുക്കുട്ടിയമ്മ ചേറപ്പായിയേയും, സ്വാമിയേയും, രൂക്ഷമായി, മാറിമാറി നോക്കി. പിന്നെ കത്രീനയെ ഒരു നോട്ടം. കത്രീന നിൽക്കുന്ന പ്രതിക്കൂടിന്റെ അഴികൾ ഭസ്മം!

പാറുക്കുട്ടിയമ്മ വേർസസ് കത്രീന എന്ന പ്രമാദമായ കേസ്, പല കാരണങ്ങളും പറഞ്ഞ്, പല പ്രാവശ്യം നീട്ടിനീട്ടിപ്പോയി.

ഓരോ പ്രാവശ്യം നീട്ടുമ്പോഴും, പാറുക്കുട്ടിയമ്മ, സ്വാമിയോട്:

നടക്കട്ടെ, നടന്നു നടന്ന് അവൾക്ക് മതിയാവട്ടെ.

അതുതന്നെ കത്രീനയും:

നടക്കട്ടെ, അവളും അവൾടെ കള്ളസാക്ഷ്യോളും നടക്കട്ടെ. വക്കീലേ, അവളെ നല്ലപാഠം പഠിപ്പിക്കണം ട്ടാ.

ചേറപ്പായി ഉറക്കെ ചിരിച്ചു.

നടന്നു നടന്ന് തോറ്റട്ട് പാറു അന്യായം പിൻവലിക്കും. അപ്പൊ കൊടക്കണം മാനനഷ്ടം. അതുപോരേ കത്രീനെ?

അതന്നെ വക്കീലേ, അതന്നെ വേണം.

പിന്നെ കത്രീന ഒന്നു കുണുങ്ങി.

പിന്നെ വക്കീലേ, ആ യക്ഷിപ്പാറൂന്റെ വക്കീല് സാമീല്ലെ? ഞാനറീം. പണ്ട് സാമീടെ മഠത്തില് അതികാലത്ത് ഞാനാ മിറ്റടിച്ചിര്ന്നേ. അന്ന് ഞാൻ ചെറുപ്പാ. പാവാടേം ബ്ലൗസ്സും. സാമീം ചെറുപ്പാ. കോളേജില് പഠിക്കാ. അന്ന് സ്വാമി എത്രനേർത്ത്യാ എണീക്കാന്നാ?

ചേറപ്പായിക്ക് ദേഷ്യംവന്നു.

ഒരു ഒഴിവുദിവസം. സ്വാമിയുടെ ഓലപ്പുരയിൽ ചേറപ്പായിയും സ്വാമിയും വർത്തമാനം, വിസ്കി.

പുറത്ത് കാൽപ്പെരുമാറ്റം.

ചേറപ്പായി ഒന്നു നോക്കി.

തളത്തിൽ കത്രീന നിറഞ്ഞുനിൽപ്!

ചേറപ്പായിക്ക് കഠിനമായി ദേഷ്യംവന്നു.

നന്നോടാരാ ഇവടെ വരാൻ പറഞ്ഞേ? ഇന്നെ കാണാൻ ഇന്റെ ആപ്പീസില്.

ഞാൻ സാമീനെ കാണാൻ വന്നതാ. രണ്ടാളൂണ്ടല്ലൊ ഇപ്പൊ ഇവടെ.

കത്രീന സ്വാമിയുടെ മുമ്പിൽ കാഴ്ചവെച്ചു, ഒരു സഞ്ചിനിറയെ മുരിങ്ങക്കായ.

ദേഷ്യം സഹിക്കാനാകാതെ ചേറപ്പായി അലറി:

എടുത്തോണ്ടുപോ ഇത്. ഇവടെ നിക്കണ്ട. പൊക്കൊ വേഗം.

ഡാ ചേറപ്പാ ക്ഷമിക്ക്.

കത്രീന പതുക്കെ പറഞ്ഞു:

വക്കീല് ദേഷ്യപ്പെടാണ്ടിരിക്ക്. ഇനിക്ക് സാമി വക്കീലിനോടു കൊറെ കാര്യങ്ങള് പറഞ്ഞുകൊടുക്കാനുണ്ട്.

അപ്പോൾ അവിടെ വെള്ളിടിവെട്ടി.

ആ, പറഞ്ഞു കൊടുക്കെടീ. കൊടുക്ക്. കൊടുത്തോടീ.

ചേറപ്പായി ഞെട്ടി വിറച്ച് നോക്കി.

സ്വാമി കുറിയ വട്ടക്കണ്ണുകൾ ഒന്നുകൂടി കുറുക്കി നോക്കി.

വാതിൽക്കൽ സംഹാരരൂപിണി. പാറുക്കുട്ടി!

പാറുക്കുട്ടിയമ്മ അടിവച്ച്, അടിവച്ച് നടന്ന് കത്രീനയുടെ മുന്നിലെത്തി. മുണ്ടിന്റെ കോന്തല നിർദാക്ഷിണ്യം പൊക്കി അരയിൽ കുത്തി.

കത്രീന ക്രൂരമായി മുടിയഴിച്ചു കെട്ടി യുദ്ധം പ്രഖ്യാപിച്ച് എതിരെ നിന്നു.

നാലു കണ്ണുകൾ, നാലു മുലകൾ തെറിച്ച് വിറച്ചു നിന്നു. ഏതാനും നേരം വാക്കുകൾ കിട്ടാതെ.

വാക്കുകൾ ആദ്യം കിട്ടിയത് പാറുക്കുട്ടിയമ്മയ്ക്ക്.

എഡീ, ഒരുമ്പെട്ടോളേ, ഇറങ്ങടീ പുറത്ത്.

കത്രീനയുടെ ഊഴം:

നിയ്യാരടി ഇന്നോട് എറങ്ങാൻ പറയാൻ. തേവിടിച്ചീ...? ഇയ്യും ഉരുക്കി ഒഴിക്കണം.

പദാനുപദം മൂർച്ചയേറിവന്നു.

കണക്കില്ലാത്ത പര്യായപദങ്ങൾ.

അതിൽ ചിലത് വക്കീലന്മാർക്കും.

ചേറപ്പായി നനഞ്ഞ എലിപോലെ വിറച്ചു. ശ്വാസമടക്കിയിരുന്നു.

വെങ്കിടിസ്വാമി എല്ലാം ആസ്വദിച്ച്, പൊടിക്കുപ്പി കൈയിൽ കമഴ്ത്തി.

ഡാ ചേറപ്പാ, നമുക്കറിയാവുന്നതിൽ കൂടുതൽ പദങ്ങൾ ഇവർക്കറിയാമല്ലോ? വണ്ടർഫുൾ പെർഫോമൻസ്.

സ്വാമീ, എന്താ ഈ പറയണേ?

ഛെ, സമാധാനമായിരിക്ക്. ഇവരുടെ വൊക്കാബ്യുലറി കഴിയാറായി. ഇനിയാണ് ക്ലൈമാക്സ്. അവർ ഇനി ചെയ്യാൻ പോകുന്നത് കണ്ണുവെട്ടാതെ നോക്ക്. ഇറ്റ് വിൽ ബി എ ഫെന്റാസ്റ്റിക് സീൻ.

സ്വാമിക്ക് പ്രാന്താ.

ചേറപ്പായി ചാടിയെണീറ്റു ഗർജിച്ചു.

നിർത്ത്.

രണ്ടുപേരും അനങ്ങാതെ നിന്നു.

സ്വാമിക്ക് ദേഷ്യം വന്നു.

ഡാ ചേറപ്പാ, യു സ്പോയിൽഡ് എവരിതിങ്, ഹോ, വാട്ട് എ സ്റ്റുപ്പിഡ് എൻറീ ക്ലൈമാക്സ്?

ചേറപ്പായി ഒന്നും ശ്രദ്ധിച്ചില്ല.

എടീ കത്രീനേ, നനിക്കെന്താ വേണ്ടെ?

ഇന്റെ പാലിന്റെ കാശ്. പിന്നെ ഇന്റെ മാനനഷ്ടൂംണ്ട്.

പാറുക്കുട്ടിയമ്മ സ്വാമിയുടെ അടുത്തു ചെന്നു.

സാക്ഷികളേംകൊണ്ട് കോടതീൽക്ക് നടന്നിട്ട് ഇനിക്ക് കൊറെ കാശാ യിട്ടുണ്ട്. സാമീ, ഇവള് ഇന്റെ സാക്ഷികളെ ഒക്കെ പാട്ടിലാക്കി. അത് പറയാനാ ഞാൻ വന്നേ. അപ്പോ ഇവടെ, ഇവള്...

സാരല്ല പാറൂ. നിനക്ക് കേസ് നടത്തിയ നഷ്ടം. കത്രീനയ്ക്ക് പാലിന്റെ നഷ്ടം. അത്രയല്ലേ ഉള്ളൂ. അതു രണ്ടും പൊരുത്തപ്പെട്ട് നമുക്ക് കേസ് രാജിയാക്കാം. എന്താ, പോരേ?

പാറുക്കുട്ടിയമ്മ കുറച്ചുനേരം ആലോചിച്ചു. കത്രീനയുടെ അടുത്തു ചെന്ന്:

അതു മതി കത്രീനേ. കോടതീൽക്ക് നടന്നു നടന്ന് തോറ്റു.

കത്രീന വളരെ വൈകി ഒന്നു പുഞ്ചിരിച്ചു.

അതു മതി. കോടതീൽക്ക് നടന്നട്ട് ഇനിക്കും മത്യായി. നമ്മള് അയല ക്കല്ലെ?

രാജിഹർജി കൊടുത്തപ്പോൾ മജിസ്ട്രേട്ട് പറഞ്ഞു: തൊട്ട അയൽ ക്കാർ. ഇവർ ഇങ്ങനെ രമ്യതയിൽ പോകുന്നതിൽ കോടതിക്ക് വളരെ സന്തോഷമുണ്ട്.

സ്വാമി എഴുന്നേറ്റുനിന്നു പറഞ്ഞു:

യുവർ ഓണർ, ഞാനും മിസ്റ്റർ ചേറപ്പനുംകൂടി വളരെയേറെ ശ്രമിച്ചാണ്, ഈ കേസ് ഇങ്ങനെ രാജിയാക്കിയത്.

ചേറപ്പായി ഭവ്യതയോടെ എഴുന്നേറ്റുനിന്നു പറഞ്ഞു:

'നിന്നെപ്പോലെ നിന്റെ അയൽക്കാരനേയും സ്നേഹിക്കുക,' എന്നാണ് ഞങ്ങളുടെ വേദപുസ്തകത്തിൽ പറഞ്ഞിട്ടുള്ളത്.

യു ആർ എ ട്രു ക്രിസ്റ്റ്യൻ എന്നു പറഞ്ഞപ്പോൾ, വൃദ്ധനായ പാവുണ്ണി വക്കീൽ സങ്കടത്തോടെ, രഹസ്യമായി കുരിശു വരച്ചു.

■

യുദ്ധം

നിറഞ്ഞ കോടതി ഹാൾ.

അവിടെ നടക്കുന്നതോ?

യുദ്ധം.

നെട്ടനെ നിൽക്കുന്നു വക്കീൽ ചേറപ്പായി. ആറടി പൊക്കം. തൂവെള്ള നിറം. ഏതു പുരുഷനും കൊതിക്കുന്ന മിന്നുന്ന കഷണ്ടി. ചൂണ്ടുവിരൽ സാക്ഷിക്കൂട്ടിനു നേരെ.

സാക്ഷിക്കൂട്ടിൽ ചെറുപ്പക്കാരനായ സബ് ഇൻസ്പെക്ടർ സദാനന്ദൻ. അരോഗദൃഢഗാത്രൻ.

പ്രതിക്കൂട്ടിൽ അവ്വോക്കരാപ്ല. എഴുപത്തിയൊമ്പതു വയസ്സ്. പ്രായത്തിനനുസരിച്ച ആരോഗ്യമൊന്നുമില്ലാത്ത വൃദ്ധൻ. ഏതു നിമിഷവും, ആ സാധു, പ്രതിക്കൂട്ടിൽ പിരണ്ടുവീണു മയ്യത്താകാം.

പക്ഷേ, ഇവിടെ അതാർക്കും ഒരു പ്രശ്നമല്ല.

കാരണം, ഇവിടെ നടക്കുന്നതു യുദ്ധമാണല്ലോ?

'വാദിയുടെ അറിവോ സമ്മതമോ കൂടാതെ, പ്രതി, വാദിയുടെവക 118-ാം നമ്പ്ര് തെങ്ങിൽക്കയറി നാലു നാളികേരം മോഷ്ടിച്ചു' എന്നാണ് പോലീസ് കേസ്.

പ്രതി അവ്വോക്കരാപ്ലയുടെ അഭിഭാഷകൻ, വക്കീൽ ചേറപ്പായിയുടെ വാദങ്ങൾ ദ്വിമുഖങ്ങളാണ്.

ഒന്ന് - തെങ്ങിൽക്കയറാനുള്ള ആരോഗ്യം പ്രതിക്കില്ല.

രണ്ട് - ഇനി, ഏതെങ്കിലും കാരണവശാൽ പ്രതി തെങ്ങിൽക്കയറി നാളികേരം ഇട്ടുവെന്നാണ് കോടതിയുടെ നിഗമനമെങ്കിൽ, പ്രതി കുടികിടപ്പുകാരനാണ്. നിർദിഷ്ട തെങ്ങ്, പ്രതിക്ക് അവകാശപ്പെട്ട പത്തു സെന്റിനകത്താണ്. അതുകൊണ്ട് മോഷണം എന്ന വകുപ്പു നില നിൽക്കില്ല.

വക്കീൽ ചേറപ്പായി തന്റെ നിശിതമായ എതിർ വിസ്താരം തുടർന്നു.

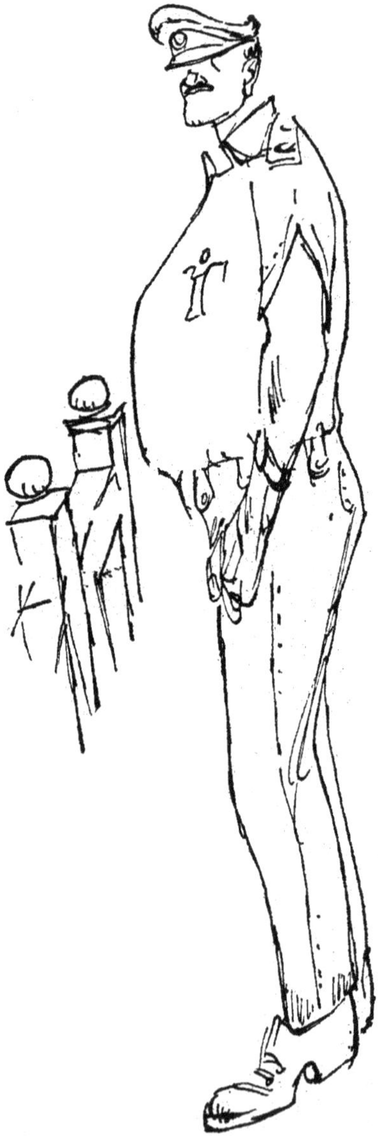

മിസ്റ്റർ സബ് ഇൻസ്പെക്ടർ സദാനന്ദൻ, ബഹുമാനപ്പെട്ട കോടതി കൽപിച്ച് ഞാൻ ചോദിക്കുന്നു, ഈ പ്രതിക്കു തെങ്ങിൽക്കയറുവാൻ സാധിക്കുമോ?

സത്യത്തിൽ അങ്ങനെ ഒരു ചോദ്യം ചോദിക്കണമെന്നൊന്നും ബഹുമാനപ്പെട്ട കോടതി കൽപിച്ചിട്ടില്ല.

പക്ഷേ, തന്റെ ചോദ്യങ്ങൾക്ക് മൂർച്ച കൂട്ടുവാനും സാക്ഷിക്ക് പരിഭ്രമം ഉണ്ടാക്കുവാനും, വക്കീൽ ചേറപ്പായി, ആ ശൈലി ഇടയ്ക്കിടെ പ്രയോഗിക്കും.

മജിസ്ട്രേട്ടിനും അത് ഇഷ്ടമാണ്. കോടതിക്കു കിട്ടുന്ന ഒരു ബഹുമാനമല്ലേ?

സബ് ഇൻസ്പെക്ടർ പെട്ടെന്ന് ഉത്തരമൊന്നും പറഞ്ഞില്ല.

ചേറപ്പായി തന്റെ ചോദ്യം ആവർത്തിച്ചു.

സബ്ഇൻസ്പെക്ടർക്കു മനഃപ്രയാസമായി അദ്ദേഹം ആലോചിച്ചു:

സത്യത്തിൽ, പ്രതിക്ക് തെങ്ങിന്മേലല്ല, ഈ കോടതിവരാന്തയുടെ ഒതുക്കുകൾ പോലും കയറാൻ കഴിയില്ല. പക്ഷേ, അതെങ്ങനെ തുറന്നു പറയും? അതു പറഞ്ഞാൽ തന്റെ കേസ് കുന്തമാകും. സംഭവസ്ഥലം പരിശോധിച്ച് മഹസ്സർ എഴുതാൻ പോയപ്പോൾ കണ്ടതാണ്. 118-ാം നമ്പ്ര് തെങ്ങ് മാനംമുട്ടി നിൽക്കുന്നു. അതിന്റെ മണ്ടയിൽ, ഈ പ്രതി കയറിയിരിക്കുന്നതായി ഒന്നു സങ്കൽപിച്ചപ്പോഴേക്കും, സബ്ഇൻസ്പെക്ടർക്ക് ബോധക്ഷയവും കാൽവെള്ളകളിൽ തരിപ്പും തോന്നിയതാണ്. പക്ഷേ, എന്തു ചെയ്യും? കേസ് എടുക്കാതിരിക്കാൻ നിവൃത്തിയില്ല.

ഒരു നല്ല തുക ചെലവാക്കിയപ്പോൾ, തനിക്ക് ഉദ്യോഗം തന്ന ഭരണകക്ഷികളിൽപ്പെട്ട ഒരു പാർട്ടിയുടെ ആളാണ്, പറമ്പിന്റെ ഉടമസ്ഥനായ വാദി. പ്രമാദമായ ഈ മോഷണംമൂലം വാദിക്കു വന്നുചേർന്ന ഭീമമായ നഷ്ടം, സ്വന്തം കീശയിൽനിന്ന് എടുത്തുകൊടുത്ത് കാര്യം രാജിയാക്കാൻ, സബ് ഇൻസ്പെക്ടർ ആവതും ശ്രമിച്ചതായിരുന്നു.

അപ്പോഴാണ് മുകളിൽനിന്നും ഒരു ഫോൺകാൾ:

'രാഷ്ട്രീയപ്രാധാന്യമുള്ള ഒരു കേസാണ്. കേസ് ചാർജ് ചെയ്യണം. അല്ലെങ്കിൽ...'

അല്ലെങ്കിൽ ട്രാൻസ്ഫർ എന്ന് അറിയാം. ഈ സ്റ്റേഷനിൽ വന്ന് അധിക കാലമായിട്ടില്ല. മുഴത്തിനു മുഴത്തിന് ദുബായിക്കാരുടെ വീടുകളുള്ള നാട്. 'പോലീസ് ഞങ്ങൾക്ക് പുല്ലാണ്' എന്നു പണ്ടു മുദ്രാവാക്യം മുഴക്കിയവർ; 'പണം ഞങ്ങൾക്കു പുല്ലാണ്' എന്നത്രേ ഇപ്പോഴത്തെ മുദ്രാവാക്യം. ഈ സ്റ്റേഷനിൽ വന്ന് സബ്ഇൻസ്പെക്ടർ ഒന്നു പച്ച പിടിക്കാൻ തുടങ്ങി യതേ ഉള്ളൂ. എങ്ങനെ ഇത്രയും നല്ല ഒരു നാടിനോടു വിട പറയും?

സബ് ഇൻസ്പെക്ടർക്ക്, ചേറപ്പായിയോട് കഠിനമായ രോഷം തോന്നി. വക്കീലിന്റെ മുഖത്ത് ഒരു കരുണയും കണ്ടില്ല. നിസ്സഹായനായി ഇൻസ്പെക്ടർ പ്രതിക്കൂട്ടിലേക്കു നോക്കി. പ്രതി മരണലക്ഷണ ങ്ങളൊന്നും കാണിക്കുന്നുമില്ല.

എന്തും വരട്ടെ എന്നുകരുതി ഇൻസ്പെക്ടർ ഉത്തരം പറഞ്ഞു:

ഞാൻ, ഈ പ്രതിയെ തെങ്ങിൽക്കയറ്റി പരീക്ഷിച്ചു നോക്കിയിട്ടില്ല.

ഗൗണിന്റെ സട കുടഞ്ഞ് ചേറപ്പായി ആക്രോശിച്ചു:

യുവർ ഓണർ, ഈ സാക്ഷി, കോടതി കൽപ്പിച്ചു ചോദിച്ച ചോദ്യ ത്തിന് തട്ടുത്തരമാണു പറയുന്നത്. ഇംപെർട്ടിനന്റ് ആൻസേഴ്സ്. സാക്ഷി യുടെ പേരിൽ കോടതിയലക്ഷ്യത്തിനു നടപടികൾ എടുക്കേണ്ടതാണ്.

കോടതിഹാളിൽ ശ്മശാനനിശ്ശബ്ദത.

ഒരു ആസിഡ് ബൾബ് എറിഞ്ഞുടച്ചാൽപ്പോലും, ശബ്ദം വളരെ വ്യക്തമായി കേൾക്കാം.

പൊതുജനം വിചാരിച്ചു:

കോടതി, സബ് ഇൻസ്പെക്ടറെ ശിക്ഷിക്കും. സബ് ഇൻസ്പെക്ടർ പൊട്ടിക്കരഞ്ഞ്, യൂണിഫോം സാക്ഷിക്കൂട്ടിൽ അഴിച്ചുവച്ച്, മാപ്പുചോദിച്ച് ഇറങ്ങിയോടും.

അപ്പോൾ മജിസ്ട്രേട്ട് ചേറപ്പായിയോട്:

അടുത്ത ചോദ്യം ചോദിക്കാം.

ചേറപ്പായി വിഷണ്ണനായി നിൽക്കുമ്പോൾ മറ്റൊരു സംഭവം അവിടെ നടന്നു.

തൊട്ടടുത്തിരിക്കുന്ന വെങ്കിടിസ്വാമിവക്കീൽ. പറ്റെ വെട്ടിയ തലമുടി. ചെറിയ വട്ടക്കണ്ണുകൾ. കുള്ളൻ. കുറച്ചു പ്രായമായെങ്കിലും, നാക്കിൽ കവിത തുളുമ്പുന്ന അശ്ലീലം. തലയ്ക്കകത്തു കൂർമബുദ്ധി. പ്രശ സ്തനായ അഭിഭാഷകൻ. ചേറപ്പായിയുടെ ഫ്രന്റ്, ഫിലോസഫർ ആന്റ് ഗൈഡ്. അദ്ദേഹം ഒരു ചെറിയ തുണ്ടുകടലാസ് രഹസ്യമായി ചേറപ്പാ യിക്കു കൊടുത്തു. ഗൗണിന്റെ ചുളിവുകളിൽ ഒളിപ്പിച്ച്, ചേറപ്പായി വായിച്ചു. 'അടുത്ത പോയിന്റ് ചോദിക്ക്.'

ചേറപ്പായിക്ക് അതു സുപ്രീംകോടതി വിധിയാണ്.

ഒട്ടും ഗൗരവം വിടാതെ അടുത്ത ചോദ്യം:

മിസ്റ്റർ സദാനന്ദൻ, നിങ്ങളല്ലേ സംഭവസ്ഥല മഹസ്സർ തയാറാക്കിയത്?

അതെ.

118-ാം നമ്പ്ര് തെങ്ങു കണ്ടില്ലേ?

ഉവ്വ്.

അതിന്റെ ഉയരം അടിക്കണക്കിലോ, മീറ്റർകണക്കിലോ- ഏതാണു നിങ്ങളുടെ വിജ്ഞാനത്തിന്റെ അളവുകോൽ എങ്കിൽ- ആയതു മഹസ്സറിൽ രേഖപ്പെടുത്തിയിട്ടുണ്ടോ?

സബ് ഇൻസ്പെക്ടർക്കു ദേഷ്യം വന്നു. ഉത്തരം പെട്ടെന്നായിരുന്നു:

ഞാൻ തെങ്ങിൽക്കയറി അളന്നിട്ടില്ല. എനിക്കു തെങ്ങുകയറാൻ അറിയില്ല.

സംഹാരഭാവം മുഖത്തുവരുത്തി, ചേറപ്പായി ഇടിവെട്ടി:

മിസ്റ്റർ സബ് ഇൻസ്പെക്ടർ, നിങ്ങൾക്ക് തെങ്ങുകയറാനോ, തെങ്ങു ചെത്താനോ, അറിയുമോ എന്നല്ല എന്റെ ചോദ്യം. ഇതു നിങ്ങളുടെ പോലീസ് സ്റ്റേഷനല്ല. ബഹുമാനപ്പെട്ട കോടതിയാണെന്ന് ഓർമ വേണം. ഇനി ഉത്തരം പറയൂ. മഹസ്സറിൽ തെങ്ങിന്റെ ഉയരം രേഖപ്പെടുത്തിയിട്ടുണ്ടോ?

ഇല്ല. രേഖപ്പെടുത്തിയിട്ടില്ല.

അങ്ങനെ, നേരെചൊവ്വേ ഉത്തരം പറയൂ. ആട്ടെ, ഈ തെങ്ങ് പ്രതിക്ക് അവകാശപ്പെട്ട പത്തു സെന്റിലാണ് നിൽക്കുന്നത് എന്നു ഞാൻ പറയുന്നു. പ്രസ്തുത വസ്തുത നിഷേധിക്കാമോ?

പ്രതിയുടെ വീട്ടുമുറ്റത്താണ് തെങ്ങ്. കുടികിടപ്പവകാശം പ്രതിക്കുണ്ടോ എന്ന് എനിക്കറിയില്ല.

വേണ്ട, പക്ഷേ, ഈ കേസിന്റെ സത്യസന്ധവും നീതിന്യായപൂർവവുമായ അന്വേഷണത്തിനുവേണ്ടി പ്രതിയുടെ കുടികിടപ്പവകാശത്തിന്റെ, എന്തെങ്കിലും രേഖകൾ നിങ്ങൾ പരിശോധിച്ചിട്ടുണ്ടോ?

ഇല്ല.

എന്തുകൊണ്ട്?

എന്റെ മുമ്പാകെ, ഒരു രേഖയും പ്രതി ഹാജരാക്കിയിട്ടില്ല.

തനിക്കെതിരായ ഉത്തരം കിട്ടുമ്പോഴൊക്കെ, പതറാതെ നിന്നു പറയാറുള്ള മന്ത്രം ചേറപ്പായി ഉരുവിട്ടു:

വെരിഗുഡ്. ആട്ടെ, ഇനി കുടികിടപ്പിന്റെ രേഖകൾ കിട്ടി എന്നിരിക്കട്ടെ. അതു കണ്ടാൽ നിങ്ങൾക്ക് എന്തെങ്കിലും മനസ്സിലാകുമോ? തെങ്ങിന്റെ ഉയരം രേഖപ്പെടുത്താൻ അറിയാത്ത ആളല്ലേ?

രേഖകൾ കണ്ടാൽ മനസ്സിലാകും.

വാട്ട്? നിങ്ങൾക്കു മനസ്സിലാകുമെന്നോ? അതിനു നിങ്ങൾക്കു പത്തു സെന്റ് കുടികിടപ്പു കിട്ടിയിട്ടുണ്ടോ? അപ്പോൾ താമസം പത്തു സെന്റിലാണോ?

ബഹുമാനപ്പെട്ട കോടതി അല്ലായിരുന്നെങ്കിൽ ജനം ആർത്തുവിളിച്ച്, കൈയടിച്ച്, 'വൺസ്മോർ' എന്ന് അട്ടഹസിച്ചേനെ.

ആരും കാണാതെ, വെങ്കിടിസ്വാമിവക്കീൽ, ചേറപ്പായിയുടെ ഗൗൺ പിടിച്ചു താഴോട്ടു വലിച്ചു.

അതിന്റെ അർത്ഥം?

ക്രോസ്‌വിസ്താരം നിറുത്താം.

ചേറപ്പായി ഇരുന്നു.

കേസ് നീട്ടി.

മണി അഞ്ച്.

ജനം പിരിഞ്ഞു.

കാഴ്ച കുറഞ്ഞ കണ്ണുകളുമായി പ്രതി അവ്വോക്കരാപ്ല, വക്കീലിനെ ദൈന്യത്തോടെ നോക്കി. അവിടെ നടന്ന ഒരു കാര്യവും അവ്വോക്കരാപ്ലയ്ക്കു മനസ്സിലായിട്ടില്ല. കേൾവിശക്തിയും കഷ്ടിയാണ്. ഒരേ ഒരു ചിന്ത മാത്രം മനസ്സിൽ. ഇനി പ്രതിക്കൂട്ടിൽനിന്ന് ഇറങ്ങിയാൽ പോകേണ്ടതു വീട്ടിലേക്കോ, ജയിലിലേക്കോ?

വയസ്സായ ഒരു സ്ത്രീ, പ്രതിയെ താങ്ങിപ്പിടിച്ചു കോടതിവരാന്തയുടെ ഒതുക്കുകൾ ഇറക്കി.

എന്തുചെയ്യാം. സഹായത്തിന് ആ സ്ത്രീ മാത്രം. ആകെയുള്ള നാല് ആൺമക്കളും ഗൾഫിൽ. അവർക്ക് ഈ ബുദ്ധിമുട്ടൊന്നും അറിയില്ല. മാസാമാസം ഡ്രാഫ്റ്റ് അയച്ച് അവിടെ സുഖമായി കഴിഞ്ഞാൽ മതി. അവർ, നല്ല വീടുകൾ നാട്ടിൽ പണിതിട്ടുണ്ട്. അവിടേയ്ക്കു മാറിത്താമസിക്കാനൊക്കുമോ? കുടികിടപ്പു നഷ്ടപ്പെടില്ലേ? എന്തെല്ലാം കഷ്ടപ്പാടുകൾ അനുഭവിക്കണം!

വെങ്കിടിസ്വാമി, ചേറപ്പായിയെ വിളിച്ചു: ഡാ, ചേറപ്പാ, ഇങ്കെ വാ.

എന്താ സ്വാമീ?

ഇതുപോലെയൊന്നും ചോദിക്കരുത്.

ഏതു ക്വസ്റ്റ്യൻ സ്വാമീ?

നീ എന്തിനാ സബ് ഇൻസ്പെക്ടറോടു കുടികിടപ്പു കിടച്ചോ എന്നു ചോദിച്ചത്?

അവൻ വല്ല കുഴപ്പോം ഉണ്ടാക്ക്വോ സ്വാമീ?

അതുതാൻ ഞാൻ ആലോചിക്കുന്നത്. ന്യൂ റിക്രൂട്ട്സ്. ശിന്ന പശങ്കൾ. എടുത്തുചാടും. ജാഗ്രതൈ.

ഇനിക്ക് ഒരു ലേശം പേടീണ്ട് സ്വാമി.

സമയം രാത്രി ഒമ്പത്.

ചേറപ്പായി കുറേ വിസ്കിയും, പോർക്കിറച്ചിയും അകത്താക്കി, ചാരുകസേരയിൽ തളർന്നു കിടക്കുന്നു. അപ്പോൾ പടിക്കൽ ഒരു ജീപ്പ്. കടുംനീല നിറം.

ചേറപ്പായി ചാടിയെഴുന്നേറ്റു.

ഈ ജീവിതത്തിൽ എത്രയെത്ര അടിക്കേസുകൾ! കുത്തുകേസുകൾ! എല്ലാം നന്നായി നടത്തിയിട്ടുണ്ട്. എന്നാലും ഇതുവരെ ആരുടേയും തല്ലു കൊണ്ടിട്ടില്ല. എന്നിട്ട് ഇപ്പോൾ?

ചുവരിൽ ഫ്രെയിം ചെയ്തുവച്ച വിശുദ്ധമാതാവിന്റെ രൂപംനോക്കി കരഞ്ഞു പറഞ്ഞു:

മാതാവേ, നീയിതു കാണുന്നുണ്ടോ? മിറ്റത്ത് പോലീസാ! ഇനിക്കു വയസ്സായിട്ടാ.

അപ്പോൾ, വർഷങ്ങളായി, ചേറപ്പായിക്കുമാത്രം കേൾക്കുന്ന മാതാവിന്റെ ചിരപരിചിതമായ ശബ്ദം ഒഴുകിവന്നു:

സെഖര്യാവേ, സെഖര്യാവേ, ഭയപ്പെടാതിരിക്കൂ. ചേറപ്പായി സങ്കടത്തോടെ പിണങ്ങിപ്പറഞ്ഞു: നിനക്ക് അവിടെ ഇരുന്ന്, അങ്ങനൊക്കെപ്പറയാം. അനുഭവിക്കണത് ഞാനാ.

സെഖര്യാവേ, ഭയം നിന്നെ ബാധിക്കുന്നുണ്ടോ? നിന്റെ കാലുകൾ വിറയ്ക്കുന്നുണ്ടോ?

എന്റെ കാലിന്റെ മുട്ടു പാണ്ടിമേളാ കൊട്ടണത്. മേളം മുറുകുന്നാ തോന്നണേ.

സെഖര്യാവേ, സമാധാനമായിരിക്കൂ.

ചിട്ടയിലുള്ള കാൽവയ്പുകൾ മുറ്റത്തു കേട്ടു.

മാതാവേ, ആ ദുഷ്ടൻ ഉമ്മറത്തെത്തീന്നാ തോന്നണേ. രക്ഷിക്കണം. നനിക്ക് നാല് മെഴ്തിരി.

മാതാവ് ഒരൊറ്റ അക്ഷരം ശബ്ദിച്ചില്ല.

ചേറപ്പായി വാതിൽക്കലേക്കു നോക്കി.

വാതിൽക്കൽ, നിറഞ്ഞുനിൽക്കുന്നു, സബ് ഇൻസ്പെക്ടർ.

പഹയൻ കൈവയ്ക്കാണ്ടിരുന്നാ മതിയായിരുന്നു.

എന്നെ മനസ്സിലായില്ലേ? സബ്ഇൻസ്പെക്ടർ സദാനന്ദൻ. ഞാൻ സാറിനെ ഒന്നു കണ്ടു സംസാരിക്കാൻ വന്നതാ.

ഹാവൂ, സ്വരത്തിൽ മയമുണ്ടല്ലോ ദുഷ്ടന്. എന്നാലും വിശ്വസിച്ചുകൂടാ. പോലീസല്ലേ?

ചേറപ്പായി ഉടനെ പറഞ്ഞു:

ഇരിക്കൂ, ഇരിക്കൂ. എന്താ കാര്യം?

ഇന്നു സാറ് കുടികിടപ്പിന്റെ കാര്യം കോടതിയിൽവച്ചു ചോദിച്ചില്ലേ?

ചേറപ്പായിയുടെ സപ്തനാഡികളും തളർന്നു. ഒരുവിധം പറഞ്ഞൊപ്പിച്ചു:

അയ്യോ, അതൊക്കെ ഇപ്പഴും ഓർത്തോണ്ടിരിക്ക്യാ? അതിലൊന്നും ഒട്ടും വിരോധം തോന്നരുത്. എതിർവിസ്താരത്തിൽ എന്തെല്ലാം ചോദിക്കേണ്ടിവരും? നത്തിങ്ങ് പേർസണൽ ഇൻ ഇറ്റ്.

അതല്ല. ഞാൻ വന്നത്.... എനിക്ക് ഈ കുടികിടപ്പിന്റെ നിയമവശം ഒന്നു പറഞ്ഞുതരണം. എന്റെ സ്വന്തം പ്രശ്നം.

ഹാവൂ സമാധാനം. മാതാവേ, രക്ഷിച്ചൂട്ടാ. നാളെ നനിക്ക് നാലു മെഴുതിരി.

പെട്ടെന്ന് ചേറപ്പായി അഭിഭാഷകനായി. വാചാലനായി.

കുടികിടപ്പുമാത്രമോ? ആ പറമ്പു മുഴുവൻ കൈവശപ്പെടുത്താനുള്ള നിയമവശങ്ങൾ പറഞ്ഞുതരാമല്ലോ.

എന്താണു പ്രോബ്ളം?

എന്റെ അച്ഛനും അമ്മയും വളരെക്കാലമായി ഒരു ചെറിയ വീട്ടിലാണു താമസം. നിസ്സാരവാടക.

വാടകശ്ശീട്ട് എഴുതിക്കൊടുത്തിട്ടുണ്ടോ?

ഇല്ല.

അപ്പോൾ വാക്കാൽ ഏൽപ്പന. അതന്യാ വേണ്ടത്.

ഇൻസ്പെക്ടർ രണ്ടു കവിൾ ശ്വാസം ആശ്വാസത്തോടെ വിഴുങ്ങി.

വീടിന് പഞ്ചായത്തുനമ്പ്ര് ഉണ്ടോ?

ഉണ്ട്.

റേഷൻകാർഡ്?

ഉണ്ട്. അച്ഛന്റെ പേരിൽ, ഈ വീട്ടുനമ്പറിൽ. വോട്ടേഴ്സ്ലിസ്റ്റിലും ഈ വീട്ടുനമ്പറിൽ പേരുണ്ടല്ലോ?

ഉണ്ട്.

വേറേ ഏതെങ്കിലും വീട് ഉണ്ടോ?

ഉണ്ട്. അതിൽ വല്ല കുഴപ്പം...?

വീട് ഉണ്ടായിക്കോട്ടെ, ആരുടെ പേരിലാ?

എന്റെ പേരിൽ.

അപ്പോൾ കുഴപ്പമില്ല.

എനിക്ക് ആ പഴയ വീടിനോട് ഒരു സെന്റിമെന്റൽ അറ്റാച്ച്മെന്റ് ഉണ്ട്. ഞാൻ ജനിച്ചത് അവിടെയാണ്. ആ വീട് കുടികിടപ്പായി കിട്ടുമോ?

അതിന് ഉത്തരം പറയാതെ ചേറപ്പായി നാടകീയമായി എഴുന്നേറ്റു, ആകാവുന്നത്ര ഉയരത്തിൽ. അളമാരയിൽനിന്നും അച്ചടിച്ച ഒരു ഫോറം എടുത്തു പൂരിപ്പിച്ചു.

ഇതാ, ഇത് അവിടത്തെ പാട്ടക്കോടതിയിൽ, ഏതെങ്കിലും ഒരു വക്കീലിനെക്കൊണ്ട് ഫയൽ ചെയ്യിക്കണം. ഇനി വീട് നിങ്ങളുടേതാണ്.

ഇൻസ്പെക്ടർ അതു ഭവ്യതയോടെ വാങ്ങി. ഒരു നൂറുരൂപാ നോട്ട് എടുത്ത് ചേറപ്പായിയുടെ മേശപ്പുറത്തു വച്ചു.

ഛെ, ഛെ, എന്താ ഈ കാണിക്കുന്നേ? നൊ, നൊ. ഞാൻ ഒന്നും സ്വീകരിക്കില്ല.

ചേറപ്പായി ആ നോട്ട് എടുത്ത് ഇൻസ്പെക്ടറുടെ പോക്കറ്റിൽത്തന്നെ തിരുകിവെച്ചു.

പുറത്ത് ജീപ്പ് സ്റ്റാർട്ടുചെയ്യുന്ന ശബ്ദം.

ചേറപ്പായി, വിസ്കിക്കുപ്പി എടുക്കാൻ അകത്തേക്ക് ഓടുകയായിരുന്നു.

അപ്പോൾ മാതാവിന്റെ ശബ്ദം:

സെഖര്യാവേ, സെഖര്യാവേ, നീ എങ്ങോട്ട്?

മിണ്ടാണ്ട് അവിടെ ഇരുന്നോ. ഞാൻ ഇപ്പോ വരാം. എന്നിട്ട് നന്നോട് ഇനിക്കു കുറച്ച് പറയാനുണ്ട്.

ചേറപ്പായി വലിച്ചുകഴിയാറായ ഒരു തെറുപ്പുബീഡി ദൂരെയെറിഞ്ഞ് തിരിച്ചു മാതാവിന്റെ മുന്നിൽ വന്നുനിന്നു ചോദിച്ചു:

നിയ്യ് കണ്ടോ? അവൻ തന്ന നോട്ട്? നൂറ് ഉറുപ്യ. അതു മേടിക്കാനുള്ള ധൈര്യം തന്നോ നിയെനിക്ക് ഉം... ഏതായാലും പറഞ്ഞുപോയതല്ലേ. നാളെ നനിക്ക് രണ്ടു മെഴ്തിരി കത്തിക്കാം.

സെഖര്യാവേ, നീ ആദ്യം നേർന്നത് നാലു മെഴുകുതിരികൾ ആയിരുന്നു എന്ന് ഓർക്കുക.

നിയ്യ് ഇപ്പഴും അത് ഓർത്തോണ്ട് ഇരിക്ക്യാ? എന്നാ നാലെന്നെ. ഇനിക്ക് നൂറ് ഉറുപ്യാ നഷ്ടം.

സാരമില്ല സെഖര്യാവേ, ഞാനിവിടെ ഉണ്ടല്ലോ?

ഉം... അതു പറഞ്ഞ് നിയ്യ് അവിടെ അങ്ങനെ ഇരുന്നോ- മുത്ത്യേ.

■

കാനാവിലെ കല്യാണം

ഇരുപത്തിനാലു മണിക്കൂറല്ല, ഇരുപത്തിനാലു പെരുക്കം എട്ട്, ഈസ് ഈക്വൽ ടു എത്ര?

ചേറപ്പായി തല പുകഞ്ഞാലോചിച്ചു. ഉത്തരം കിട്ടി.

നൂറ്റിതൊണ്ണൂറ്റിരണ്ട് മണിക്കൂറുകൾക്കു മുമ്പേ പ്രഖ്യാപിച്ച ബന്ത്.

പ്രഖ്യാപനം.

എല്ലാ കടകമ്പോളങ്ങളും ആപ്പീസുകളും നെഗോഷ്യബിൾ ഇൻസ്ട്രമെന്റ്സ് ആക്ടിനകത്തു ജീവിച്ചു പോരുന്ന ഇതരസ്ഥാപനങ്ങളും അന്ന് ബന്തായിരിക്കും. ആതുരാലയങ്ങൾ മുഴുവനും ജലവിതരണ മലിനീകരണ സ്ഥാപനങ്ങൾ എല്ലാംതന്നെ പരിപൂർണ്ണ ബന്ത് ആചരിക്കും എന്ന കനത്ത നേട്ടം, ഈ ബന്തിന്റെ ഏറ്റവും വലിയ സവിശേഷതയാണ്.

ഒന്നാംതരം പൗരന്മാരും സർക്കാരിൽനിന്ന് ശമ്പളവും മറ്റ് ആനുകൂല്യങ്ങളും ലഭിക്കുന്ന വൈറ്റ്കോളറുകളും സർക്കാരിലേയ്ക്ക് നികുതി കൊടുത്ത്, തിരിച്ചൊന്നും ലഭിക്കാത്ത - ക്വിഡ് പ്രോക്വൊ തിയറി ബാധകമല്ലാത്ത- മൂന്നാംതരം പൗരന്മാരും ബന്ത് ആചരിക്കേണ്ടതാണ്.

എന്നാൽ, മദ്യവ്യാപാരം, വ്യഭിചാരം, ചൂതുകളി ഇവയ്ക്കൊന്നും ബന്ത് ബാധകമല്ലാത്തതായിരിക്കും

ഇതെല്ലാമാണ് അന്നാസുമാരുടെയും കയ്യഫാസ്സുമാരുടെയും കൽപ്പനകൾ, ആജ്ഞകൾ

മൈക്കും സ്പീക്കർ ബോക്സുകളും പിടിപ്പിച്ച ചതുർചക്ര വാഹനങ്ങൾ, കുന്നും കുളവുമായി കിടക്കുന്ന റോഡുകൾ (പര്യായം - കുന്നംകുളം) താണ്ടി പ്രചരണം. അതിനിടയിൽ ഒരു ലൈറ്റ് മ്യൂസിക്ക്:

'ഓ, ഓ, ഓ മധുരമനോഹര മനോജ്ഞ കേരളം!' പിന്നെ അനൗൺസ്മെന്റ്:

'അഴിമതിയില്ലാത്ത സ്വജനപക്ഷവധമില്ലാത്ത, മാറാൻ മരക്കാലുകളില്ലാത്ത, അശ്വവ്യാപാരങ്ങളില്ലാത്ത, പെറ്റതന്തയ്ക്കു വിളിക്കാത്ത,

കാടുകളില്ലാത്ത ഒരുമനോജ്ഞകേരളം കെട്ടിപ്പടുക്കാൻ ബന്ത് വിജയിപ്പിക്കുക.'

പത്രങ്ങൾ ജിഹ്വ നീട്ടി, മാന്യവായനക്കാരെ നക്കി നക്കി പറഞ്ഞു:

'അഖിലലോക കേരളബന്തായതിനാൽ നാളെ പത്രമാപ്പീസ് ഉറങ്ങുന്നതും പിറ്റേന്ന് പത്രം ഇറങ്ങുന്നതുമല്ല. മറ്റന്നാൾ കാലത്ത്, എല്ലാത്തരം പൗരന്മാരും കാലത്ത് പിട്ടും കടലയും കട്ടനും മാത്രം കഴിച്ച്, ദിനപത്രമില്ലാതെ കഴിയേണ്ടതാണ്. മാന്യ വായനക്കാർ ക്ഷമിക്കണം. പത്രാധിപർ.'

അങ്ങനെ മഹത്തായ ഒരു ബന്തു ദിവസം.

കോഴിക്കൂടുകൾ ബന്ത്. ഒരു പിടക്കോഴിപോലും കൂവിയില്ല. കാക്ക കരഞ്ഞില്ല. പാൽ ചുരത്താതെ, ചുര മാന്തിനിന്നു ഗോക്കൾ. ബ്ലെയ്ഡ് കമ്പനികൾ, മന്ത്രികാര്യാലയങ്ങൾ പോലും ബന്ദ്.

അതീവ സങ്കടത്തോടെ പുലർച്ചെ സ്വയം കൂവിയെണീറ്റു ചേറപ്പായി. കൊച്ചു റോതയെ കുലുക്കിവിളിച്ചു. കൊച്ചു റോത, ചത്തമാതിരി കിടന്നു, ബന്ദ്!

ചേറപ്പായി റേഡിയോ തിരിച്ച് ശ്രദ്ധിച്ചു. പണ്ടാറങ്ങള് ബന്തെങ്ങാനും പിൻവലിച്ചോ?

ആകാശവാണി മിണ്ടിയില്ല. മൗനാകാശംപോലെ.

ചേറപ്പായി കാതോർത്തു.

അപ്പോൾ കിഴക്കേ ചക്രവാളത്തിൽനിന്നും ചേറപ്പായി കേട്ടു:

ആയിരമായിരം ബന്തുകളും ശക്തിപ്രകടനങ്ങളുടെ രഥോത്സവങ്ങളും നടത്തി, ജനജീവിതം സ്തംഭിപ്പിച്ച്, നേട്ടങ്ങളുടെ ഒരു പോയിന്റ് പോലും കടക്കാൻ, മുപ്പത്തിയേഴു വർഷങ്ങൾ കഴിഞ്ഞിട്ടും കടക്കാൻ കഴിയാത്ത, അന്നാസ്സുകൾക്കും കയ്യഫാസ്സുകൾക്കും എതിരായി ഇടിമുഴങ്ങുന്ന ശബ്ദത്തിൽ:

'കാലത്തിന്റെ കുളമ്പടി ശബ്ദം,
കേട്ടുണരാതുറങ്ങുന്നവരേ,
കാലം നിങ്ങടെ കരളിൻ കരിയാൽ,
ദ്രോഹീ എന്നു കുറിക്കുമ്പോൾ,
ആവേശത്താൽ അടിമകൾ പാടും,
ഇങ്കിലാബ്! സിന്താബാദ്!'

ചേറപ്പായിക്ക് ഒരൊറ്റയക്ഷരം മനസ്സിലായില്ല.

ദുഃഖത്തോടെ ആലോചിച്ചു:

അപ്പൊ ഇന്ന് ബന്തന്നെ. എത്ര കേസ്സുവച്ച ദിവസാ? ഒരു കക്ഷീം വരില്ല. ഒരു ശില്ലീം കിട്ടില്ല.

ചേറപ്പായി മാതാവിന്റെ മുന്നിൽനിന്നു ചോദിച്ചു:

'മാതാവേ, ഇന്നത്തെ ഇന്റെ കാര്യം കഷ്ടാ.'

മാതാവ് ഒന്നും മിണ്ടിയില്ല.

'എന്താ നീയ്യൊന്നും മിണ്ടാത്തെ? നനിക്കും ബന്താ?'

അപ്പോഴും മാതാവ് മൗനം.

'എന്നാ മുത്ത്യേ മെഴ്തിരി വിക്കണ പീടിക്യേം ബന്താ.'

ചേറപ്പായി അരിശത്തോടെ നടന്ന് കോടതിയിലെത്തി.

സർവസംഗപരിത്യാഗിയെപ്പോലെ, കോടതി വിളറിനിൽക്കുന്നു. കക്ഷികളില്ല! കോടതി ക്ലാർക്കുമാരില്ല!

ചേറപ്പായി കോടതി ഹാളിലേക്ക് ഒന്നു നോക്കി. ഞെട്ടി. അവിടെ ഒരേ ഒരു രൂപം മാത്രം! പ്രേതമാണോ? വീണ്ടും കണ്ണു തിരുമ്മി നോക്കി.

കോട്ടും, ഗൗണും ധരിച്ച് വൃദ്ധനായ പാവുണ്ണി വക്കീൽ!

ചേറപ്പായിയെ കണ്ട ഉടൻ തല കിഴക്കോട്ടു വെട്ടിച്ച് കുരിശുവരച്ച് പ്രാർത്ഥിച്ചു:

'കർത്താവേ, ആ പാപിയെ ഈ ലോകത്തുനിന്നും കൊണ്ടുപോയി രക്ഷിക്കണേ.'

ചേറപ്പായി കോടതി ഹാളിലെ മറ്റൊരു കസേരയിൽ ചെന്നിരുന്നു.

അപ്പോൾ ചേറപ്പായിയുടെ മുഖത്തു നോക്കാതെ പാവുണ്ണിവക്കീൽ സങ്കട പ്പെട്ടു:

'നന്റെ അമ്മാനപ്പനും ഞാനും ഒന്നിച്ചു പഠിച്ചോരാ. എത്ര നല്ലോനാ യിരുന്നു. പോയില്ലേ? ഇന്നൊട് എന്തു സ്നേഹായിരുന്നു.'

ചേറപ്പായി സങ്കടത്തോടെ പറഞ്ഞു:

'എന്താ ചെയ്യാ പാവുണ്ണ്യേട്ടാ, സ്നേഹള്ളോരൊക്കെ ഒരുമിച്ചു പോയീല്ലല്ലൊ?'

പാവുണ്ണിവക്കീൽ ഒന്നു ഞെട്ടി. കണ്ണടച്ചിരുന്നു. പിന്നെ ഒരക്ഷരം മിണ്ടി യില്ല.

ചത്ത്ട്ട്ണ്ടാവും. ചേറപ്പായി ആലോചിച്ചു.

കുറെ കഴിഞ്ഞപ്പോൾ ആരോ തന്റെ ചുമലിൽ കൈയമർത്തി. ഞെട്ടി ത്തിരിഞ്ഞുനോക്കി.

വെങ്കിടസ്വാമി വക്കീൽ, കുറിയ വട്ടക്കണ്ണുകളുമായി പുഞ്ചിരിച്ചു ചോദിച്ചു:

'എന്തഡാ ചേറപ്പാ. നിങ്ങള് രണ്ടാളും ഒന്നും സംസാരിക്കാതെ? ബന്താണോ?'

'അതൊന്നുമല്ല സ്വാമീ, പാവുണ്ണ്യേട്ടൻ വലിയ ആലോചനയിലാണ് മരണപത്രം എഴുതണ്ട പ്രായായോന്നാ ആലോചന.'

'എഡാ, നീ വാ. ഇന്നു നല്ല ഒരു ദിവസം. സന്തോഷിക്കേണ്ട ദിവസം. വാ.'

'എന്താ, സ്വാമീ ഈ പറയണേ? ഒരു മുക്കാല് കിട്ടാത്ത ദിവസം.'

'സാരമില്ലഡാ. കക്ഷികൾ മറ്റൊരു ദിവസം വരില്ലേ? നീ വാ.'

രണ്ടുപേരും കൂടി നടന്നു. പണ്ട്, തന്റെ പ്രാക്ടീസ് തുടങ്ങുന്ന കാലത്ത്, സ്വാമിയുടെ ഉപദേശപ്രകാരം, സ്ഥാപിതമായ ചേറപ്പായിയുടെ പഴയ വക്കീലാപ്പീസിൽ ചെന്നിരുന്നു. ഇപ്പോൾ അത് ചേറപ്പായിയുടെ ഗുമസ്തൻ കൃഷ്ണൻകുട്ടിനായർ മാത്രമേ ഉപയോഗിക്കുന്നുള്ളൂ. അന്ന് കൃഷ്ണൻകുട്ടിനായരും വന്നിട്ടില്ല. മുറി തുറന്നിട്ടുണ്ട്.

ചേറപ്പായി പറഞ്ഞു:

'സ്വാമീ, ബന്തായാലും ആ ജോർജൂട്ടി വക്കീലിന് സുഖാ അവന് ഭൂമി കച്ചോടോംണ്ടല്ലൊ? അതിനൊന്നും ബന്തില്ല!'

'നിനക്കെന്തഡാ, ഇത്ര അസൂയ? ഏതെങ്കിലും കക്ഷി അന്വേഷിച്ചു വരും.'

സ്വാമി പൊടിക്കുപ്പിയെടുത്ത് ഒഴക്കു പൊടി വലിച്ചു. ചേറപ്പായി തെറുപ്പു ബീഡി വലിച്ചു.

അപ്പോൾ ഒരു മനുഷ്യൻ അവിടെ വന്നു.

ചേറപ്പായിക്ക് ആളെ മനസ്സിലായില്ല.

അപ്പോൾ ആഗതൻ:

'വക്കീലിന്ന് ഇന്നെ ഓർമേല്ലേ? ഞാൻ ഷംസുദ്ദീൻ. നാലു കൊല്ലം മുമ്പ് ഒരു തല്ലുകേസ്സുണ്ടായിരുന്നു. അന്ന് എത്ര വേഗാ വക്കീല് ഇന്റെ കേസ്സ് അവസാനിപ്പിച്ചേ? ഇനി ഇന്നെ ഒന്നു നോക്ക്യേ?' എന്നു പറഞ്ഞ് ഷംസുദ്ദീൻ തലമുടി അഴിച്ചു മേശപ്പുറത്തു വച്ചു.

ഉടനെ ചേറപ്പായിക്ക് ഓർമവന്നു:

ഷംസുദ്ദീൻ എന്ന ഷംസു. ഒന്നാംപ്രതി. വകുപ്പുകൾ അനേകം. ഇന്ത്യൻ പീനൽകോഡിലെ 143 മുതൽ 506 വരെയുള്ള വകുപ്പുകളിൽ പലതും ചാർജ് ഷീറ്റിൽ. ഷംസുവിന് ഉടനെ ഗൾഫിൽ പോകണം. ട്രയൽ എക്സ്പിഡൈറ്റ് ചെയ്യാൻ ഹർജി കൊടുത്ത്, കേസ് പെട്ടെന്ന് അവസാനിപ്പിച്ചുകൊടുത്തു. നല്ലൊരു തുക കിട്ടുമെന്ന് ചേറപ്പായി വിചാരിച്ചു. ഇപ്പൊ ഒന്നും തരാല്ല വക്കീലെ, ഒക്കെ ഞാൻ വന്നട്ട് തരാം എന്നു പറഞ്ഞു പോയ ഷംസു.

പിന്നെ കണ്ടില്ല. ചേറപ്പായി ആ ദുഃഖം മറന്നു. വക്കീലല്ലെ? മറക്കാതിരിക്കാൻ പറ്റില്ല, പുതിയ പുതിയ കക്ഷികൾ എത്തുമ്പോൾ–

ആ ഇപ്പൊ ഓർമവന്നു ഷംസൂ.

ഉടനെ ഷംസു മുടിക്കൂട തലയിൽ ഫിറ്റ് ചെയ്തു പറഞ്ഞു:

'അന്ന് ഒന്നും തരാൻ പറ്റീല്ല. വക്കീലിന് കത്തും അയച്ചില്ല. ഖത്തറിലായിരുന്നു.'

'സാരല്യ ഷംസു നനിയ്ക്ക് നന്റെ പേരെഴുതാൻ അന്നും ബുദ്ധിമുട്ടായിരുനൂലൊ? എന്താ ഇപ്പൊ കേസ്സു വല്ലതും?'

'പടച്ചോന്റെ കൃപോണ്ട് അതൊന്നൂല്ല.'

പിന്നെ ഷംസു ഒരു മൂന്നക്ക നോട്ട് ചേറപ്പായിയുടെ മേശപ്പുറത്തു വച്ചു. എന്നിട്ട് സംശയത്തോടെ സ്വാമിയെ നോക്കി, ഒരു സഞ്ചി രഹസ്യമായി, ചേറപ്പായിയുടെ കസേരക്കാലുകൾക്കിടയിൽവച്ച്, ഷംസുദ്ദീൻ പോയി.

ഉടനെ ചേറപ്പായി സ്വാമി കാണാതെ നോട്ട് പോക്കറ്റിലിട്ടു.

'എഡാ, ചേറപ്പാ, എന്താ സഞ്ചിയിൽ?'

'അതു കൊച്ചുറോതയ്ക്കു വല്ല കുപ്പായശീല ഒക്കെ ആവും.'

'എന്നാലും നീ അതെടുക്ക്.'

ചേറപ്പായി മനമില്ലാമനസ്സോടെ സഞ്ചി എടുത്ത്, അതിൽ കയ്യിട്ട് തപ്പി, രണ്ടുനാലു പായ്ക്കറ്റ് റോത്ത്മാൻ സിഗരറ്റും വിൽക്കിൻസൺ ബ്ലെയിഡും പുറത്തെടുത്തു.

'അതൊന്നുമല്ലഡാ, വേറെ ഏതാവതിരിക്കെ. എടുക്ക്.'

ചേറപ്പായി കരഞ്ഞ് സഞ്ചിയിൽനിന്നും കുപ്പി പുറത്തെടുത്തു.

വോഡ്ക്ക സ്മിർനോഫ് ഒരു ലിറ്റർ കുപ്പി.

സ്വാമി കുപ്പി വാങ്ങി കുറിയവട്ടക്കണ്ണുകൾ ചെറുതാക്കിവായിച്ച്, ആയിരം വസന്തങ്ങൾ ഒരുമിച്ചു പുഞ്ചിരിച്ചു പറഞ്ഞു:

'എഡാ, ഇതെന്താന്ന് അറിയോ?'

'അത് ഒലീവ് ഓയിലാ സ്വാമി. അതുകൊണ്ടരണംന്ന് ഞാൻ പറഞ്ഞിട്ടുണ്ടായിരുന്നു.'

'എന്നാ നീ കേട്ടോ. പ്രൊഡ്യൂസ്ഡ് ബൈ സക്സസ്സേഴ്സ് ടു പിയറെസ്മിർനോഫ്. ഇംഗ്ലണ്ട്. എഡാ, സാക്ഷാൽ സായ്പിന്റെ. തുടങ്ങാം.'

'വേണ്ട സ്വാമീ, ബന്ത്. സോഡാപ്പീടികയില്ല.'

'വെള്ളം മതിയാകുമേ.'

'ബന്ത് പിൻവലിച്ചാലോ സ്വാമീ? കോടതീ പോണ്ടെ?'

'എഡാ മണി പതിനൊന്നാകാൻ പോകുന്നു. ഇനി ബന്ത് പിൻവലിച്ചാലും ഇല്ലെങ്കിലും നമുക്കു ബന്തന്നെ.'

സ്വാമി കുപ്പി തുറന്നു. മണത്ത് തല കുടഞ്ഞ്, ക്ക്ശും, ക്ക്ശും എന്നു ശബ്ദമുണ്ടാക്കി. മണമില്ലാത്ത ഗേസ്സ്.

ചേറപ്പായിക്ക് സഹിച്ചില്ല. എണീറ്റോടി. കൂജയെടുത്തു.

കുപ്പി കാലി. കോടതി കാലി.

രണ്ടുപേരും പിരിഞ്ഞു.

ചേറപ്പായിക്കു നടക്കുമ്പോൾ ഫോംബെഡിന് മീതെ നടക്കുന്ന പോലെ. വേണ്ടത്ര ഫുട്ടിങ് കിട്ടുന്നില്ല.

അപ്പോൾ എതിരേ വരുന്നു ഒരു ജീപ്പ്. പോലീസ്! ചേറപ്പായിയുടെ മുന്നിൽ സഡൻബ്രെയ്ക്ക്.

ജീപ്പിൽ ഇരിക്കുന്നു മജിസ്ട്രേട്ട്.

മജിസ്ട്രേട്ട് ചേറപ്പായിയോടു ചോദിച്ചു:

'മിസ്റ്റർ സഖറിയാ, കോടതിയിൽ ആരെങ്കിലും വന്നിട്ടുണ്ടോ?'

ചേറപ്പായി വളരെ വിഷമിച്ച് ഓർത്തുനോക്കി പറഞ്ഞു:

'ഉവ്വ്, രണ്ട് ഫാവുണ്ണി വക്കീല് വന്നിട്ട്ണ്ട്. അവിടെ ഇരിക്ക്ണുണ്ട്. ചത്തൂന്നാ തോന്നണേ.'

മജിസ്ട്രേട്ട് അന്തംവിട്ടിരുന്ന് ആലോചന!

രണ്ട് പാവുണ്ണിവക്കീലോ?

ചേറപ്പായി കഴുത്തൊടിഞ്ഞ കോഴിയെപ്പോലെ തല കീഴോട്ടിട്ട് നിൽപ്. മജിസ്ട്രേട്ട് ഏതാണ്ടൊക്കെ കാര്യം മനസ്സിലാക്കി പറഞ്ഞു:

'എന്നാൽ, മിസ്റ്റർ സഖറിയാ വേഗം വീട്ടിലേക്കു പൊയ്ക്കൊള്ളൂ.'

'ഹാ, ഞാൻ ഫൊക്കോളാം. അനുവാദൊന്നും വേണ്ട. യുവറോണറ് ഫോയിട്ട് ഫാവുണ്ണ്യേട്ടനെ ഒന്ന് തോണ്ട്യാക്കിക്കോ. ചത്ത്ട്ട്ണ്ടാവില്ല.'

ചേറപ്പായി ഓരോ കാലുകളും വയ്ക്കേണ്ട ദൂരം അളന്നളന്ന്, അമർത്തി വച്ചു കഷ്ടിച്ചു നടന്നു.

വീട്ടിൽ എത്തി, ചുവരിൽ നാലഞ്ചു പ്രാവശ്യം മാന്തി. ഒന്ന് കോളിങ് ബെല്ലിൽത്തന്നെ കൊണ്ടു.

കൊച്ചുറോത ഓടിവന്ന് വാതിൽ തുറന്നു താങ്ങി അകത്തേക്കാനയിച്ചു.

അപ്പോൾ ചേറപ്പായി പിറുപിറുത്തു:

ഹും, അഹങ്കാരന്നെ, മയിസ്രേട്ടല്ലേ? ആയ്ക്കോട്ടെ? ഇനിക്കെന്താ നഷ്ടം?

'എന്താ നങ്ങള് പറേണെ?'

'അല്ലാന്ന്..... ആ മയിസ്ട്രേട്ട് കോടതീൽക്കാ വരണതേ. രണ്ടു ജീപ്പില്. ഒരു ജീപ്പില് വന്നാ പോരെ? ആർക്കാ നഷ്ടം?'

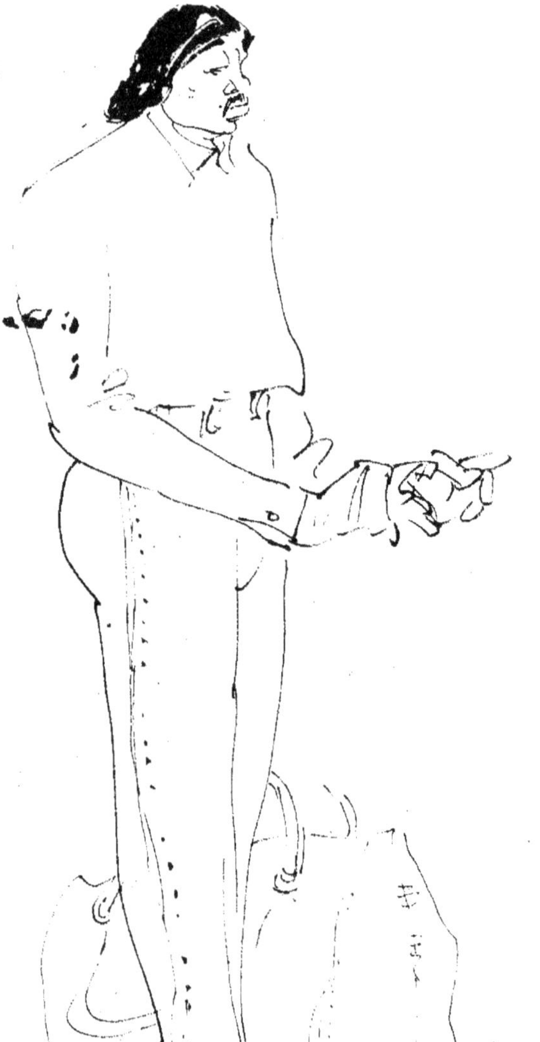

'നങ്ങള് ചോറുണ്ടട്ട് വേഗം ഒറങ്ങിക്കോ.'

'എന്നാ ചോറു താ. ഫോർക്കിറശ്ശീം താ.'

കൊച്ചുറോത ചേറപ്പായിയെ ഊണുമേശയ്ക്കടുത്ത് കൊണ്ടുപോയി ഇരുത്തി. ഓടി അടുക്കളയിൽപ്പോയി പ്ലെയിറ്റ് മേശപ്പുറത്തു വച്ചു ചോറെടുക്കാൻ അടുക്കളയിലേക്ക് ഓടി തിരിച്ചുവരുമ്പോൾ, ചേറപ്പായി തല ചെരിച്ചു പിടിച്ചു മേശപ്പുറത്തുവച്ച പ്ലെയിറ്റ് ഗൗരവമായി നോക്കുന്നു. എന്നിട്ട് കൊച്ചു റോതയോട്:

എഡേ, ഇനിക്ക് ചോറുണ്ണാൻ എന്ത്നാണ്ടേ്യ, രണ്ടു പ്ലേറ്റ്? ഞാൻ മയിസ്രേട്ടാ? എട്ക്കഡീ ഒരു പ്ളേറ്റ്.

കൊച്ചുറോത സ്തംഭിച്ചുനിന്നു.

അപ്പോൾ ചേറപ്പായി ഒരു പ്ലെയിറ്റ് തട്ടി താഴെയിട്ടു. അദ്ഭുതം! ചേറപ്പായിയുടെ മുന്നിൽനിന്നും രണ്ടു പ്ലെയിറ്റും അപ്രത്യക്ഷം! പ്ലെയിറ്റ് താഴെ വീണ് ഛിന്നഭിന്നം.

കൊച്ചുറോത നെഞ്ചത്തടിച്ചു നിലവിളി.

'അയ്യോ, മാതാവേ, ഇന്റെ അപ്പൻ തന്ന പാത്രാ. അതൊടച്ചൂലോ?'

'ഫ, ശൂലെ, നന്റെ ഒരപ്പൻ.'

സഹിക്കവയ്യാത്ത ദേഷ്യംവന്ന് കൊച്ചുറോത അടുക്കളയിലേക്കോടി. ചൂലെടുത്തു വന്നു കലിതുള്ളി.

'എന്തിനാണ്ടീ രണ്ടു ശൂല്?' ഒറക്കം വരണ്ണ്ട്. ചേറപ്പായി കിടക്കയിൽ വീണ് ദീർഘമായി നിദ്രിച്ചു.

ഉണർന്നപ്പോൾ ആറു മണി. കൊച്ചുറോതയെ കാണാനില്ല. ഭയങ്കരമായ ദാഹം, അതിലേറെ വിശപ്പ്. നേരെ അടുക്കളയിൽ പോയി.

പോർക്കിറച്ചി വച്ചിരുന്ന ചട്ടി കാലിയാക്കി. പിന്നെ ഫ്രിഡ്ജിൽ നിന്നും നാലു കുപ്പി തണുതണുത്ത വെള്ളം.

അപ്പോൾ ഒന്നു നേരെ നിൽക്കാമെന്നായി.

ചാരുകസേരയിൽ ചെന്നിരുന്ന് ഒരു കെട്ടു തെറുപ്പു ബീഡി, ആക്രാന്തത്തോടെ വലിച്ചുതീർത്തു. ആലോചന തുടങ്ങി. അന്നു നടന്ന സംഭവങ്ങളൊന്നും തന്നെ ഓർമയിലെത്തുന്നില്ല.

അപ്പോൾ മാതാവിന്റെ ശബ്ദം!

'സെഖര്യാവേ, സെഖര്യാവേ.'

ചേറപ്പായി ഉടനെ എണീറ്റു മുട്ടുകുത്തി നിന്നു ചോദിച്ചു.

'മാതാവേ, നിയ്യ് ഇന്നെ വിളിച്ചോ?'

മാതാവ് ഗൗരവത്തിൽ:

'ഉം,'

'എന്നാ, എന്താച്ചാ അങ്ങട്ട് പറഞ്ഞോ.'

'സെഖര്യാവേ, നീ പാപം ചെയ്യുന്നു. അമിതമായി വീഞ്ഞു കുടിക്കുന്നത് പാപമാണെന്നറിയുക.'

'വല്ലപ്പോഴെല്ലേ മാതാവേ? എന്നാ മാതാവെ ഞാൻ ഒരു കാര്യം ചോദിക്കട്ടെ നീയ്യ് പറഞ്ഞുതരണത്, ഞാൻ ആരോടും കമാന്ന് ഒരക്ഷരം മിണ്ടില്ല.'

'സെഖര്യാവേ, എന്താണ് നിനക്ക് അറിയേണ്ടത്?'

'അന്ന് കാനാവിലെ കല്യാണത്തിന്, വീഞ്ഞ് കുടിക്കാൻ കിട്ടാണ്ടെ, ആളോളങ്ങനെ വെഷമിച്ച്ട്ട് ഇരിക്കുമ്പോ, നന്റെ ചെക്കൻ വെള്ളം വീഞ്ഞാക്കില്ല്യേ? ആ സൂത്രൊന്ന് പറഞ്ഞാരോ? എന്നാ, നനിക്ക് ഞാൻ മിനിട്ടിന്, മിനിട്ടിന് മെഴ്തിരി കത്തിക്കാം.'

മാതാവ് ഒരക്ഷരം ഉരിയാടിയില്ല.

'മിണ്ടണ്ട. ഇന്നെ വിളിക്ക്യേം വേണ്ട മുത്ത്യേ.'

■

അന്ത്രയോസ് ആണ്ട് അസോഷിയേയ്റ്റ്സ്

വക്കീൽ ചേറപ്പായി തന്റെ വിഖ്യാതമായ കഷണ്ടിയിൽ കുളുർക്കെ എണ്ണ തേച്ചു കുളിച്ചു. ഭാര്യ കൊച്ചുറോത നിർമിച്ച വെള്ളേപ്പം എട്ടെണ്ണം ധാരാളം പഞ്ചസാര ചേർത്ത തേങ്ങാപ്പാലിൽ കുതിർത്തി. സുഖമായ പ്രാതൽ. ഉന്മേഷവാനായി. അതിനു വേറെയും കാര്യങ്ങൾ. തലേ ദിവസം മദ്യം കഴിച്ചിട്ടേയില്ല! തത്ഫലമായി അന്ന് ബ്രഹ്മമുഹൂർത്തത്തിൽത്തന്നെ സുഖമായ വിരേചനം! ആഹ്ലാദത്തോടെ വക്കീലാഫീസിൽ ചെന്നിരുന്നു. അവിടെ ചായ്ച്ചും ചെരിച്ചും തിരിച്ചും തലകീഴായും ക്രമീകരിക്കാൻ പറ്റുന്ന വിലയേറിയ സ്റ്റീൽ കസേരയിൽ ചാഞ്ഞിരുന്ന് ഏമ്പക്കമിട്ടു.

മേശപ്പുറത്ത് ഗുമസ്തൻ കൃഷ്ണൻകുട്ടിനായർ അന്നു നടത്തേണ്ട തായ ഫയലുകൾ വെച്ചതിന്റെ ഉയരം നോക്കി സന്തോഷിച്ച്, മുകളിലെ ഫയൽ എടുത്തു നിവർത്തി.

ഒരു പ്രസിദ്ധ സാഹിത്യകാരന്റെ പേരിലുള്ള കേസ്. അശ്ളീല സാഹിത്യം സചിത്രം എഴുതി പ്രസിദ്ധീകരിച്ചിരിക്കുന്നു. ചേറപ്പായി ആലോചനയിലാണ്ടു. പോലീസ് കണ്ടെടുത്ത് കോടതിയിൽ ഹാജരാക്കി യിട്ടുള്ള അശ്ളീലം മുഴുവൻ കാണണം. നിയമവിരുദ്ധമായ അശ്ളീലം വല്ലതും അതിലുണ്ടോ എന്നു പഠിക്കേണ്ടേ? സചിത്രമാണ് കൃതി. പ്രിന്റു കൾ നന്നായാൽ മതിയായിരുന്നു.

അപ്പോൾ പടി കടന്നു വരുന്നു ഒരു മദ്ധ്യവയസ്കൻ. കൂടെ അസാ മാന്യ സൗന്ദര്യവുമായി ഒരു യുവതിയും! ചേറപ്പായി ഒരു ഹൃദയ സ്തംഭനം കടിച്ചിറക്കി, രക്തസമ്മർദം നോർമൽ ആക്കി. പ്രസന്നവദന നായി ഇരുന്ന് ആലോചന. എന്തായിരിക്കും ഈ തരുണിയുടെ വ്യവഹാര വിഷയം? മാനഹാനിയോ മാനഭംഗമോ? മാനഭംഗംതന്നെയാകണേ യെന്ന് ആശിച്ച് രണ്ടു പേരെയും പതിവിൽക്കവിഞ്ഞ ഉപചാരങ്ങളോടെ ഉപവിഷ്ടരാക്കി.

അച്ഛനും മകളും.

മദ്ധ്യവയസ്കൻ ഭവ്യതയോടെ, ഒരു പാട് മുഖവുരയോടെ വിവരിക്കു മ്പോൾ യുവതി ചേറപ്പായിയെ നോക്കിയിരുന്നു. നറുംപുഞ്ചിരിയോടെ, അർദ്ധനിമീലിത നേത്രങ്ങളുമായി.

അഡ്വക്കേറ്റാണ് യുവതി. ചേറപ്പായിയുടെ ഓഫീസിൽ ജൂനിയർ ആയി പ്രാക്ടീസ് ചെയ്യുവാനാണ് ഉദ്ദേശ്യം. അതിന് അനുമതി വേണം.

അഭിഭാഷകവൃത്തിയിലുള്ള ബുദ്ധിമുട്ടുകളെക്കുറിച്ചു സംസാരിച്ച് ചേറപ്പായി അതിനനനുവാദം കൊടുക്കുവാൻ തുടങ്ങുകയായിരുന്നു.

പെട്ടെന്ന് ഓഫീസ് വാതിലിന്റെ മറ അല്പം മാത്രം നീക്കി കൊച്ചു റോത മുഖം കാണിച്ച്, ചേറപ്പായിയെ അകത്തേക്കു വിളിച്ചു. ദേഷ്യം വെട്ടിവിഴുങ്ങി ചേറപ്പായി അകത്തുചെന്നു. അവിടെ ഭാര്യ കൊച്ചു റോതയ്ക്കും ഭദ്രകാളിക്കും ഒരേ ഛായ! ചേറപ്പായിക്ക് സംസാരിക്കാൻ ഇടം കൊടുക്കാതെ കൊച്ചുറോത:

'പിന്നേ ഒരു കാര്യം. ഞാൻ എല്ലാം കണ്ടു, കേട്ടു. ഇവിടെ പെണ്ണു വക്കീൽ വേണ്ട. സ്വാമി വക്കീലിന്റെ ഓഫീസ്സിലും വേണ്ട. വേറെ എങ്ങോട്ടാച്ചാ അയച്ചോ.'

ഉത്തരം കേൾക്കാൻ നിൽക്കാതെ കൊച്ചുറോത വെട്ടിത്തിരിഞ്ഞ്, ചവുട്ടി മെതിച്ച് അടുക്കളയിലേക്ക്. അവിടെച്ചെന്ന് സാന്ത്വനപ്പെടുത്തിയാലോ?

പക്ഷേ, അടുക്കളയിൽ ചിരവ, ചൂല്, ഉരല്, ഉലക്ക. വേണ്ട. ചേറപ്പായി തിരിച്ച് ഓഫീസിൽ ചെന്നിരുന്നു, വലിയ സങ്കടത്തോടെ.

വലിയ സങ്കടത്തോടെതന്നെ അച്ഛനും മകളും പടിയിറങ്ങിപ്പോയി.

അപ്പോൾ തന്റെ സ്ഥിരകാല ജൂനിയർ വക്കീൽ മാത്തുക്കുട്ടി അടുത്ത മുറിയിൽനിന്നും വന്നു, ഗൗരവത്തിൽ:

'ഒരു കാര്യം പറയാനുണ്ട്.'

'ഉം? എന്താ കാര്യം?'

'കൊല്ലം മൂന്നായി, ഞാനിവിടെ ജൂനിയറായിട്ട്. അതിനുമുമ്പ് രണ്ടു കൊല്ലം സ്വാമീടെ കൂടെ. ഇന്നുവരെ നിങ്ങൾ രണ്ടുപേരും ഒരു കേസ്സു പോലും നടത്താൻ അനുവദിച്ചിട്ടില്ല. ഒരു പൈസപോലും... ഇതുവരെ...'

'മാത്തുക്കുട്ടീ, കാശിനാർത്തി പാടില്ല. ഞങ്ങൾ കേസ് നടത്തണതു കണ്ടു പഠിക്കണം, അഞ്ചുമണിവരെ കോടതിയിലിരുന്ന് നിയമപുസ്തകങ്ങൾ കാണാപാഠമാക്കണം എന്നാലേ വക്കീലാവൂ.'

'എന്നാലേയ്, ഞാൻ ആ പഠിപ്പ് നിർത്തി. ഇനി ഒരു ഉപദേശോം വേണ്ട. അഞ്ചു കൊല്ലം ഇരുന്നു ചെരച്ചതു മതി. ഇനി ഒറ്റയ്ക്ക് ഈ പണിയൊന്നു നോക്കട്ടെ.'

മാത്തുക്കുട്ടി തന്റെ ശൂന്യമായ ഡയറിയും കോട്ടും ഗൗണുമെടുത്ത് ഗുരുനാഥനോട് യാത്രപോലും പറയാതെ ഇറങ്ങിപ്പോയി.

അന്നു കാലത്തുണ്ടായിരുന്ന ആഹ്ലാദം മുഴുവൻ ചേറപ്പായിയെ വേർപിരിഞ്ഞു. അന്നു നഷ്ടപ്പെട്ട രണ്ടു ജൂനിയർമാരെയും ഓർത്തു

വിലപിച്ചു. ആ ദുഃഖമകറ്റാൻ, അശ്ലീലസാഹിത്യകാരന്റെ കേസ്ഫയൽ നിവർത്തി. രസികൻ കേസ്. മനസ്സ് അതിൽ വ്യാപരിക്കയായിരുന്നു, അന്നേരം:

മുന്നിൽ അന്ത്രയോസ്. ഒറ്റയ്ക്ക്. കൂടെ ഒരു കക്ഷിപോലുമില്ലാതെ. വ്യവഹാരകാര്യസ്ഥൻ അന്ത്രയോസ് അങ്ങനെ ഒറ്റയ്ക്കു വരുന്നതു ചേറപ്പായിക്ക് ഇഷ്ടമേയല്ല. കുറേ കൊല്ലങ്ങളായുള്ള പ്രൊഫഷണൽ ബന്ധമാണ് ചേറപ്പായിക്ക് അയാളോട്.

അന്ത്രയോസ് പഠിക്കാൻ മിടുക്കൻ. ബി.എ. വരെ പഠിച്ചു. നിയമ ബിരുദമെടുക്കണമെന്നായിരുന്നു തീവ്രമായ ആഗ്രഹം. പക്ഷേ, വീട്ടിലെ ബുദ്ധിമുട്ടുകൾ അതിനനുവദിച്ചില്ല. അപ്പൻ വലിയ വ്യവഹാരി. വ്യവഹാരം നടത്തിനടത്തി ഒരുപാടു സ്വത്തു നശിച്ചു. അതെല്ലാം അന്ത്ര യോസ്സിന് നിയമബിരുദത്തിന്റെ ബാലപാഠങ്ങൾ. കോടതിനടപടികൾ, പോലീസ് സ്റ്റേഷനിലെ ശട്ടവട്ടങ്ങൾ എല്ലാം അയാൾക്കു പൈതൃകമായി ലഭിച്ചു. അപ്പൻ മരിച്ചു പിന്നെയും നാട്ടുകാർ അന്ത്രയോസ്സിനെ സമീപിച്ചു. അവരുടെ പ്രശ്നങ്ങൾ കോടതിയായാലും, പോലീസ് സ്റ്റേഷനായാലും ഏതു സർക്കാർ ഓഫീസായാലും അന്ത്രയോസ് അതിവിദഗ്ധമായി കൈകാര്യം ചെയ്തുകൊടുത്തുപോന്നു. ഗൗരവതരമായ നിയമപ്രശ്ന ങ്ങൾ സ്വാമി വക്കീലിന്റെ അടുത്ത്. മറ്റു കേസുകൾ ചേറപ്പായിക്കും കൊടുത്തു. കുറെ വർഷങ്ങളായി അങ്ങനെ അന്ത്രയോസ് കക്ഷികളിൽ നിന്നും കാശു വാങ്ങി അതിൽനിന്നും വക്കീൽഫീസ് കൊടുത്തു. ചേറപ്പായിക്ക് അത്തര ത്തിലുള്ള ധനവിനിയോഗം ഇഷ്ടമേയല്ല. എങ്കിലും സഹകരിച്ചു സഹിച്ചു. ഒട്ടും സഹിക്കാൻ സാധിക്കാത്തത് അന്ത്രയോസ്സിന്റെ ഒറ്റയ്ക്കുള്ള വരവ്. അപ്പോഴാണ് അന്ത്രയോസ് കടം ചോദിക്കുക. ചേറപ്പായി അതിദുഃഖത്തോടെ ചോദിച്ചതിന്റെ നാലിലൊന്ന് നിവൃത്തിയില്ലാതെ കൊടുക്കും. കൊടുത്ത തൊന്നും തിരിച്ചു കിട്ടില്ല. തിരിച്ചു കൊടുക്കണമോ എന്ന് അന്ത്രയോസ് സ്വപ്നത്തിൽപ്പോലും സംശയിച്ചിട്ടില്ല. അന്ത്രയോസ് പതിവുപോലെ ഏൽപിച്ച കേസ്സുകളുടെ സുഖവിവരം അന്വേഷിച്ചു പിന്നെ ആവശ്യപ്പെട്ടു ഒരു തുക.

തുക കേട്ട് ചേറപ്പായി അന്തംവിട്ടു.

ചേറപ്പായിക്ക് അറിയാവുന്ന നിയമഭാഷയിൽ, അന്ത്രയോസ്സിന്റെ ആവശ്യം ഉത്തമവിശ്വാസയോഗ്യമായിരുന്നു. അന്ത്രയോസ്സിന്റെ മകളുടെ കല്യാണം. മുൻ കടങ്ങളെപ്പോലെയല്ല. ഒരു കൊല്ലത്തിനകം തിരിച്ചു കൊടുക്കും, ഉറപ്പ്. അതിനുള്ള മാർഗവും അയാൾ കണ്ടുവെച്ചിട്ടുണ്ട്. അന്ത്രയോസ്സിന്റെ ഒരു വസ്തുവിന്റെ അരികിലൂടെ ഇപ്പോൾ ഒരു കാലടി പ്പാത മാത്രം. അത് ഒരു പഞ്ചായത്തു റോഡാക്കാം. എങ്കിൽ വസ്തുവിന് പറഞ്ഞ വില കിട്ടും. പഞ്ചായത്തുറോഡ് വരുത്തുന്നതിനെതിരായി ഒരേ ഒരു വസ്തു ഉടമ മാത്രം. അന്ത്രയോസ്സിന് അതൊന്നും ഒരു പ്രശ്നമല്ല.

ആ വസ്തുവിൽക്കൂടി റോഡ് വെട്ടും. അപ്പോൾ അന്ത്രയോസ്സടക്കം പ്രതികളായി ഒരു ക്രിമിനൽ കേസ്. അതു നിസ്സാര കാര്യം. സ്വാമി വക്കീലും ചേറപ്പായിയും കൂടി അതു കൈകാര്യം ചെയ്യും. അതൊന്നും വിസ്തരിച്ചു പറയേണ്ട കാര്യമാണെന്ന് അന്ത്രയോസ്സിനു തോന്നിയില്ല. പണം അത്യാവശ്യമാണെന്നു മാത്രം പറഞ്ഞു.

അഞ്ചു രൂപപോലും കൈവിടുമ്പോൾ മരണവേദന അനുഭവിക്കുന്ന ചേറപ്പായി അപ്പോൾ ഒരു മഹാമനസ്കത കാണിച്ചു.

ഇരുപത്തിയഞ്ചു രൂപ എടുത്തു കൊടുത്തു പറഞ്ഞു:

'മകളുടെ കല്യാണമല്ലേ? ഇതിരിക്കട്ടെ.'

അന്ത്രയോസ് അതെടുത്ത് ചേറപ്പായിയുടെ ചവറ്റുകൊട്ടയിൽ എറിഞ്ഞ് പടിയിറങ്ങി. സ്വാമിയുടെ പടിയിറങ്ങി, പടി കൊട്ടിയടച്ചതു പോലെ ചേറപ്പായിയുടെ പടിയും അടച്ച് അന്ത്രയോസ് നടന്നു.

ആ വസ്തു, ചോദിച്ച വിലയ്ക്കു വിറ്റ് അന്ത്രയോസ് മകളുടെ കല്യാണം നടത്തി. ബാക്കി സംഖ്യയും പകയും കരുതിവച്ചു. രണ്ടും കൂട്ടുപലിശയായി കൂടിക്കൂടി വന്നു.

പിന്നെ അന്ത്രയോസ് ഒരു മഹായുദ്ധം അസൂത്രണം ചെയ്തു. ഒരു സ്ഥാപനം അതിന് ഒരു പാർട്ട്ണർ വേണം. അന്വേഷണം ശങ്കരൻകുട്ടി യിൽ ചെന്നെത്തി.

നിയമബിരുദം എടുത്തേ അടങ്ങൂ എന്ന നിശ്ചയദാർഢ്യത്തോടെ, വർഷങ്ങൾക്കു മുമ്പ് കോടതിക്കു മുന്നിൽ ഓഫീസ് മുറി വാടക യ്ക്കെടുത്ത്, കൃത്യമായി വാടക കൊടുത്ത്, തീർത്തും വിജനമായ ആ മുറി കൈവശം വെച്ചിരിക്കുന്ന ശങ്കരൻകുട്ടി. നിരവധി പ്രാവശ്യം പരീക്ഷ യെഴുതിയിട്ടും നിയമബിരുദം സിദ്ധിക്കാഞ്ഞപ്പോൾ ഇനി എന്താ മുറി ഒഴിഞ്ഞുകൊടുത്താൽ എന്ന് ശങ്കരൻകുട്ടി ചിന്തിക്കാൻ തുടങ്ങിയ സമയം. അപ്പോൾ അന്ത്രയോസ് ശങ്കരൻകുട്ടിയുടെ ആത്മാവിന്റെ മരുഭൂമിയിൽ മരുപ്പച്ചകൾ പകർന്നുകൊടുത്തു.

ഒരു ദിവസം കാലത്ത് ആ ഓഫീസ് മുറിയുടെ മുകളിൽ നാട്ടുകാർ ഒരു വലിയ ബോർഡ് കണ്ടു:

'അന്ത്രയോസ് ആണ്ട് അസോഷിയേയ്റ്റ്സ് ജനറൽ കൺസൾ ട്ടന്റ്സ്.'

നാട്ടുകാർക്കും വക്കീലന്മാർക്കും ഒന്നും മനസ്സിലായില്ല ആ കടം കഥ.

പിറ്റേദിവസം പ്രധാന പ്രഭാതപത്രങ്ങളിൽ കണ്ട പരസ്യം:

'നാട്ടുകാരേ, നിങ്ങൾക്ക് സിവിലായോ ക്രിമിനൽ ആയോ സർക്കാർ ഓഫീസ്സുകളിലോ സ്ഥാപനങ്ങളിലോ എന്തെങ്കിലും അവശതകളോ പ്രശ്നങ്ങളോ ഉണ്ടെങ്കിൽ സമീപിക്കുക ഞങ്ങളുടെ സ്ഥാപനത്തെ–'

അന്ത്രയോസ് ആണ്ട് അസോഷിയേയ്റ്റ്സ്.

കുറഞ്ഞ ചെലവിൽ, സത്യസന്ധമായി ഞങ്ങൾ പരിഹരിച്ചുകൊടുക്കുന്നു. പുരാതനവും നവീനവുമായ എല്ലാതരം നിയമങ്ങളും ശാസ്ത്രീയമായും വിദഗ്ധമായും ഞങ്ങളുടെ സ്ഥാപനത്തിൽ കൈകാര്യം ചെയ്തുകൊടുക്കപ്പെടും.'

പിന്നെ കണ്ടത് എല്ലാ സിനിമാതിയേറ്ററുകളിലുമാണ്. സചിത്ര പരസ്യം! ഇന്റർവെൽ സമയത്ത് സ്ലൈഡിൽ.

രണ്ടു പോലീസ്സുകാർ ഒരു പുള്ളിയെ കൈയാമം വെച്ചുകൊണ്ടു പോകുന്ന ചിത്രം. അതിനു താഴെ:

'ഇങ്ങനെയുള്ള സന്ദർഭങ്ങളിൽ വ്യാകുലപ്പെടേണ്ടതില്ല. ഞങ്ങളെ സമീപിക്കുക:

അന്ത്രയോസ് ആണ്ട് അസോഷിയേയ്റ്റ്സ്.'

ആകാശവാണിക്ക് ഭൂപാളരാഗത്തിൽ കവിതാത്മകമായ ഒരു പരസ്യം അയച്ചുകൊടുത്തത്, സാങ്കേതിക തടസം പറഞ്ഞ് ആകാശവാണി പാടിയില്ല.

അന്ത്രയോസ് വളരെയേറെ ചിന്തിച്ച് മറ്റൊരു പാർട്ട്ണറെ സമീപിച്ചു.

അഴിമതിക്കും കൈക്കൂലിക്കും സുപ്രസിദ്ധനായിരുന്ന ഹെഡ്കോൺസ്റ്റബിൾ. ഡിപ്പാർട്ടുമെന്റിൽനിന്നും ഡിസ്മിസൽ സസന്തോഷം സ്വീകരിച്ച്, മൂന്നു മാസം ജയിൽശിക്ഷയും അനുഭവിച്ച ആൾ. സർവമാന ജനങ്ങളെയും കിറുകൃത്യമായി വഞ്ചിക്കുന്നതിൽ വിദഗ്ധൻ. ഓട്ടയടച്ചും വേണമെങ്കിൽ സസൂക്ഷ്മപഴുതുകൾ ഉണ്ടാക്കിയും രേഖകൾ തയാറാക്കും.

ഇഷ്ണിക്ക മകൻ അയ്യപ്പൻ. സർക്കിൾ അയ്യപ്പുട്ടി എന്ന പേരിലേ മേലാളരും നാട്ടുകാരും അറിയൂ. ശരാശരി ഉയരം. കരിങ്കല്ലിൽ കൊത്തിയെടുത്ത മുഖം ദീർഘചതുരം. സദാ പുഞ്ചിരിക്കുന്ന നേരിയ ചുണ്ടുകൾ. കാതുകളിൽ ചുവന്ന കടുക്കൻ. ഉറച്ച മാംസപേശികൾ. പക്ഷേ, ഔദ്യോഗികജീവിതത്തിൽ ഒരു പുള്ളിയേയും കൈകൊണ്ടു തൊട്ടിട്ടില്ല. പുള്ളികളുടെ വീടുകളിൽ പോയി മർദ്ദനമുറകൾ വിവരിക്കും. അവർ വാവിട്ടു നിലവിളിച്ച്, ചോദിച്ച കാശു കൊടുക്കും. യാചിക്കും. തല്ലരുതേ. പിന്നെ പുള്ളിക്ക് അയ്യപ്പുട്ടി നിർദേശിക്കുന്ന വക്കീൽ.

ഏതെങ്കിലും വീട്ടിൽനിന്നും കൂട്ടനിലവിളി കേട്ടാൽ അയൽക്കാർ മനസ്സിലാക്കുന്നു:

ഒന്നുകിൽ മരണം, അല്ലെങ്കിൽ സർക്കിൾ അയ്യപ്പുട്ടി ആ വീട്ടിൽ എത്തിയിരിക്കുന്നു!

തിരിച്ചുവന്ന് പുള്ളിയോട്:

'എടാ വിഡ്ഢിത്തം ഒന്നും കാട്ടരുത്. സത്യം മാത്രം പറയരുത്. ഞാൻ പറയുന്ന വക്കീലിനെ കേസ് ഏൽപിക്കണം, രക്ഷപ്പെടും.

വക്കീൽഫീസ് എന്റെ കൈയിൽ തരണം. വക്കീലിന് ഞാൻ കൊടു ത്തോണ്ട്.'

കുശാഗ്രബുദ്ധിയുള്ള വക്കീലന്മാർക്കു മാത്രം കീറിമുറിച്ചെടുക്കാൻ സാധിക്കുന്ന പഴുതുകൾ അയ്യപ്പുട്ടി തയാറാക്കുന്ന രേഖകളിൽ. ചില വക്കീലന്മാർക്ക് അതു പറഞ്ഞു കൊടുക്കേണ്ടിയും വരും.

അന്ത്രയോസ് അയ്യപ്പുട്ടിയെ ഫേമിന്റെ പാർട്ട്ണർ ആക്കാൻ നിശ്ച യിച്ച് ഓർത്തു. അതിബുദ്ധിമാനും ക്രൂരനുമായ ഒരു ശത്രു. ടേംസ് ആണ്ട് കണ്ടീഷൻസ് ശ്രദ്ധാപൂർവം തയാറാക്കിയ രേഖ അയ്യപ്പുട്ടിക്ക് വായി ക്കാൻ കൊടുത്തു.

ഒരു നിമിഷം അതിൽ കണ്ണോടിച്ച് അയ്യപ്പുട്ടി ഓഫീസ് മുറിയാകെ ഒന്നു നോക്കി ഉറക്കെ ആത്മഗതം:

'ഓഫീസ്സായാൽ ചവറ്റുകുട്ട വേണമല്ലോ?'

രേഖ ചുരുട്ടി നിലത്തെറിഞ്ഞ് പറഞ്ഞു:

'ലാഭം, ഫിഫ്റ്റി ഫിഫ്റ്റി.'

അന്ത്രയോസ് മനഃപ്രയാസത്തോടെ:

'മൂന്നു പാർട്ട്ണർമാർ. മൂന്നിലൊന്ന്.'

അത്രയും പറഞ്ഞു തീരുന്നതിനുമുമ്പ് സർക്കിൾ അയ്യപ്പുട്ടി വാതിൽ ക്കൽ എത്തിയിരുന്നു. തിരിഞ്ഞ്.

'എന്നാ നിങ്ങള് രണ്ടാളുംകൂടി നടത്തിക്കോ.'

അന്ത്രയോസ് ഉടനെ സമ്മതിച്ചു ലാഭവിഹിതം.

'എന്നാൽ ചായ?'

'വേണ്ട.'

'എങ്കിൽ വരുത്താം.'

'വേണ്ട. ആകെ ഒരു ചീത്ത സ്വഭാവണ്ട്. കാശുണ്ടാക്കാ.'

അയ്യപ്പുട്ടി പറഞ്ഞതു തികച്ചും സത്യം. മദ്യപാനം, വ്യഭിചാരം, ചൂതുകളി എല്ലാം എത്രയോ മുമ്പ് പരീക്ഷണവിധേയമാക്കി വേണ്ടെന്നു നിശ്ചയിച്ചതാണ്.

സ്ഥാപനത്തിന്റെ വിഷമംപിടിച്ച പോർട്ട് ഫോളിയോ അയ്യപ്പുട്ടിക്ക്. സ്ഥാപനത്തിനാവശ്യമായ റൊമെറ്റീരിയൽസ്-കക്ഷികൾ-അവരെ ആട്ടിത്തെളിച്ച് ഓഫീസിൽ എത്തിക്കുക. അവരെ സിവിലായും ക്രിമിന ലായും തരംതിരിച്ച് ഏതു വക്കീലിനെ ഏൽപിക്കണം എന്ന ഭാരം അന്ത്ര യോസിനും ശങ്കരൻകുട്ടിക്കും. ചേറപ്പായിക്കും സ്വാമി വക്കീലിനും ഒരൊറ്റ കക്ഷിയെപ്പോലും കൊടുക്കില്ലെന്ന്, സ്ഥാപനത്തിന്റെ ഭരണഘടനയിൽ വലിയ അക്ഷരങ്ങളിൽ എഴുതി വെച്ചിട്ടുണ്ട്. ചെറുകിട കേസ്സുകൾ നടത്താൻ ചെറുപ്പക്കാരായ രണ്ടു മിടുക്കൻ വക്കീലന്മാർ.

കോടതി വരാന്തകൾ, നാട്ടുകാർ ഒത്തുചേരുന്ന നാൽക്കവലകൾ അയ്യപ്പുട്ടി അവിടെയെല്ലാം ചെന്ന് വ്യവഹാരക്ഷേമാന്വേഷണങ്ങൾ. സദുപദേശങ്ങൾ. സീനിയർ വക്കീലന്മാർ നടത്തുന്ന കേസ്സുകളിൽ വന്ന അപാകതകൾ, പാകപ്പിഴവുകൾ കക്ഷികൾക്കു ബോദ്ധ്യപ്പെടുത്തുന്നു. അപ്പോൾ അവർ അവരുടെ സ്ഥിരം വക്കീലന്മാരെ ഉപേക്ഷിച്ച് ഫേമിൽ എത്തുന്നു. കോടതിയിൽനിന്നും സമൻസും കല്പനകളും കിട്ടുന്നതിനു മുമ്പേ പ്രതികളുടെയും എതിർകക്ഷികളുടെയും മേൽവിലാസങ്ങൾ സമ്പാദിച്ച് അയ്യപ്പുട്ടി അവരെ ചെന്നു കാണും. അവർക്കു ഭീതിയുള വാക്കി, അവരെ സ്ഥാപനത്തിലേക്ക്.

അന്ത്രയോസ്സും ശങ്കരൻകുട്ടിയും മറ്റൊരു പാതയിലൂടെ.

വിവാഹം, അടിയന്തിരം, രാഷ്ട്രീയപൊതുയോഗങ്ങൾ, ക്ലബ്ബുകൾ എല്ലായിടത്തും എത്തും. നല്ലവരായ നാട്ടുകാരുമായി സൗഹൃദസംഭാഷണം നടത്തുന്നതിനിടയിൽ ചെറിയൊരു കഠാരിപ്രയോഗം ചേറപ്പായിയെപ്പറ്റി:

'നല്ലൊരു വക്കീലായിരുന്നു. പക്ഷേ...'

'എന്താ കാര്യം? ചേറപ്പായിക്ക് എന്തുപറ്റി?'

'ഒന്നും പറയണ്ട. പറയുന്നതു ശരിയല്ല.'

'എന്നാലും കേൾക്കട്ടെ.'

'രഹസ്യമാണ്. ഒന്നാന്തരം ക്രിമിനൽ വക്കീൽ. ഒരുപാടു സമ്പാദിച്ചു. ഇപ്പോൾ കേസ്സിലൊന്നും ഒരു താൽപര്യോം ഇല്ല. എന്നാലും ഭാഗ്യവാനാണ്. ഊട്ടിയിൽ ഒരു തേയിലത്തോട്ടം വാങ്ങി. അതിൽ ഒരു 'ചിന്ന വീട്.' റിട്ടയേഡ് ലൈഫ് അല്ലേ? പിന്നെ...'

'പിന്നെ? കേൾക്കട്ടെ'

'ഊട്ടിയിൽ നല്ല തണുപ്പല്ലേ? തണുപ്പു മാറ്റാൻ മദ്യം. അമിതമാണ് എന്നൊക്കെ കേൾക്കുന്നു. സത്യം അറിയില്ല.'

'അപ്പോൾ നമ്മുടെ സ്വാമിവക്കീലോ?'

'ഇത്രയും പ്രഗൽഭനായ ഒരു വക്കീലിനെ ഇതുവരെ കണ്ടിട്ടില്ല. എന്തൊരു ബുദ്ധി. എന്നാൽ ഈയിടെയായി...'

'അദ്ദേഹത്തിന് എന്തു പറ്റി?'

'പുറത്തു പറയരുത്. മദ്യപാനം, ഓർമയൊക്കെ കുറച്ചു കഷ്ടിയാണത്രെ. അതിബുദ്ധിമാൻ ആയിരുന്നു.'

ആയിരുന്നു എന്ന വാക്കിന് ഊന്നൽ കൊടുത്ത് സംഭാഷണം.

അതിനുപുറമെ അവർ വാഹനാപകടങ്ങൾ ഉണ്ടായ സ്ഥലത്തൊക്കെ ചെന്ന് പരുക്കുപറ്റിയവരെയും ഡ്രൈവർമാരെയും കണ്ട് ആശ്വസിപ്പിക്കും. അപകടത്തിൽപ്പെട്ടവരുടെ നഷ്ടപരിഹാരക്കേസ്സുകൾ, വാഹനം

ഓടിച്ചവരുടെ കേസ്സുകൾ എല്ലാം ഏറ്റെടുത്ത് അതിനു പറ്റിയ വക്കീല ന്മാരെ ഏൽപിക്കും.

അടിപിടി, കുത്തുകേസ്സുകളിൽപ്പെട്ട് ആസ്പത്രിയിൽ കിടക്കുന്നവരെ കാണാൻ നിത്യസന്ദർശകരുമായിരുന്നു. അവർക്കും വേണ്ട ഉപദേശ ങ്ങൾ.

ക്രമേണ ചേറപ്പായി, സ്വാമി വക്കീൽ, പിന്നെ ചില സീനിയർ വക്കീല ന്മാർ കക്ഷികളെ കിട്ടാതെ കുഴയാൻ തുടങ്ങുന്നതിനോടൊപ്പം അന്ത്ര യോസ് ആണ്ട് അസോഷിയേയ്റ്റ്സ് എന്ന സ്ഥാപനം തഴച്ചു വളർന്നു.

ഒരു രാത്രി പുലരുംവരെ രണ്ടുമൂന്നു കുപ്പി സ്കോച്ചിന്മേൽ ഇരുന്ന്, ചേറപ്പായിയും സ്വാമിയും സംഭവിച്ചുകൊണ്ടിരിക്കുന്ന പരിസരമാലിന്യ ങ്ങളെക്കുറിച്ച് ഗാഢമായി വിശകലനം.

ചേറപ്പായി പ്രഖ്യാപിച്ചു:

'അന്ത്രയോസ്സിന്റെ സ്ഥാപനം ഉന്മൂലനാശം ചെയ്യണം. ഒരു വേരും ബാക്കീണ്ടാവര്ത്, സ്വാമീ.'

സ്വാമി ഒന്നും മിണ്ടിയില്ല.

'എന്താ സ്വാമി മിണ്ടാണ്ടിരിക്കണെ? ഇങ്ങനെ പോയാൽ ഞാൻ തൂങ്ങിച്ചാവും.'

'ചത്തോ. നീ ചെയ്ത പാപങ്ങൾ? നിന്നെ തൂക്കിക്കൊല്ലേണ്ടതാണ്. അതിലും കുറഞ്ഞ ഒരു ശിക്ഷ നീ സ്വയം സ്വീകരിക്കുന്നത് നല്ല കാര്യം. എന്നാലും നിന്റെ മാതാവിനോടു ചോദിച്ചിട്ടു മതി.'

ഒരു ദിവസം അന്ത്രയോസ്സിന്റെ സ്ഥാപനത്തിനു മുന്നിലെ റോഡിൽ, സ്വാമിയും ചേറപ്പായിയും കൊച്ചുവർക്കിയുടെ പുതിയ ടൂറിസ്റ്റ് കോണ്ടെസ്സാ കാറിൽ. അതുവഴി വന്ന പോലീസ് ജീപ്പിലെ ചെറുപ്പ ക്കാരനായ സബ്ബ് ഇൻസ്പെക്ടർ അവരെക്കണ്ട് ഇറങ്ങി കുശലം പറഞ്ഞു നിൽക്കുമ്പോൾ...

പെട്ടെന്ന് ഒരു സ്ത്രീയുടെ നിലവിളി! പിന്നെ കണ്ടത്, അന്ത്രയോ സ്സിന്റെ ഓഫീസിൽനിന്നും കീറിപ്പറിഞ്ഞ ബ്ലൗസ്സുമായി ഒരു സ്ത്രീ നിലവിളിച്ച് ഓടിവരുന്നു! എന്തു ചെയ്യേണ്ടു എന്നറിയാതെ നിൽക്കുന്ന സബ്ബ് ഇൻസ്പെക്ടറുടെ വാരിയെല്ലുകൾക്കിടയിലെ മർമസ്ഥാനത്ത് സ്വാമി ചെറുവിരൽ ഒന്നമർത്തി, അദ്ദേഹത്തെ കർമോത്സുകനാക്കി.

അദ്ദേഹം ഓടിച്ചെന്നു.

കീറിയ ബ്ലൗസ്സിന്റെ കീറലുകൾ മാറത്തമർത്തി ഏങ്ങലടിച്ച്, ഉത്തുംഗമായ കൊങ്കകൾ പൊട്ടുംവിധം ആ സ്ത്രീ ഏങ്ങലടിച്ചു യാചിച്ചു:

'സാർ, എന്നെ രക്ഷിക്കണം. എന്നെ...ഹൊ, ഞാൻ എങ്ങനെ പറയും?'

'ജീപ്പിൽ കയറിയിരിക്കൂ.'

സബ്ബ് ഇൻസ്പെക്ടർ അന്ത്രയോസ്സിനെ തൂക്കിയെടുത്ത് ജീവനോടെ ജീപ്പിലേക്കെറിഞ്ഞു. സ്റ്റേഷനിലേക്കു കുതിച്ചു.

രേഖകൾ സഹിതം അന്ത്രയോസ്സിനെ കോടതിയിൽ ഹാജരാക്കി. കൃത്യസമയത്തു ജാമ്യക്കാരില്ലാത്തതിനാൽ, മജിസ്ട്രേട്ട് അന്ത്രയോസ്സിനെ സബ് ജയിലിലേക്കു റിമാൻഡ് ചെയ്തു. ശുഭം.

പ്രമാദമായ കേസ്.

യുവത്വം ഒരിക്കലും വിട്ടുമാറാത്ത നാരിയെ അന്ത്രയോസ് ഓഫീസ്സിൽ വച്ചു മാനഭംഗപ്പെടുത്തി. കീറിയ ബ്ലൗസ് തെളിവിലേക്കായി കോടതിയിൽ!

കേസ് വിചാരണദിവസം.

അന്യായക്കാരി, മിഡ്‌വൈഫ് വിശാലാക്ഷി സാക്ഷിക്കൂട്ടിൽ. സ്വാമിയെയും ചേറപ്പായിയെയും ഒന്നു കടാക്ഷിക്കപോലും ചെയ്യാതെ, സത്യം ചെയ്തു മൊഴി കൊടുക്കാൻ തുടങ്ങി:

'ഞാൻ അന്ത്രയോസ്സിന്റെ ഓഫീസിൽ ചെന്നു. ബ്ലെയിഡ് കമ്പനിയാണെന്നാ വിചാരിച്ചേ. മുപ്പത്തിമൂന്നു ശതമാനം കിട്ടുമെന്നാ കേട്ടത്. സംഖ്യ എടുത്തു മേശപ്പുറത്തു വെക്കാൻ തുടങ്ങുകയായിരുന്നു. അപ്പോൾ അയ്യപ്പുട്ടി എന്ന ഒരു മനുഷ്യൻ ചാടിയെണീറ്റു. അയാളുടെ നോട്ടം കണ്ട് ഞാൻ ഭയന്നുവിറച്ച് പുറത്തേക്കോടുമ്പോൾ വാതിലിന്റെ കുറ്റിയിൽ ക്കൊണ്ട് ബ്ലൗസ് കീറി. അതാണ് കോടതിയിൽ ഹാജരാക്കിയിട്ടുള്ള കീറിയ ബ്ലൗസ്. വേറെ ഒന്നും ഉണ്ടായില്ല.'

മതിയായ തെളിവുകൾ ഇല്ലാത്തതിനാൽ അന്ത്രയോസ്സിനെ കോടതി വെറുതെ വിട്ടു എന്നു വിധി. അതു കേട്ട് ചേറപ്പായി ബോധംകെട്ടു വീണു.

കേസ്സിന് മൊഴി കൊടുക്കേണ്ട ദിവസത്തിനു തലേന്ന് അർദ്ധരാത്രി, കോടതിയിൽ പറയേണ്ടും കാര്യങ്ങൾ അയ്യപ്പുട്ടി വീട്ടിൽ വന്നു പഠിപ്പിച്ചതോർക്കുമ്പോഴൊക്കെ വിശാലാക്ഷിക്ക് വിറയലും മോഹാലസ്യവും ഒരിക്കലും വിട്ടുമാറിയില്ല, വർഷങ്ങളോളം.

■

കേണൽ എസ്തപ്പാനോസ് മാഡം എസ്തോർ

ചേറപ്പായി ഡയറി മറിച്ചുനോക്കി.

അന്നും അടുത്ത രണ്ടു ദിവസങ്ങളിലും ഒരൊറ്റക്കേസ്സുപോലും തനിക്കില്ല!

കഠിനമായ ദേഷ്യം. രക്തസമ്മർദ്ദം.

മസ്തിഷ്കത്തിൽ ചെണ്ടകൊട്ട്.

ഡയറി വലിച്ചെറിഞ്ഞു. കൃത്യം ചവറ്റുകൊട്ടയിൽ!

അപ്പോൾ പുറത്ത് കാൽപ്പെരുമാറ്റം.

ചേറപ്പായി ഒളിഞ്ഞുനോക്കി. സന്തോഷമായി. ഒരു പുതിയ കക്ഷി! കക്ഷി വരാന്തയിൽ ചെരിപ്പ് അഴിച്ചുവയ്ക്കുന്നു. പിന്നെ രഹസ്യമായി വിഴുങ്ങി, ഒരു ഒലക്ക. അകത്തു വന്ന്, നെട്ടനെ നിന്നു.

ചേറപ്പായി ആഗതനെ ആപാദചൂഡം, ആബാലവൃദ്ധം നിരീക്ഷിച്ചു. മസ്തിഷ്ക്കത്തിലിട്ട് കശക്കി. ഉത്തരം.

പിശുക്കൻ, മഹാപിശുക്കൻ.

ഒന്നും മിണ്ടാതെ, പുരികം മാത്രം ഉയർത്തി ചേറപ്പായി കക്ഷിയെ നോക്കി ദഹിപ്പിച്ചു.

ഉടനെ കക്ഷി ഒരു അഞ്ചു രൂപാനോട്ട് മേശപ്പുറത്തു വച്ചു പറഞ്ഞു:

'പണം എനിക്ക് പ്രശ്നമല്ല എന്ന് മനസ്സിലായല്ലൊ വക്കീൽ സാറിന്?'

'മനസ്സിലായി.'

ആ നോട്ട് ചുരുട്ടിക്കൂട്ടി അവന്റെ മുഖത്തെറിയണമെന്ന് നിശ്ചയിച്ചെങ്കിലും, തനിക്കിപ്പോൾ കേസ്സൊന്നുമില്ലാ എന്ന ദുരവസ്ഥ, അടിയന്തിരാവസ്ഥ. അത് ഓർത്തും, അഞ്ചെങ്കിൽ അഞ്ച് എന്ന് കുഞ്ചനും പാഞ്ചാലിയും ചൊല്ലിയതെന്നോർത്തും ക്ഷമിച്ചു മൊഴിഞ്ഞു:

'എന്താ കാര്യം?'

'പ്രമാദമായ കേസ്സാണ് സാർ.'

'എങ്കിൽ ചുരുക്കി, ചുരുട്ടിപ്പറയ്.'

കക്ഷി വിസ്തരിച്ചുതന്നെ വിവരിച്ച കാര്യങ്ങൾ കേട്ടു പുളകംകൊണ്ട്, ചേറപ്പായി അവ സവിസ്തരം ചിന്തിച്ചു നോക്കി.

തെക്കെ ഇന്ത്യയിൽ, ഇന്ത്യൻ റെയിൽവെ ഓടുന്ന ഒരു ദാരിദ്ര്യം പിടിച്ച നൂറാം ക്ലാസ് കംപാർട്ട്മെന്റിൽ, ജാലകങ്ങൾക്കടുത്ത് തന്റെ കക്ഷിയും, കേണൽ എസ്തപ്പാനോസ് ഭാര്യ മേഡം എസ്തേറും ഇരിപ്പാണ്, മുഖാമുഖം. മേഡത്തിന്റെ തൊട്ട് അടുത്ത് ഇരിക്കുന്ന കേണൽ!

ആജാനുബാഹു, ആറരയടി പൊക്കം, കൊമ്പൻ മീശ, കൊല കൊമ്പൻ Tightlipped. മുഖഭാവം-ദേഷ്യം, പരമപുച്ഛം, നിരാശ. അതിന് കാരണമുണ്ട്. സ്ഥിരം ഒന്നാംക്ലാസിൽ മാത്രം യാത്ര ചെയ്യേണ്ടവർ! റിസർവേഷൻ കിട്ടാത്ത ഒരൊറ്റ കാരണംകൊണ്ട്, ഈ മൂന്നാം ക്ലാസ് പൗരന്മാരോടൊത്ത് യാത്ര ചെയ്യേണ്ടി വന്നല്ലോ എന്ന ദുഃഖം.

കേണലിന്റെ കളത്രം.

മദാലസ, മസാലദോശ എന്ന് സ്വാമി വക്കീൽ വിശേഷിപ്പിക്കുന്ന നാരീജനം!

സ്ലീവ്ലെസ് ബ്ലൗസ്, അതിന്റെ കഴുത്ത്, മുമ്പിൽ ഭേദമില്ലാതെ അതികഠിനമായി താഴോട്ട് വെട്ടിക്കീറിയിട്ടിരിക്കുന്നു, ഒരു പരമദുഷ്ടൻ തയ്യൽക്കാരൻ. അത് നോക്കിയാൽ പ്രേരണ, ബലാൽസംഗം. Abetment of rape-ന് തയ്യൽക്കാരൻ ശിക്ഷാർഹൻ. എന്നാലും കാണാൻ കൗതുകമല്ലേ എന്നോർത്തു ചേറപ്പായി.

പിന്നെയോ? വെളുത്ത കൈത്തണ്ടകൾ.

കക്ഷം, കറുത്ത പക്ഷം, അതിശയം!

പഴുത്ത മധുരനാരങ്ങ, മുഴുത്ത കാശ്മീരി ആപ്പിൾ, പറങ്കിമാങ്ങ ഇവ ചാലിച്ചെടുത്ത നിറമുള്ള മാറിൽ, രണ്ടു ചെറിയ അഗ്നിപർവതങ്ങൾ. തീവണ്ടി കുലുക്കത്തിൽ ഇപ്പോ പൊട്ടും എന്ന മട്ട്. അവിടേക്കൊന്ന് നോക്കിയാലോ!

കഷ്ടം! ഇവിടെ പുരുഷഗർവം ഒക്കെ പൂക്കും അസ്തമിക്കും. ഇഷ്ടന്മാർ പിരിയും. ഇവിടമാണ് ഹാ, ഹാ, വർണ്ണിക്കാൻ കരജിഹ്വാദികൾ ഇല്ല.

അതു കാണുന്ന വൈരാഗിയും വക്കീലും വൈദികനും ഭീരുവും ഒക്കെ ശ്വാസംനിലച്ച് ഉപ്പുതൂണായി സ്തംഭിച്ച് സിദ്ധികൂടും.

എന്നാൽ, മേഡം കേണൽ സഹയാത്രികരെ പുഞ്ചിരിതൂകി നോക്കുന്നു. ഒരു wild sanctury-യിൽ പോയി ആദ്യമായി കാട്ടുമൃഗങ്ങളെ കാണുന്ന കൗതുകത്തോടെ!

അങ്ങനെയുള്ള ഒരു വിഷയാവസ്ഥയിൽ, തന്റെ കക്ഷി, തീവണ്ടിയുടെ

കുലുക്കത്തിന്റെ ബെനിഫിറ്റ് ഓഫ് ഡൗട്ടിൽ, സ്നിഗ്ദ്ധസിന്ദൂര മാറിടങ്ങളിൽ ഇരുകരങ്ങളും പതിച്ച് വീഴ്ച.

ഉടൻ കേണലിന്റെ മീശദ്വയങ്ങൾ, കൈകൊണ്ട് പിരിക്കാതെതന്നെ, സ്വയം പിരിഞ്ഞുയർന്നു എന്നു മാത്രമല്ല, ഒപ്പം അദ്ദേഹത്തിന്റെ ഉരുക്കു മുഷ്ടികൾ തന്റെ കക്ഷിയുടെ പുറത്ത് പിസ്റ്റൺ കണക്കെ അനവരതം പതിച്ചപ്പോഴും, വേദനയറിയാത്ത കക്ഷി ആ മാറിൽത്തന്നെ കിടന്നു. പിന്നീട് എന്നോ, ഡോക്ടർ എഴുതിവച്ച സർട്ടിഫിക്കറ്റ് വായിച്ചപ്പോൾ മാത്രമാണ്, വാരിയെല്ലുകൾ രണ്ടു മൂന്നെണ്ണം പൊടിഞ്ഞു ഭസ്മ മായിട്ടുണ്ടെന്ന് തന്റെ കക്ഷി മനസ്സിലാക്കിയതത്രെ!

അത്രയൊക്കെ ഓർത്ത് ചേറപ്പായി, മേശപ്പുറത്തെ അഞ്ച്, അവജ്ഞ യോടെ നോക്കിപ്പറഞ്ഞു, അതിഗൗരവത്തിൽ:

'ഇനി ഞാൻ പറയുന്നത് ശ്രദ്ധിച്ച് കേൾക്കണം. നിങ്ങൾ ചെയ്ത കുറ്റം-'

'ഇന്ത്യാരാജ്യത്തെ ഏറ്റവും അന്തസ്സുള്ള ഒരു പൊതു സ്ഥാപന വാഹനത്തിൽവച്ച്, ഒരു വലിയ മിലിട്ടറി ഉദ്യോഗസ്ഥന്റെ ഭാര്യയെ നിങ്ങൾ ബലാൽസംഗം ചെയ്യാൻ ശ്രമിച്ചു എന്ന ഗൗരവതരമായ കുറ്റം. അതിന്റെ ശിക്ഷ നിങ്ങളെ മരിക്കുന്നതുവരെ തൂക്കിക്കൊല്ലുക. അതിൽ കുറഞ്ഞ ശിക്ഷയൊന്നും, നിയമം അനുവദിക്കുന്നില്ല.'

'അയ്യോ സാർ, മാല പൊട്ടിക്കുവാൻ ശ്രമിച്ചു എന്നൊരു കുറ്റം മാത്രമല്ലേ ഉള്ളു?'

'പ്രഥമദൃഷ്ട്യാ അങ്ങനെ. പക്ഷേ, കേണലിന്റെ ഭാര്യയുടെയും മറ്റു പ്രോസിക്യൂഷൻ സാക്ഷികളുടെയും മറ്റും തെളിവുകൾ രേഖപ്പെടുത്തി ക്കഴിയുമ്പോൾ, കുറ്റം മേൽപ്പറഞ്ഞതായി തെളിയും. രക്ഷപ്പെടുത്താൻ ബുദ്ധിമുട്ടാണ് എങ്കിലും-'

പിന്നെ അർത്ഥവത്തായി അഞ്ചുരൂപനോട്ടിലേക്കു നോക്കി.

അതു കണ്ട കക്ഷി, ഉടനെ അഞ്ചുരൂപ നോട്ടെടുത്ത് പകരം അഞ്ച് നൂറുരൂപാ നോട്ടുകൾ മേശപ്പുറത്ത് വിടർത്തി ചോദിച്ചു:

'ഇനി എന്താ വേണ്ടത്?'

'കേസ് പ്രസംഗിക്കുന്നതിന് മുമ്പ്, ഇതുപോലെ ഒരു അഞ്ചെണ്ണംകൂടി. അല്ലെങ്കിൽ-'

'ഇനി സാർ ഒന്നും പറയണ്ട.'

കക്ഷി മോഹാലസ്യപ്പെട്ടുവീണ് ഉരുണ്ടു പടി കടന്നുപോയി. ചെരിപ്പു പോലും എടുക്കാൻ മറന്നു.

പ്രമാദമായ മാലക്കേസ്.

കോടതി പൊതുജന നിബിഡം.

ഒരു മൊട്ടുസൂചിയോ മണൽത്തരിയോ താഴോട്ട് ഇട്ടാൽ നിലത്തെത്തില്ല. അതുകൊണ്ട് അതെല്ലാം വിഴുങ്ങി പൊതുജനം കാതുകൂർപ്പിച്ചു നിന്നു.

വിസ്തരിക്കപ്പെടാനായി, കേണൽ എസ്തപ്പാനോസ് ഭാര്യ മേഡം എസ്തേർ സാക്ഷിക്കൂട്ടിൽക്കയറി വിസ്തരിച്ചു നിന്നു.

ആ വിസ്മയം കണ്ട പൊതുജനം, വക്കീലന്മാർ, എന്തിന്, അറബിക്കടലിലെ തിരമാലകൾപോലും വീർപ്പടക്കി നോക്കിനിന്നു.

ആ തരുണീഗാത്രം ഒന്നു കണ്ട മാത്രയിൽ ചേറപ്പായിയുടെ സിരകളിൽ ചുഴലിക്കാറ്റുകൾ.

ഒരു ഇമയിട കണ്ണിമയ്ക്കാതെ സാക്ഷിക്കൂട്ടിൽതന്നെ നോക്കിയിരിക്കുന്ന സ്വാമിവക്കീലിനോടു ചേറപ്പായി രഹസ്യം–

'സഹിക്കിണില്ല സ്വാമി.'

'ഞാൻ കൊഞ്ചനേരം സഹിക്കട്ടെ ശത്തം പോടാത്. Fall dead.'

പ്രോസിക്യൂട്ടറുടെ പ്രഥമവിസ്താരത്തിലെ ചോദ്യങ്ങൾക്ക്, മേഡം കേണൽ കിറുകൃത്യമായി മൊഴികൊടുത്തതിന്റെ രത്നച്ചുരുക്കം:

തീവണ്ടിയിൽവച്ച്, തന്റെ കഴുത്തിലണിഞ്ഞിരുന്ന പതിനാറര പവൻ തൂക്കം സ്വർണച്ചെയിൻ പ്രതി പൊട്ടിച്ചെടുക്കാൻ ശ്രമിച്ചു.

ചേറപ്പായി എതിർവിസ്താരത്തിനായി എഴുന്നേറ്റ് ഗൗണിന്റെ സട കുടഞ്ഞു. കൂർപ്പിച്ച പെൻസിൽമുന മേഡത്തിന്റെ മാറിന് ലക്ഷ്യമാക്കി ചൂണ്ടി.

'മാഡം, പൊട്ടിച്ചെടുക്കാൻ ശ്രമിച്ചു എന്നു പറയുന്ന മാല സ്വർണമാണോ?'

'അതെ.'

'ഇവിടെ ഹാജരാക്കിയ ആ മാല സ്വർണമാണെന്ന് തെളിയിക്കാൻ വല്ല രേഖയുമുണ്ടോ?'

'What? ഞാൻ മുക്കുപണ്ടം കഴുത്തിലിട്ട് നടക്കുന്നുവെന്നോ?'

'എന്നോട് ചോദ്യം വേണ്ട. ഞാൻ ചോദിക്കുന്നതിനുത്തരം പറയണം. Gold appraiser-രുടേയോ തട്ടാന്റെ തെളിവോ എന്തെങ്കിലും ഹാജരാക്കിയിട്ടുണ്ടോ?'

'ഇല്ല.'

'മേഡം ആരോപിച്ച ആ സംഭവസമയം, മേഡം ബ്ലൗസ് ധരിച്ചിരുന്നോ?'

'How you dare to insult me? ഞാൻ ബ്ലൗസിടാതെ പുറത്തിറങ്ങി നടക്കുന്നുവെന്നോ? എന്റെ കേണൽ ഇതു കേട്ടാൽ നിങ്ങളെ ബെൽറ്റ് ഊരി അടിക്കും.'

‘ചോദ്യത്തിനുത്തരം പറയണം.’

‘ഉവ്വ്. ബ്ലൗസ് ഇട്ടിരുന്നു.’

‘ഈ സംഭവത്തിൽ ബ്ലൗസ് കീറിയോ?’

മേഡം ഗദ്ഗദത്തോടെ:

‘ഹോ, my god കീറിയോ എന്നോ! കീറിപ്പൊളിഞ്ഞു. ഡൽഹിയിലെ ഏറ്റവും expensive ടെയ്ലറിങ് ഹൗസിൽ തയ്പ്പിച്ചതാ, കഷ്ടം!’

‘അതിവിടെ ഹാജരാക്കാമോ?’

‘What nonsense? എന്റെ കീറിയ ബ്ലൗസ് നിങ്ങളുടെ മുമ്പിൽ പ്രദർശിപ്പിക്കണമെന്നോ? You must be a sex-starved monster.’

ചേറപ്പായി ഒഴികെ ബാക്കി എല്ലാവരും പൊട്ടിച്ചിരിച്ചു. Once more എന്നു വിളിച്ചു കൂവിയില്ല കോടതി ആയതുകൊണ്ട്.

അക്ഷോഭ്യനായി ചേറപ്പായി:

‘ചോദ്യത്തിനുത്തരം തരണം.’

‘ബ്ലൗസ് കൊണ്ടുവന്നിട്ടില്ല.’

‘വേണ്ട. ഈ സംഭവത്തിൽ മേഡത്തിന്റെ കഴുത്തിലോ മാറിലോ നഖങ്ങൾ കൊണ്ട് പരിക്കുപറ്റിയോ?’

മേഡം ഒന്നു ദീർഘമായി നെടുവീർപ്പിട്ടു:

‘Mr. Advocate, for this kind enquiry, I will be always greatful to you.’

‘എന്റെ മാലപോയാലും എനിക്ക് സങ്കടമില്ല. ഈ നഖപ്പാടുകളുമായി ഞാൻ എങ്ങനെ ഒരു ഡിന്നർപാർട്ടിക്ക് പോകും? എന്റെ പരിക്കുകളെപ്പറ്റി ആരും അന്വേഷിച്ചില്ല. എന്റെ കേണൽപോലും! എന്നാൽ നിങ്ങൾ മാത്രം. Thank you Mr. Advocate.’

ചേറപ്പായിക്ക് സ്വർഗം ഇറങ്ങി വന്നു.

പതുക്കെ സ്വാമിയെ നോക്കി.

‘ആട്ടെ, മാറിലേറ്റ പരിക്കുകൾക്ക് ചികിൽസിക്കാൻ ഡോക്ടറുടെ അടുത്തു പോയോ?

‘ഹും. പോയി. That beast of a doctor. ഞെക്കി തലോടി. His intentions were quite immoral. He is no compliment to civilization.’

‘മനസ്സിലായി. അപ്പോൾ പരിക്കുകൾക്ക് മെഡിക്കൽ സർട്ടിഫിക്കറ്റൊന്നും കോടതിയിൽ ഹാജരാക്കിയിട്ടില്ല.

‘ഇല്ല.’

‘മാല പൊട്ടിച്ചെടുക്കണമെന്ന ഉദ്ദേശ്യത്തോടെ മാത്രമാണോ പ്രതി മേഡത്തിനെ നോക്കിയിരുന്നത്?’

'എന്റെ മാറിലേക്ക് ഇടയ്ക്കിടെ നോക്കിയിരുന്നു. പ്രതിയുടെ ഉദ്ദേശ്യം - You know all men are wolves.'

'Does that include your husband also?'

മാഡം അതിനുത്തരം പറയാതെ തലകുനിച്ചു നിന്നു. പിന്നെ ചോദിച്ചു:

'ദയവായി എന്നെ ഈ കൂട്ടിൽ നിന്നും ഒന്നിറക്കി വിടാമോ? വല്ലാത്ത ഉഷ്ണം. മുന്നിൽ ഈ കറുത്ത വേഷങ്ങൾ മാത്രം കണ്ടിട്ട് തല ചുറ്റുന്നതു പോലെ തോന്നുന്നു.'

'ഇനി ഒന്നു രണ്ടു ചോദ്യങ്ങൾകൂടി മാത്രം. അതിന് ഉത്തരം പറഞ്ഞ് സമാധാനമായി പോകാം. മേഡം വിവരിച്ച ആ സംഭവത്തിന് തൊട്ടുമുമ്പ് എന്റെ പ്രതിയുടെ ടിക്കറ്റും കുറെ പണവും ജനാലയിൽക്കൂടി തീവണ്ടിയുടെ പുറത്തേക്ക് വീണുപോയി എന്ന് ഞാൻ പറഞ്ഞാൽ ശരിയാണോ?'

'എന്തോ ഒന്നു പുറത്തേക്കു പോയതായി തോന്നുന്നു.'

'ആ സംഭ്രമത്തിൽ ചാടി എണീറ്റപ്പോൾ പ്രതി മാഡത്തിന്റെ മാറിൽ വീണതാണ്, അല്ലാതെ പ്രതിക്ക് മാലപൊട്ടിക്കാൻ ഉദ്ദേശ്യമില്ലായിരുന്നു എന്നു ഞാൻ പറയുന്നു. ശരിയാണോ?'

'എനിക്ക് അറിയില്ല. എന്റെ കേണൽ പറഞ്ഞത് ഇയാൾ മാല പൊട്ടിക്കാൻ ശ്രമിച്ചു എന്നാണ്. അല്ലാതെ മറ്റൊന്നും എനിക്കറിയില്ല.'

ചേറപ്പായി ഇരുന്നു.

പ്രമാദമായ മാലക്കേസ്. പ്രസംഗദിവസം പ്രോസിക്യൂട്ടർ കരളലിയിക്കും വിധം പ്രസംഗിച്ചു. ഒരു സ്ത്രീയോട് ചെയ്ത ക്രൂരകൃത്യം. പ്രതിക്ക് പരമാവധി ശിക്ഷ കൊടുക്കണം. പ്രതി ഒരു ദയയും അർഹിക്കുന്നില്ല.

ചേറപ്പായി എഴുന്നേറ്റുനിന്ന് തന്റെ വാദമുഖങ്ങൾ ആരംഭിച്ചു:

'May it please your honour,

ഒരു ക്രിമിനൽക്കേസിൽ ഏറ്റവും സുപ്രധാനമായ കാര്യം, പ്രതിക്ക് കുറ്റകൃത്യം ചെയ്യാനുള്ള ദുരുദ്ദേശ്യം Criminal Intention അതായത് Mens Rea ഉണ്ടായിരുന്നു എന്നു തെളിയിക്കലാണ്. ഈ കേസ്സിൽ പരമപ്രധാനമായ ആ വസ്തുത തെളിയിക്കുന്നതിൽ പ്രോസിക്യൂഷൻ ദയനീയമായി പരാജയപ്പെട്ടിരിക്കുന്നു.

'ഒന്നാം സാക്ഷി അസന്ദിഗ്ദ്ധമായി പറയുന്നു, പ്രതിക്ക് കുറ്റകൃത്യം ചെയ്യാനുള്ള ഉദ്ദേശ്യമുണ്ടായിരുന്നോ എന്ന് തനിക്കറിയില്ല. എന്നു മാത്രമല്ല, തന്റെ ഭർത്താവ് പറഞ്ഞുകൊടുത്തതനുസരിച്ച് അവർ പറയുന്നു എന്നു കൂടി മേഡം മൊഴി കൊടുത്തിട്ടുണ്ട്. അതുകൊണ്ട് പ്രതിയെ ശിക്ഷിക്കാൻ നിയമം അനുവദിക്കുന്നില്ല.

'കേസ്സിന്റെ തെളിവിലേക്കാവശ്യമായ രേഖകൾ, material objects ഇവയൊന്നും തെളിയിച്ചിട്ടില്ല. അതുകൊണ്ട് പ്രതിക്ക് എതിരായ കുറ്റം തെളി ഞ്ഞിട്ടില്ല.

'പിന്നെ, പ്രതിയുടെ ടിക്കറ്റും പണവും ജനാലവഴി പുറത്തുപോയ പ്പോൾ, തീവണ്ടി നിർത്താൻ പരിഭ്രാന്തനായി ചാടി എണീറ്റു.

'എന്നാൽ തീവണ്ടിയിൽ എഴുതിവച്ചിട്ടുള്ളത് To stop train, Pull chain എന്നു മാത്രമാണ്. ഏത് ചെയിൻ? ആ ചെയിൻ അത്ര പെട്ടെന്ന് കാണു കയുമില്ല. നിരപരാധിയും സാധുവുമായ ഈ പ്രതി പെട്ടെന്ന് മുന്നിൽ കണ്ട മേഢത്തിന്റെ ചെയിൻ പിടിച്ചുവലിച്ചു. അങ്ങനെ ചെയ്താൽ തീവണ്ടി നിൽക്കുമെന്ന നിഷ്കളങ്കമായ ഉദ്ദേശ്യത്തോടെ മാത്രം. അല്ലാതെ ദുരുദ്ദേശ്യമില്ല. പ്രതി തികച്ചും നിരപരാധിയാണ്.

'അവസാനമായി–

ഇന്ത്യൻ റെയിൽവേയുടെ അധികാരാതിർത്തിയിൽ വച്ചുനടന്നു എന്നു പറയുന്ന കുറ്റം വിചാരണ ചെയ്യാൻ ഈ കോടതിക്ക് അധികാര മില്ല. Jurisdiction ഇല്ല. The whole trial is vitiated.

'കേണൽ ഒരു ക്രൂരമൃഗമായി മാറി എന്റെ പ്രതിയുടെ നട്ടെല്ല് ഇടിച്ചു പൊടിച്ചു എന്ന വസ്തുതയും ബഹുമാനപ്പെട്ട കോടതി കണക്കിലെടു ക്കേണ്ടതാണ്.'

പ്രസംഗം കഴിഞ്ഞ് ഒരു സാമ്രാജ്യം പിടിച്ചടക്കിയ അഹങ്കാരവുമായി ചേറപ്പായി കോടതി മുറ്റത്തിറങ്ങി. അപ്പോൾ അവിടെ നിർത്തിയിരുന്ന ജീപ്പിൽ നിന്നും, മീശ പിരിച്ച്, കണ്ണു ചുവപ്പിച്ച്, കേണൽ പുറത്തിറങ്ങി ചേറപ്പായിയുടെ മുന്നിൽ. പിന്നെ അദ്ദേഹം ബെൽട്ട് ഊരി ഒരു സിംഹ ഗർജനം:

'ഞാൻ ക്രൂരമൃഗമാണോ? കുത്താക്കീബച്ചാ. ബാസ്റ്റർഡ്.'

ചേറപ്പായി ഓടി വീട്ടിൽക്കയറി മാതാവിന്റെ മുന്നിൽ കമിഴ്ന്നുവീണു.

■

റോമാപുരി

രാത്രി, പാതിരാത്രിയുടെ അടുത്തേക്കു പതുക്കെ യാത്ര ആരംഭിക്കുന്നു.

വൈകുന്നേരം സ്വാമിയുമായി പട്ടണം കാണാൻ പോകണമെന്നു നിശ്ചയിച്ചതായിരുന്നു. കുറെ ആഴ്ചകളായി പട്ടണം കണ്ടിട്ട്. മാത്രമല്ല, അലമാരിയിലുള്ള കുപ്പികളൊക്കെ കാലിയായി. കുറച്ചു കുപ്പികൾ വാങ്ങിക്കയും ആവാം. ഒന്നും പറ്റിയില്ല. കൊച്ചുവർക്കിയുടെ കാറുംകൂട്ടി ഒരു ദുബായിക്കാരൻ തലേദിവസം പോയതാ. ഇതുവരെ തിരിച്ചുവന്നിട്ടില്ല.

അലമാരിയിൽ ആകെ ബാക്കിയുള്ളതു കാൽകുപ്പി സ്കോച്ചായിരുന്നു. അതു മുഴുവൻ വെള്ളം ചേർക്കാതെ ഒറ്റവലിക്കു കുടിച്ചു തീർത്തു. ചേറപ്പായിയുടെ രക്തത്തിൽ അത് ഒരു വേലിയേറ്റവും ഉണ്ടാക്കിയില്ല.

ചേറപ്പായി ഉറക്കം കിട്ടാതെ ചാരുകസേരയിൽ കിടന്നു. ദീർഘമായ ആലോചനയാണ്. പണ്ട്, തന്റെ തലയിലുണ്ടായിരുന്ന മുടിയിഴകളെ സങ്കൽ പിച്ച് ഓരോന്നായി വലിച്ചുപിരിക്കാൻ തുടങ്ങി.

അപ്പോൾ അകത്തുനിന്ന് കൊച്ചുറോതയുടെ ശബ്ദം:

'ഒറങ്ങാറായില്ല്യേ?'

'മിണ്ടാണ്ട് അവിടെക്കെടന്നുറങ്ങിക്കൊ. ശല്യംണ്ടാക്കാണ്ടെ. ഞാൻ നാളത്തെ ഒരു കേസിന്റെ പ്രസംഗം തയ്യാറാക്വ.'

ശ്ശവം. ഒറങ്ങാൻ വിളിക്കുണു. നെഞ്ഞും പൊറോം തിരിച്ചറിയാൻ പറ്റില്ല.

എല്ലാം ആത്മഗതം.

മാതാവ് കേട്ടാലോ?

വീണ്ടും ആലോചനയിൽ മുഴുകി. കേസ്സൊന്നല്ല പ്രശ്നം. അതിനേക്കാൾ എത്രയോ ഗൗരവതരമായ പ്രശ്നം.

അപ്പോൾ മാതാവിന്റെ ശബ്ദം ഒഴുകിവന്ന് ചേറപ്പായിയെ തഴുകി:

സെഖര്യാവേ, സെഖര്യാവേ, ഏതൊരു കാര്യമാണു നിന്റെ മനസ്സിനെ വേദനിപ്പിക്കുന്നത്? നിന്റെ ദുഃഖങ്ങൾ എനിക്കു തരൂ.

ചേറപ്പായിക്കു വിതുമ്മല് വന്നു. അത്രമാത്രം വാത്സല്യമാണു മാതാവിനു തന്നോടുള്ളത്. എന്നിട്ടും മാതാവറിയാതെ എത്രയോ പാപങ്ങൾ.

മൂക്കുചീറ്റി, കണ്ണുതുടച്ച് ചേറപ്പായി പറഞ്ഞു:

മാതാവേ; ഇനിക്ക് അങ്ങോട്ട് പോകണം.

എവിടേക്ക്, സെഖര്യാവേ?

നന്റെ മാർപ്പാപ്പയില്ലേ? റോമാപട്ടണത്തില്. അവിടേക്ക്.

നല്ലത്. വൈകാതെ പോകൂ.

നനിക്ക് അങ്ങനെ ഒക്കെ പറയാം മുത്ത്യേ. ഇവിടെ ആരാ നോക്കാൻ ഞാൻ പോയാല്?

കൊച്ചുറോതയുടെയും കുട്ടികളുടെയും കാര്യമല്ലേ? ഞാൻ ഇവിടെ ഉണ്ടല്ലോ?

ഇനിക്കു ദേഷ്യം വര്ണ്ണ്ട്ട്ടാ മാതാവെ. നനിക്ക് ഒക്കെ ഒരു തമാശ. ആ ശവത്തിന്റെ കാര്യല്ല.

സെഖര്യാവേ, നിന്റെ ഭാഷ ശ്രദ്ധിക്കൂ. നിന്റെ നാക്ക് പാപം ചെയ്യുന്നുണ്ടെങ്കിൽ അതു മുറിച്ചു കളയൂ. എന്നാണല്ലോ വേദപുസ്തകത്തിൽ?

നാക്കു മുറിച്ചുകളഞ്ഞാൽ, പിന്നെ ആരാ കോടതിയില് പുവ്വാ? നിയ്യ് പുവ്വോ? കൊച്ചുറോതെടെ കാര്യല്ല ഞാൻ ആലോചിക്കണെ. ഇന്റെ കേസ്സും കക്ഷികളും നോക്കിയില്ലെങ്കിൽ അതൊക്കെ ആങ്കുട്ട്യോള് അങ്ങട്ട് കൊണ്ടവും. പിന്നെ ഇങ്ങട്ട് വന്നട്ട് എന്താ കാര്യം?

സെഖര്യാവേ, എന്നിൽ വിശ്വസിച്ചു നീ പോകൂ.

ചേറപ്പായിക്കും സമാധാനമായി.

എന്നാ, ഞാൻ മടങ്ങിവന്നട്ട് നോക്കട്ടെ. എന്നട്ട് കത്തിക്കാം നനിക്കു മെഴ്തിരി.

മാതാവ് നിശ്ശബ്ദയായി.

അകത്തുപോയി, കൊച്ചുറോതയുടെ ദേഹത്തു മുട്ടാതെ കിടന്നു നേരം വെളുപ്പിച്ചു.

നന്നേ കാലത്തുതന്നെ വെങ്കിടിസ്വാമിയുടെ മഠത്തിൽ ചെന്നു.

എന്തഡാ നിന്റെ മുഖത്തൊരു സന്തോഷം?

സ്വാമീ ഞാൻ പൂവ്വാ.

എങ്ങോട്ട്? കാശി രാമേശ്വരത്തേക്കോ? എന്താ സംസാരായിട്ടു പിണങ്ങ്യോ?

ഉംംഹുംം. അതൊന്നല്ല, ഞാൻ റോമിലേക്കു പൂവ്വാ.

പിൽഗ്രിമേജോ? വെരിഗുഡ്. നീ കുറെയേറെ പാപംചെയ്തതല്ലേ? വേഗം പൊയ്ക്കോ.

ഇന്റെ കേസ്സൊക്കെ സ്വാമി നോക്കണം.

ഓ, അതൊക്കെ ഞാൻ നോക്കാം.

വീട്ടിൽ തിരിച്ചുവന്ന് കൊച്ചുറോതയെ വിളിച്ചു:

ഡേ, കൊച്ചുറോതേ, ഞാൻ കൊറച്ചുദിവസം ഇവിടെണ്ടാവില്ല. നനിക്കു മറ്റതൊക്കെ ഇല്ലേ?

എങ്ങിന്യാണ്ടാവാണ്ടിരിക്ക്യാ? ആണാത്രെ! പോത്തുപോലെ ഒറങ്ങാനല്ലേ അറീള്ളു. അപ്പൊ എങ്ങട്ട് പോണെ?

ടേ, നമ്മടെ മാർപ്പാപ്പേനെ കാണാൻ.

ന്നാ, ഞാനുണ്ട്.

വേണ്ട, വേണ്ട. നന്റെ ശരീരം കണ്ടാല് പോപ്പ് കരയും.

പകരം കൊച്ചുറോത മൂക്കുചീറ്റി കരഞ്ഞുപറഞ്ഞു:

പുവുമ്പോ, ഒരു വട്ടി ചക്ക വറുത്തതും, അവിലോസുണ്ടേം കൊണ്ടവണം. മാർപ്പാപ്പയ്ക്കു കൊടുക്കണം.

അതൊക്കെണ്ടാക്കിക്കോ. സമയംണ്ട്. അങ്ങട്ട് പൂവ്വാള്ള കടലാസ്സൊക്കെ കിട്ടാൻ കുറച്ചു സമയം പിടിക്കും.

യാത്രയുടെ തലേന്ന് ചേറപ്പായി മാതാവിന്റെ മുന്നിൽ ചെന്നുനിന്നു പറഞ്ഞു:

മാതാവേ ഞാൻ നാളെ പുവ്വാ. ഇനി ഒക്കെ നിയ്യെന്നെ നോക്കിക്കൊ.

മാതാവ് ഒന്നു പുഞ്ചിരിക്ക മാത്രം.

ചേറപ്പായിക്കു സമാധാനമായി.

ഓഫീസിൽ ചെന്ന് ഗുമസ്തൻ കൃഷ്ണൻകുട്ടിനായരെ വിളിച്ചു.

കൃഷ്ണട്ട്യാരെ. ഞാൻ നാളെ പുവ്വാ.

അതു പിന്നെ അറിയാലോ.

ഇനി ഇവിടെ ആപ്പീസില് തനിക്ക് എന്തൊക്യ വേണ്ടത്?

വക്കാലത്തും അഫിഡവിറ്റും കുറെ ഒപ്പിട്ടുവയ്ക്കണം. കുറെ വെള്ള ക്കടലാസിലും ഒപ്പിടണം. എനിക്ക് ഇവിടത്തെ ഒപ്പിട്ടു പരിചയല്ലാണ്ടെ അല്ല. എന്നാലും–

ങേ! താൻ എന്റെ ഒപ്പിടാറുണ്ടോ?

ഉവ്വ്. ഇവിട്ന്ന് ചെലേപ്പൊ, കോടതീലിക്കാന്ന് പറഞ്ഞിട്ട് പോയിട്ട് കോടതീല് വരാണ്ടിരിക്കാറുണ്ടല്ലോ? അപ്പൊ മാത്രം.

വേണ്ട, വേണ്ട. ഇന്റെ ഒപ്പന്നെ ആയിക്കോട്ടെ. ഒക്കെ വേഗം കൊണ്ടാ.

ഒപ്പിടുമ്പോൾ ചേറപ്പായി പറഞ്ഞു:

കേസ്സൊക്കെ സ്വാമിയെക്കൊണ്ടു നീട്ടിക്കണം. പുതിയ കേസ്സുകളൊക്കെ പിടിക്കണം.

എല്ലാം ഞാനേറ്റു. ഒന്നും വിഷമിക്കണ്ട.

പിന്നെ നമ്മുടെ, ആ-ആ ഒരു കേസ്സില്ലേ?

കൃഷ്ണൻകുട്ടിനായരുടെ കണ്ണുകളിൽ ഒരു കുസൃതിച്ചിരി.

ആ മണ്ണാത്തി പെങ്കുട്ടിക്കു ചെലവിനു കിട്ടാനുള്ള കേസ്സല്ലെ? വളരെ പഴയ കേസ്സാ.

ചേറപ്പായി വേഗം പറഞ്ഞു:

പഴേതായിക്കോട്ടെ. അതു ഞാൻ വന്നിട്ടു നടത്ത്യാ മതി. നീട്ടിക്കണം. നീട്ടിക്കണം. ആ കേസ്സില് ഫീസ്സൊന്നും മേടിക്കണ്ട.

അങ്ങനെതന്നെ ആവാം.

പിന്നെ കുഞ്ഞുലക്ഷ്മി അമ്മയുടെ തറവാട്ടുഭാഗമുണ്ടല്ലോ?

അവര് വന്നോട്ടെ. അന്യായത്തിന്റെ കരടു ഞാൻ തയാറാക്കാം.

ഹേയ്, ഒരിക്കലും വേണ്ട. അതിൽ കുറെ നിയമപ്രശ്നങ്ങളുണ്ട്. ഞാൻ തിരിച്ചുവന്നിട്ട് സ്വാമിയുമായി ആലോചിച്ചു തയാറാക്കേണ്ട കേസ്സാ...

കുഞ്ഞുലക്ഷ്മിയമ്മ. വിധവ. കുലീന. പേരുകേട്ട തറവാട്. ധാരാളം സ്വത്ത്. രണ്ട് ആൺമക്കൾ ഇംഗ്ലണ്ടിൽ ഡോക്ടർമാർ. സിവിൽകേസ്സുകളിൽ കൂടുതൽ പരിജ്ഞാനമുള്ള വെങ്കിടിസ്വാമിയുമായി പ്രശ്നം ചർച്ച ചെയ്തു. കുഞ്ഞുലക്ഷ്മിയമ്മയുടെ കേസ്സിന്, ഒരു പഞ്ചവത്സരപദ്ധതി രണ്ടുപേരും കൂടി ആസൂത്രണം ചെയ്തു. പത്തു പ്രാവശ്യം റോമിലേക്കു പോയിവരാനുള്ള സംഖ്യ ആ ഒരൊറ്റ കേസ്സുകൊണ്ടു കിട്ടും.

ചേറപ്പായിയുടെ ഉത്തരം കൃഷ്ണൻകുട്ടിനായരെ വ്യാകുലനാക്കി. കുഞ്ഞു ലക്ഷ്മിയമ്മയുടെ സ്വത്തിനെക്കുറിച്ച് കൃഷ്ണൻകുട്ടിനായരും ബോധവാനാ യിരുന്നു.

എന്നാൽ, അങ്ങനെ ആയിക്കോട്ടെ എന്നു മാത്രം കൃഷ്ണൻകുട്ടി നായർ പറഞ്ഞു. പിന്നെ ഫീസിന്റെ കണക്കൊക്കെ കണക്കെഴുതി അതാതു ദിവസം ബാങ്കിൽ അടയ്ക്കണം. കൊച്ചുറോതേടെ കൈയി ലൊന്നും കൊടുക്കണ്ട.

അങ്ങനെ ആവാം.

റോമിൽനിന്നും തിരിച്ചുവന്ന ചേറപ്പായി, ഒരു പുതിയ സൂട്ടും ധരിച്ച് ബാർ അസോസിയേഷനിൽ ചെന്നു. ഉച്ചയ്ക്ക് ലഞ്ചിനു പിരിഞ്ഞ നേരം.

വക്കീലന്മാർ എല്ലാവരും ചുറ്റും കൂടി, ചേറപ്പായിയെ അത്ഭുത ത്തോടെ നോക്കി. റോമാപുരിയിലെ വിശേഷങ്ങൾ കേൾക്കാൻ.

വെങ്കിടിസ്വാമി ഒരു കുസൃതിച്ചോദ്യം തൊടുത്തു വിട്ടു:

ചേറപ്പാ, നീ റോമാക്കാരി പെണ്ണുങ്ങളെ നല്ലവണ്ണം കണ്ടോ?

എന്റെ സ്വാമീ, ഒന്നു കാണേണ്ടതാ. മാർബിളു കൊണ്ട് ഉണ്ടാക്കീതു പോലെ. ശരീരം കണ്ടാൽ, നോക്കിനിന്നു പോവും. വെളുപ്പ്ന്നു പറഞ്ഞാൽ വെളുപ്പന്നെ. പിന്നെ മുഖത്തിന്റെ ഒരു ചന്തം!

ചെറുപ്പക്കാരനായ ജോർജുകുട്ടിവക്കീൽ ചോദിച്ചു:

ആരായിട്ടെങ്കിലും പരിചയായോ?

പരിചയോ? ഈശോയെ, ഒന്നും പറയണ്ട. നമ്മുടെ ഇവിടത്തെ മാതിരിയൊന്നുല്ല. അവിടത്തെ പെണ്ണുങ്ങൾക്കു നമ്മുടെ മേല് മുട്ടിയിരിക്കാനൊന്നും ഒരു വെഷമോല്ല.

എന്താണ്ടായേന്നു പറയ്.

ഞാൻ ഒരു വലിയ ഹോട്ടലിൽ ഇരുന്നു കുറെ ചുവന്ന വൈൻ കുടിച്ചു. കൂടെ സ്പഗറ്റിയും ഞണ്ടും. അപ്പൊ അവിടെ പാട്ടു പാടാൻ തുടങ്ങി. അതി സുന്ദരിയായ ഒരു റോമാക്കാരി പെണ്ണ്. അടുത്ത ടേബിളിൽ ഇരുന്ന് എന്നെത്തന്നെ നോക്ക്ണുണ്ടായിരുന്നു. അവൾ എണീറ്റ് എന്റെ അടുത്തു വന്ന് എന്തോ പറഞ്ഞു. ഒരക്ഷരം മനസ്സിലായില്ല.

എന്റെ കൂടെയുണ്ടായിരുന്ന ഒരു മലയാളി സ്നേഹിതൻ അർത്ഥം പറഞ്ഞുതന്നു.

ഒരുമിച്ച് ഒന്നു നൃത്തം ചെയ്യണം.

കേൾക്കേണ്ട താമസം ഞാൻ എണീറ്റു. എനിക്കു പെട്ടെന്ന് ഇംഗ്ലീഷ് വന്നില്ല. ഞാൻ മലയാളത്തില് അങ്ങട്ട് കാച്ചി.

ആയിക്കോട്ടെ, എന്താ വിരോധം.

അപ്പൊ അവള് പറയാണ്:

ഓ, വാട്ട് എ പോയറ്റിക്ക് ലാംഗ്വേജ്!

അവള് ഇന്റെ കൈയ് പിടിച്ച് അങ്ങട്ട് നടന്നു.

അരേം, നെഞ്ഞും ഒക്കെ മുട്ടിച്ച് വട്ടത്തിൽ ഒരു നടത്തം. സഹിക്ക്വോ? ഇന്റെ വയറ്റില് എന്താണ് ഓർമ്മേല്ലെ?

ജോർജുകുട്ടി ഉറക്കെ പറഞ്ഞു:

റെഡ്‌വൈനും ഞണ്ടും.

കൊറെ വട്ടത്തില് നടന്നപ്പോ, ഇനിക്കു മത്യായി.

തല ചുറ്റണപോലെ. അവള് വിട്വോ? കുടുങ്ങീലെ കാര്യം? അവസാനം ഞാൻ പറഞ്ഞു: മദാമ്മെ, ഇന്റെ വയറ്റിനു സുഖല്ല. ഒന്നു കക്കൂസിൽ പോണം.

വക്കീലന്മാർ ഷെയിം, ഷെയിം എന്നു പറഞ്ഞു.

അപ്പോൾ വെങ്കിടിസ്വാമി ചോദിച്ചു:

ഡാ, ചേറപ്പാ, നീ അത് ഇംഗ്ലീഷിൽ എങ്ങനെ പറഞ്ഞു?

മോഷൻ, മോഷൻ എന്ന്. അപ്പൊ അവള് എന്നെപ്പിടിച്ചു വേഗം, വേഗം വട്ടത്തിൽ നടന്നു. അവള് കുടിച്ചു ഫുള്ളാ. ഇന്റെ ഇംഗ്ലീഷൊന്നും അവൾക്കു മനസ്സിലായില്ല. അവസാനം ഞാൻ അവളുടെ വയറ്റിൽ തലോടി, പെയിൻ, പെയിൻ എന്നു പറഞ്ഞു. അപ്പൊ ഇന്നെ വിട്ടു.

വക്കീലന്മാർ ആർത്തുചിരിച്ചു.

വൃദ്ധനായ പാവുണ്ണിവക്കീൽ ചോദിച്ചു:

നീ മാർപ്പാപ്പെ കണ്ടില്ലേ?

പിന്നെ എന്തിനാ പാവുണ്ണ്യേട്ടാ ഞാൻ പോയത്? ഈ കാശൊക്കെ ചെലവാക്കീട്ട്?

മാർപ്പാപ്പടെ കയ്യ് മുത്ത്യോ?

അതിനുമുമ്പുണ്ടായ കാര്യം കേക്കണ്ടേ? ചക്ക വറുത്തതും അവിലോസുണ്ടേം മാർപ്പാപ്പടെ കൈയിലന്നെ കൊടുക്കണംന്നാ കൊച്ചുറോത പറഞ്ഞിട്ടുണ്ടായിരുന്നേ. അവിടെ കൊറെ അച്ചമ്മാരുണ്ട്. ദുഷ്ടവർഗം. അവര് അതൊക്കെ വാങ്ങിച്ചു. അവരാത്രേ അതൊക്കെ വാങ്ങി

പ്പരിശോധിച്ച് പോപ്പിനു കൊടുക്ക്വാ. കള്ളമ്മാര്; ഒക്കെ തിന്നു തീർത്തിട്ടു ണ്ടാവും. ഒരു തുണ്ടം പോപ്പിനു കിട്ടി യിട്ടുണ്ടാവില്ല. എന്താ ചെയ്യ? അതാത്രേ നെയമം.

പിന്നെ പോപ്പ് വരുന്നതും നോക്കി നിപ്പാ. അകലത്ത്ന്ന് കണ്ടപ്പൊ ത്തന്നെ ചിരിച്ചു. ഇന്നെ അടുത്തു വിളിച്ചു ചോദിച്ചു:

നിയ്യ് എന്താ ഇനിക്കു കൊണ്ടവന്നട്ട്ള്ളേ?

ചക്ക വറത്തതും അവ്ലോസുണ്ടേം.

നീ അതു കൊണ്ടുവരുംന്ന് എനിക്കറിയാം. എഴുതണംന്ന് വിചാരിച്ചു.

സത്യവിശ്വാസിയായ പാവുണ്ണിവക്കീൽ പറഞ്ഞു:

ചേറപ്പാ ഇങ്ങനെ ഒന്നും പറയരുത്. കുടുംബത്തിന് ശാപംണ്ടാവും.

കർത്താവേ, ഇവനോടു ക്ഷമിക്കേണമേ എന്നു പറഞ്ഞു കുരിശു വരച്ചു.

സ്വാമി പറഞ്ഞു.

മിസ്റ്റർ പാവുണ്ണി ക്ഷമിക്കു. ചേറപ്പാ, യു പ്രൊസീഡ്.

പോപ്പ് ഇന്റെ തലേല് കൈയ് വച്ച് അനുഗ്രഹിച്ചു. റോമാ ഭാഷേല്. ഞാൻ കൈ കടന്നുപിടിച്ച് മുത്തി.

അപ്പൊ ചോദിക്ക്യാ!

നിന്റെ കൊച്ചുറോതേടെ അപ്പനു സുഖം അല്ലേന്ന്.

ചത്തിട്ടില്ലാന്ന് ഞാൻ പറഞ്ഞു.

അപ്പോ, പോപ്പ് പറഞ്ഞു: സത്യവിശ്വാസിയാണ്. ദീർഘായുസ്സുണ്ട്.

ഇനിക്ക് അതു കേട്ടപ്പോൾ ദേഷ്യാ വന്നത്.

അപ്പോൾ സ്വാമി, അയാള് ചാവാത്തേന് നിനക്കു ദേഷ്യോ?

സ്വാമിക്ക് ഒരു വിവരോംല്ല. അവൾടെ അപ്പൻ ചത്താല് ഇനിക്ക് അഞ്ച് ഏക്ര തെങ്ങുംപറമ്പാ കിട്ടാ. എന്നാലും ഞാൻ പറഞ്ഞു:

അമ്മാനപ്പൻ ഇങ്ങട്ട് വരാൻ വാശിപിടിക്ക്ണ്ണ്ട്.

വന്നോട്ടെ എന്നായി പോപ്പ്.

അവൾടെ അപ്പനെ പറഞ്ഞയയ്ക്കണം. വിമാനം നെലത്ത്ന്ന് അങ്ങട്ട് പൊന്തണോട്കൂടി, അമ്മാനപ്പൻ ഈശോയെ എന്ന് ഒരു വിളിവിളിക്കും. അപ്പൊ ശ്വാസം അങ്ങട്ട് നിക്കും.

പാവുണ്ണിവക്കീൽ സങ്കടത്തോടെ പറഞ്ഞു:

ചേറപ്പാ, ഇങ്ങനെ ഒന്നും പറയരുത്. ഞങ്ങള് ഒരു പ്രായക്കാരാ. നനിക്കു നരകം കിട്ടും.

എന്നാ, പാവുണ്ണ്യേട്ടനും അമ്മാനപ്പനും കൂടി പോണതാ നല്ലത്.

ലഞ്ചുസമയം കഴിഞ്ഞപ്പോൾ എല്ലാവരും കോടതിയിലേക്കു പോയി.

വെങ്കിടിസ്വാമി ചേറപ്പായിയെ അടുത്തുവിളിച്ചു ചോദിച്ചു, രഹസ്യമായി:

കുപ്പിവല്ലതും കൊണ്ടുവന്നിട്ടുണ്ടോ?

ഉണ്ട്. അതിനുമുമ്പ് ഒരു കാര്യം. നമുക്ക് ലക്ഷ്മിക്കുട്ടിയമ്മയുടെ ഭാഗക്കേസ്സിന്റെ അന്യായം ഉടനെ തയ്യാറാക്കണം. പോപ്പിനെ കാണാൻ പോയ കാശ് മുതലാവണം.

ലക്ഷ്മിക്കുട്ടിഅമ്മയുടെ കാര്യം ഇനി ആലോചിക്കണ്ട. നീ പോയ തരത്തിന്, നിന്റെ കൃഷ്ണൻകുട്ടിനായർ അതു നാട്ടുമദ്ധ്യസ്ഥതയിൽ അവസാനിപ്പിച്ച് ഭാഗാധാരം രജിസ്ട്രാക്കി. കൃഷ്ണൻകുട്ടിനായർക്ക് ഒരു നല്ല സംഖ്യ കിട്ടി.

ചേറപ്പായി ബോധംകെട്ടു വീണു.

■

കുഞ്ചാരിക്കാവ് പഞ്ചായത്ത്

കുഞ്ചാരിക്കാവ് പഞ്ചായത്തിലെ പത്തു വാർഡുകളിലേയും വോട്ടെണ്ണൽ തുടങ്ങിയ ദിവസം.

അഞ്ചാംവാർഡിലെ സ്ഥാനാർത്ഥി, വക്കീൽ ചേറപ്പായി. മത്സരം ത്രികോണമല്ല. നേരിട്ടു യുദ്ധം. കടുത്ത പോരാട്ടം. ആരു ജയിക്കും?

അസന്ദിഗ്ദ്ധാവസ്ഥ അരങ്ങു തകർത്ത്, തളംകെട്ടി നിൽപാണ്.

എതിർ സ്ഥാനാർത്ഥിയോ?

അത് ആലോചിക്കുമ്പോൾ, ചേറപ്പായിക്കു ഭയം, വെപ്രാളം. തോറ്റാൽ ഭീമമായ അഭിമാനസ്തംഭനം. ആത്മഹത്യ.

ചേറപ്പായി, ജൂനിയർ പ്രാക്ടീസ് ആരംഭിച്ച, മരിച്ചുപോയ രാമയ്യന്റെ, ഈറ്റപ്പുലിപോലുള്ള പഴയ ഗുമസ്തൻ അനന്തകൃഷ്ണയ്യർ.

അദ്ദേഹമാണ് എതിർ സ്ഥാനാർത്ഥി!

രാമയ്യന്റെ മരണശേഷം, അനന്തകൃഷ്ണയ്യർ ഗുമസ്തപ്പണി നിർത്തി, നാട്ടുകാര്യസ്ഥത തുടങ്ങി.

പഴയ കക്ഷികൾ, പുതിയ പ്രശ്നങ്ങൾ. അതോടൊപ്പം വരുന്ന ദുബായി കക്ഷികൾ. അവർക്കു വക്കീലാപ്പീസിലും, കോടതിവരാന്തയിലും നിരങ്ങി കെട്ടിത്തിരിയാൻ സമയമില്ല. അവർ അനന്തകൃഷ്ണയ്യരെ സമീപിക്കും.

അനന്തകൃഷ്ണയ്യർ ഘനഗംഭീരമായി പറയും:

കോടതി കീടതി ഒന്നും വേണ്ടാമേ, അതെല്ലാം വെയിസ്റ്റ് ഓഫ് ടൈം.

അതിർത്തിത്തർക്കങ്ങൾ, കരാർ ലംഘനങ്ങൾ, അടിപിടി കുത്തു കേസുകൾ, വന്ധ്യയായ എൻ.ഒ.സി. ഇടപാടുകൾ, സ്വത്തുഭാഗം.

അനന്തകൃഷ്ണയ്യർ, ഇരുകക്ഷികളേയും, വരുത്തി, ഇരുത്തിയും നിർത്തിയും സംസാരിച്ച് കാര്യങ്ങൾ ഭംഗിയായി അവസാനിപ്പിക്കും.

ഇതിനുപുറമെ തെങ്ങിൻതൈകളുടെ വ്യാപാരവും ഉണ്ട്. പറമ്പിൽ വീഴുന്ന നാളികേരമെല്ലാം, നഴ്സറിയിൽ കുഴിച്ചിടും. മുളച്ചതെല്ലാം ടി x ഡി അല്ലെങ്കിൽ ഡി x ടി ആണെന്നു വിശ്വസിപ്പിക്കും. അനന്ത

കൃഷ്ണയ്യരെ സന്തോഷിപ്പിക്കാൻ, ഭൂരിഭാഗം കക്ഷികളും, അഞ്ചാറു തൈകൾ വാങ്ങും. വാങ്ങിച്ചോട്ടെ, അഞ്ചാറു വർഷം കഴിഞ്ഞാലല്ലേ സത്യസ്ഥിതി അറിയൂ എന്ന നിലപാടാണ് അനന്തകൃഷ്ണയ്യർക്ക്.

കുഞ്ചാരിക്കാവ് പഞ്ചായത്തിലെ ഏതു വക്കീലിനേക്കാളും കൂടുതൽ കക്ഷികൾ അനന്തകൃഷ്ണയ്യർക്ക്! കോടതി വളപ്പിലോ അനന്തകൃഷ്ണയ്യരുടെ മഠത്തിലോ, എവിടെയാണു കക്ഷികൾ കൂടുതൽ എന്ന്, പൊതുജനം ശങ്കിക്കാൻ തുടങ്ങി.

ഒരു അവസാനക്കൈ ചേറപ്പായി പ്രയോഗിച്ചു. വെങ്കിടിസ്വാമിയെ അനന്ത കൃഷ്ണയ്യരുടെ അടുത്തേക്ക് രഹസ്യമായി അയച്ചു.

അനന്തകൃഷ്ണയ്യർ പിൻവലിക്കണം. കോഴ കൊടുക്കാം.

അനന്തകൃഷ്ണയ്യർ ഉടനെ പറഞ്ഞു:

അവൻ പിൻവലിച്ചോട്ടെ. കോഴ കൊടുക്കാം.

വെങ്കിടിസ്വാമിയുടെ ദൗത്യം പരാജയപ്പെട്ട വിവരം, അന്നത്തെ സായാഹ്നപ്പത്രിപ്പിൽ വായിച്ച് ചേറപ്പായി ബോധംകെട്ടു വീണു.

ആരോടും പറയാതെ, രഹസ്യമായി കുളിമുറിയിൽ പോയി മുഖത്തു കുറെ തണുത്ത വെള്ളം എറിഞ്ഞു. അപ്പോൾ ബോധക്ഷയം മാറി. എഴുന്നേറ്റു നടക്കാമെന്നായി. കഷ്ടിച്ചു നടന്നു മാതാവിന്റെ മുന്നിൽച്ചെന്ന്, സങ്കട ത്തോടെ പറഞ്ഞു:

മാതാവേ, തോറ്റാൽ ഞാൻ തൂങ്ങിച്ചാവും. പിന്നെ, നനിക്കു മെഴ്തിരി കത്തിക്കാൻ ആരുംണ്ടാവില്ല മുത്ത്യേ.

കരുണാർദ്രമായ സ്വരത്തിൽ മാതാവ് മൊഴിഞ്ഞു:

സെഖര്യാവേ, സെഖര്യാവേ, ആത്മഹത്യ പാപമാണെന്ന് അറിയുക.

നാക്കിന്റെ തുമ്പിൽ വന്ന ചീത്ത വാക്കുകൾ ചേറപ്പായി വിഴുങ്ങി. മാതാവു കേട്ടാൽ മോശമല്ലേ?

വോട്ടെണ്ണുന്ന ദിവസം ചേറപ്പായി വീട്ടിൽനിന്നും ഇറങ്ങുമ്പോൾ മാതാവിനെ ഒന്നു നോക്കി.

മാതാവേ, രക്ഷിക്കണം ട്ടാ. നനിക്ക് പത്തു മെഴുതിര്യാ, പത്ത്.

മാതാവ് ഒന്നും തിരിച്ചരുളിയില്ല.

ചേറപ്പായി, കുറെ തെറുപ്പുബീഡികളും അതിലേറെ മനഃപ്രയാസങ്ങളുമായി ഗെയിറ്റിൽ നിൽക്കുന്ന കൊച്ചുവർക്കിയുടെ കാറിൽക്കയറി. വെങ്കിടി സ്വാമിയേയും കൂട്ടി, ആരും ശ്രദ്ധിക്കാത്ത ഒരു ലോഡ്ജിൽ മുറിയെടുത്തു. കൊച്ചുവർക്കിയോടു പറഞ്ഞു:

നിയ്യ് വോട്ടെണ്ണണോടത്തേക്കു പൊക്കോ. ഞങ്ങള് എവിട്യാന്ന് ആരോടും മിണ്ടണ്ട. വിവരറിഞ്ഞാൽ ഓടിവരണം ട്ടാ.

കതക് ഭദ്രമായി അടച്ചു.

ഒരു കുപ്പി വിസ്കി, കോഴിയിറച്ചി, മസാലദോശ അര ഡസൻ. ഇത്രയും കാര്യങ്ങൾ അപ്രത്യക്ഷമാകുമ്പോൾ, സമയം ഉച്ച കഴിയുന്നു.

നിശ്ശബ്ദനായി ഇരിക്കുന്ന സ്വാമിയോട് ചേറപ്പായി ചോദിച്ചു:

ഒരു വിവരോം കേക്ക്ണില്ലല്ലോ സ്വാമീ?

വെങ്കിടിസ്വാമി, ചുണ്ടത്തു ചൂണ്ടുവിരൽ വച്ച് 'ശൂ' എന്നു ശബ്ദമുണ്ടാക്കി. സ്വാമി ഗാഢമായ ചിന്തയിൽ.

കുഞ്ചാരിക്കാവ് പഞ്ചായത്തിലെ അഞ്ചാംവാർഡിലെ പൗരന്മാരിൽ, റോമാക്കാരെത്ര? പട്ടന്മാരെത്ര? ബാക്കി നായരീഴവ മുസ്ലീമുങ്ങൾ? ഹരിജനങ്ങൾ?

സങ്കീർണമായ ആ കണക്കുകൾ വെങ്കിടിസ്വാമിയുടെ കംപ്യൂട്ടർ മസ്തിഷ്ക്കത്തിലിട്ട് അരച്ച്, പെരുക്കി, കൂട്ടി, കിഴിച്ചുനോക്കി. ഉത്തരം കിട്ടിയില്ല.

അസന്ദിഗ്ദ്ധാവസ്ഥ നിർബാധം തുടർന്നു.

കുപ്പിയിൽ അവശേഷിച്ചത്, ഇരു ഗ്ലാസ്സുകളിലും തുല്യമായി ഒഴിച്ചു, ഒഴിഞ്ഞു.

സ്വാമി ഒരുനുള്ള് പൊടിവലിച്ചു. ചേറപ്പായി ഒരു തെറുപ്പുബീഡി കത്തിച്ചു. രണ്ടുപേരും ആലോചനതന്നെ.

പെട്ടെന്നു വാതിൽക്കൽ ഒരു ഇടി.

ചേറപ്പായി ചാടി എഴുന്നേറ്റു വാതിൽ തുറന്നു. അമിതമായി മദ്യപിച്ച കൊച്ചുവർക്കി ചേറപ്പായിയുടെ കൈകളിൽ. ഊർന്നിറങ്ങി തറയിൽ വീണു. അവിടെക്കിടന്ന് കൊച്ചുവർക്കി പറഞ്ഞു:

മ്പള്, ജയിച്ചൂട്ടാ... ഇനി കൊച്ചാർക്കിക്ക് ഒരു ലേശം വേണം.

ചേറപ്പായി ദീർഘനിശ്വാസത്തോടെ പറഞ്ഞു:

മാതാവേ, നനിക്ക് പത്തന്നെ, പത്ത് മെഴ്തിരി.

സ്വാമി കൊച്ചുവർക്കിയെ എഴുന്നേൽപിച്ച്, താങ്ങി നിർത്തിപ്പിടിച്ചു ചോദിച്ചു:

എഡാ കൊച്ചുവർക്കീ, നീ നേരെ നിൽക്ക്. ഇനി എന്റെ മുഖത്തു നോക്ക്. ഭൂരിപക്ഷം എത്ര? അറിയ്യോ?

കൊച്ചുവർക്കി വളരെ നേരത്തെ പ്രയത്നത്തിനുശേഷം രണ്ടു വിരലുകൾ കാട്ടി.

രണ്ട്, രണ്ട് ഓട്ട്. ന്നാലും ജയിച്ചൂട്ടാ. ഇനി ഒരു ലേശം കൊച്ചർക്കിക്ക്.

ചേറപ്പായി ഓടി ബാഗ് തുറക്കുകയായിരുന്നു. അടുത്ത കുപ്പി എടുക്കാൻ. അപ്പോൾ സ്വാമി:

ഡാ, ചേറപ്പാ, അതവിടെ വയ്ക്ക്. ഇനി നമുക്കു അവിടെ പോകണം. നിനക്കു നിന്റെ അനുയായികളെ ഫേസ് ചെയ്യണ്ടേ?

രാത്രി പന്ത്രണ്ടുമണി കഴിയാറായപ്പോൾ കൊച്ചുവർക്കിയുടെ കാർ ചേറപ്പായിയുടെ ഗെയ്റ്റിൽ ഇടിച്ച ഒരൊറ്റ കാരണംകൊണ്ടു നിന്നു.

പൂമാലയണിഞ്ഞ ചേറപ്പായി, കാറിൽനിന്നും ഇറങ്ങിയപ്പോൾ, ആദ്യം നിലത്തുകുത്തിയതു രണ്ടു കൈകളായിരുന്നു. പിന്നെ, കൊച്ചുവർക്കിയുടെ സഹായത്തോടെ കാലുകൾ ഓരോന്നോരോന്നായി, കാറിൽനിന്നും വലിച്ച് ഊരി. കൊച്ചുവർക്കി ഗെയ്റ്റ് തുറന്ന്, ചേറപ്പായിയെ വീടിന് അഭിമുഖമായി നിർത്തി. ചേറപ്പായി പതുക്കെ അടിവച്ച്, ആടി വീട്ടിനകത്തു കയറി.

മാതാവിന്റെ മുന്നിൽ എത്തിയപ്പോൾ ഓർമവന്നു.

മാതാവേ, നിയ്യ് രക്ഷിച്ചൂട്ടാ. നനിക്ക് പത്ത് മെഴ്തിരി.

മാതാവിന്റെ ചിരപരിചിതമായ ശബ്ദം ഒഴുകി:

സെഖര്യാവേ, രണ്ടു വോട്ട്. രണ്ടു മെഴുകുതിരി. അതുമതി. പോയി കിടന്നുറങ്ങൂ.

ചേറപ്പായി കിടക്കയിൽ വീണു.

കുഞ്ചാരിക്കാവ് പഞ്ചായത്തിലെ പ്രസിഡന്റായി ചേറപ്പായി അവരോധിക്കപ്പെട്ടു.

പിറ്റേദിവസം കോടതിയിലേക്ക്. നേരെ, ആദ്യം ബാർ അസോസിയേഷൻ ഹാളിൽ ചെന്നു. എല്ലാ വക്കീലന്മാരും ചേറപ്പായിയുടെ കരം ഗ്രഹിച്ച് ഹാർദമായി അഭിനന്ദിച്ചു.

ഡാ, ചേറപ്പാ, നീയിന്നു ഞങ്ങൾക്കു ഗംഭീര പാർട്ടി നടത്തണം.

വെങ്കിടിസ്വാമി അതു പറഞ്ഞതിനെ ജോർജുകുട്ടി വക്കീൽ പിന്താങ്ങിപ്പറഞ്ഞു:

ഞാനും, പാവുണ്ണ്യേട്ടനും മറ്റും വോട്ടുചെയ്തിട്ടാ ചേറപ്പേട്ടൻ ജയിച്ചത്. ചെലവു ചെയ്യണം.

തികഞ്ഞ ഭക്തനും വയസ്സനും തടിയനുമായ പാവുണ്ണിവക്കീൽ പറഞ്ഞു:

ഇപ്പറഞ്ഞതു വളരെ ശെര്യാ. ചേറപ്പാ, നിനക്കു ഞങ്ങളോടൊക്കെ വലിയ കടപ്പാടുണ്ട്.

ചേറപ്പായി കൃത്യം ആറടി ഉയരത്തിൽ നിവർന്നുനിന്നു. അക്ഷോഭ്യനായി പ്രസ്താവിച്ചു:

നിങ്ങൾ എല്ലാവരും ഇന്നുമുതൽ എന്റെ പ്രജകളാണ് എന്ന വസ്തുത ഞാൻ നിഷേധിക്കുന്നില്ല. പക്ഷേ, എനിക്കു നിങ്ങളോട് ആരോടും ഒരു കടപ്പാടുമില്ല. നോ ഓബ്ലിഗേഷൻ എറ്റ് ആൾ.

അതു ശരിയല്ല. എല്ലാവരും ഏകസ്വരത്തിൽ പറഞ്ഞു.

ശരിയാണെന്നു ബോദ്ധ്യപ്പെടുത്താം. ഞാൻ. എന്റെ ഭാര്യ കൊച്ചുറോത. ഈ രണ്ടുപേരുടെയും രണ്ടേ രണ്ട് വോട്ടിന്റെ ഭൂരിപക്ഷത്തിനാണു ഞാൻ ജയിച്ചത്. അതുകൊണ്ട് എനിക്കുള്ള കടപ്പാട് എന്നോടും, ഭാര്യ കൊച്ചു റോതയോടും മാത്രം.

കുപിതനായ വെങ്കിടിസ്വാമി ചോദിച്ചു:

എന്നാലും നീ പഞ്ചായത്ത് പ്രസിഡണ്ടായില്ലേ ഡാ?

അത് എന്റെ യോഗ്യത ഒന്നുകൊണ്ടുമാത്രം. ഞാൻ വിദ്യാഭ്യാസയോഗ്യതയുള്ളവൻ, പ്രമുഖ അഭിഭാഷകൻ, പൊതുക്കാര്യപ്രസക്തൻ. പത്തു ക്ലാസ് പഠിച്ചുതീർത്ത ഒരു മെമ്പറെങ്കിലുമുണ്ടോ പഞ്ചായത്തിൽ?

ഇല്ല. ഇതിനും പുറമെ സെയിന്റ് തോമസ് ആദ്യം കേരളത്തിൽ വന്ന്, മതം മാറ്റിയ ആദ്യത്തെ നമ്പൂതിരിയുടെ വംശത്തിൽപെട്ടവനാണു ഞാൻ.

ജന്മനാ കമ്യൂണിസ്റ്റെന്ന് ചേറപ്പായി വിശ്വസിക്കുന്ന വക്കീൽ രാമ കൃഷ്ണൻ ചോദിച്ചു:

അപ്പോൾ എന്താണു നിങ്ങളുടെ പരിപാടികൾ? നമ്മുടെ പഞ്ചായ ത്തിൽ വിപ്ലവകരമായ പുരോഗതിയുണ്ടാകണം.

എന്റെ പ്രജകളായ നിങ്ങളെ ഞാൻ നന്നായി ഭരിക്കും. പ്രധാനപ്പെട്ട നിരത്തുകളിൽ തണൽവൃക്ഷങ്ങളും, വഴിയമ്പലങ്ങളും, ഉപഷാപ്പുകളും വച്ചുപിടിപ്പിക്കും.

രാമകൃഷ്ണൻവക്കീൽ എതിർത്തു:

അതിനുമാത്രം വരുമാനമൊന്നും പഞ്ചായത്തിനില്ല.

ചേറപ്പായി ഉടനെ ഉത്തരംകൊടുത്തു:

അതിനു ഞാൻ വഴികണ്ടിട്ടുണ്ട് സഖാവേ. ഈ പഞ്ചായത്തിലെ കെട്ടിടനികുതി-ഹൗസ്ടാക്സ്-അഞ്ഞൂറു ശതമാനമായി വർദ്ധിപ്പിക്കും. വക്കീലന്മാരുടെ പ്രൊഫഷണൽ ടാക്സ് വർദ്ധിപ്പിക്കും.

വൃദ്ധനായ പാവുണ്ണിവക്കീൽ സങ്കടത്തോടെ പറഞ്ഞു:

എന്റെ വീട് വളരെ പഴയതാ. എനിക്കു വയസ്സായി. കേസ്സും വളരെ കുറവാ. പിന്നെ ഒരു കാര്യം. പള്ളിയുടെ അടുത്തൊന്നും നിന്റെ ഉപഷാപ്പ് കൊണ്ട് വയ്ക്കല്ലേ.

ഇല്ല. ഒരിക്കലുമില്ല.

ചേറപ്പായി പ്രസംഗഭാഷയിൽ പറഞ്ഞു:

ദേവാലയങ്ങളിലെ, ലൗഡ്സ്പീക്കറുകളിൽനിന്നുമുള്ള ഭയങ്കരമായ ശബ്ദമലിനീകരണത്തിൽനിന്നും രക്ഷപ്പെട്ട്, പൗരന്മാർക്കു സ്വൈരമായി ഇരുന്നു കുടിക്കാൻ ഷാപ്പുകൾ വളരെ അകലെയായിരിക്കും.

വെങ്കിടിസ്വാമി ചിരിച്ചുപറഞ്ഞു:

മതിയെഡാ ചേറപ്പാ, നിന്റെ പ്രസംഗം കഴിഞ്ഞില്ലേ.

ഇല്ല. ഈ പഞ്ചായത്തിലെ തഗ്ഗുകളെയും, പിണ്ഡാരികളെയും അമർച്ച ചെയ്യും.

വെങ്കിടിസ്വാമി പൊട്ടിച്ചിരിച്ചുകൊണ്ടു ചോദിച്ചു:

അവരെല്ലാം ഈ ബാർ അസോസിയേഷൻ ഹാളിൽത്തന്നെ യുണ്ടല്ലോ?

ഇനി ഒരു കാര്യം കൂടിയുണ്ട്, വളരെ പ്രധാനപ്പെട്ടത്. എന്റെ ഭാര്യ കൊച്ചുറോതയ്ക്ക് അവളുടെ മഹാപിശുക്കനായ അപ്പൻ-

കർത്താവേ, ഇവനോടു ക്ഷമിക്കേണമേ, എന്നു പറഞ്ഞ് പാവുണ്ണി വക്കീൽ കുരിശുവരച്ചു.

ആ അറുപിശുക്കൻ ആർക്കും വേണ്ടാത്ത കുറച്ചു തരിശുഭൂമി, കൊച്ചു റോതയ്ക്ക് ഇഷ്ടദാനം കൊടുത്തിട്ടുണ്ട്. അതൊന്നു വിൽക്കാൻ ഞാൻ കുറേ കാലമായി ശ്രമിക്കുന്നു.

ഭൂമിക്കച്ചവടവും, കുറിക്കമ്പനിയുംകൂടി പ്രൊഫഷൻ ആക്കിയിട്ടുള്ള ജോർജുകുട്ടിവക്കീൽ ഇടയിൽക്കയറി പറഞ്ഞു:

എനിക്കറിയാം ആ ഭൂമി. ദുബായി ആലിക്കുട്ടിക്കു വേണ്ടി ഞാൻ പോയി നോക്കിയതല്ലേ? ആരു വാങ്ങും അത്? വാങ്ങുന്നവനു കാശ് അങ്ങോട്ടു കൊടുക്കണം.

ചേറപ്പായി വളരെ ഗൗരവത്തിൽ പറഞ്ഞു:

ഈ പഞ്ചായത്ത് ആ സ്ഥലം വിലയ്ക്കു വാങ്ങും. അവിടെ ഒരു പ്രൈമറി ഹെൽത്ത് സെന്ററും, പൊതു ശ്മശാനവും സ്ഥാപിക്കും.

രണ്ടും അടുത്തടുത്തായതു നന്നായി, ജോർജുകുട്ടി പറഞ്ഞു.

പ്രൈമറി ഹെൽത്ത് സെന്ററിൽക്ക് രോഗീനെ അങ്ങട്ട് കൊണ്ടു വാ. ഒരു ഇഞ്ചക്ഷാനങ്ങട്ട് കൊടുക്കാ. പിന്നെ പൊതു ശ്മശാനത്തിലേക്ക് അങ്ങട്ട് കൊണ്ടു വാ. വളരെ എളുപ്പം.

ഇതു കേട്ടിട്ടൊന്നും ചേറപ്പായി കുലുങ്ങിയില്ല.

ഉപസംഹാരമായി ഒരു വാചകംകൂടി.

കുഞ്ചാരിക്കാവ് പഞ്ചായത്തിൽ, ഹൈക്കോടതിയുടെ ഒരു ബഞ്ച് സ്ഥാപിക്കുവാൻ വേണ്ടുന്ന നടപടികൾ കൈക്കൊള്ളും.

എല്ലാവരും ആർത്തുകൂകി കൈകൊട്ടി.

ചേറപ്പായി പറഞ്ഞ വാക്കു പാലിച്ചു. ചേറപ്പായി നിർദേശിച്ച സ്ഥലത്തു തന്നെ പ്രൈമറി ഹെൽത്ത് സെന്ററും, പൊതു ശ്മശാനവും സ്ഥാപിതമായി.

ഉദ്ഘാടനത്തിന്, തദ്ദേശസ്വയംഭരണവകുപ്പുമന്ത്രി, ഗജവീരന്മാരുടെ അകമ്പടിയോടെ, കൈകളിൽ താലവും, മാറിൽ കുളിർകൊങ്കകളും ചുമന്നു നിൽക്കുന്ന കുമാരിമാരുടെ നീണ്ട നിരകൾക്കിടയിലൂടെ, തുറന്ന ജീപ്പിൽ എഴുന്നേറ്റു നിന്ന് അടിവച്ചടിവച്ചു മന്ദം മന്ദം സഞ്ചരിച്ച്, വെള്ളിത്താലത്തിൽ കത്രിക, കൃത്യസമയത്ത് എത്താത്തതിനാൽ വലിച്ചുകെട്ടിയ റിബൺ കടിച്ചുമുറിച്ച് ഹെൽത്ത് സെന്ററും, പൊതു ശ്മശാനവും ഉദ്ഘാടനം ചെയ്തു.

ചേറപ്പായിയുടെ ഭരണത്തിൽ കുഞ്ചാരിക്കാവ് പഞ്ചായത്തു പുരോഗമനത്തിന്റെ പാതയിലൂടെ ബഹുദൂരം സഞ്ചരിക്കുന്നു.

ഹെൽത്ത് സെന്ററിലെ ഡോക്ടർ, മിഡ്വൈഫ്, നഴ്സ്, അറ്റൻഡർ, രോഗികൾ, ശ്മശാന സൂക്ഷിപ്പുകാരൻ എല്ലാവരും സർവസമ്മതർ.

ഹെൽത്ത് സെന്ററും, പൊതുശ്മശാനവും ഒരു പോലെ പുരോഗതി പ്രാപിച്ചു.

പക്ഷേ, ചേറപ്പായിക്കു മനഃപ്രയാസം.

മിഡ്വൈഫ് വിശാലാക്ഷി.

പ്രായത്തിന്റെ അളവുകോൽകൊണ്ട്, തിരിച്ചും മറിച്ചും എങ്ങനെ അളന്നാലും, വിശാലാക്ഷിക്ക് മുപ്പതു വയസ്സിന്റെ അപ്പുറത്തേക്ക് ഒരു മിനിട്ടു പോലും കടക്കില്ല. കടഞ്ഞെടുത്ത ശരീരം, ചന്ദനമരം കൊണ്ട്. ചുണ്ടുകൾ പുഞ്ചിരിക്കയല്ല, അതമർത്തിപ്പിടിക്കയാണ്. കരിമഷിയെഴുതിയ കണ്ണുകളിൽനിന്നും നിലയ്ക്കാത്ത പുഷ്പബാണങ്ങൾ. അതേറ്റ് എത്രയെത്ര വ്രണപ്പെട്ട ഹൃദയങ്ങൾ! ഡോക്ടർ മുതൽ അറ്റൻഡർ വരെ. പഞ്ചായത്തു പ്രസിഡന്റു മുതൽ പ്രജകൾ വരെ. അതിനു ശരവ്യമാകാത്തവർ പൊതുശ്മശാനത്തിൽ മാത്രം. വിശാലാക്ഷിയുടെ മുൻഭാഗവും, പിൻഭാഗവും ഒരു പോലെ മാദകം. മാതളനാരകം.

ഒരു ദിവസം കുറിയ കണ്ണുകളിൽ, വികൃതിയുമായി വെങ്കിടിസ്വാമി ചേറപ്പായിയോടു ചോദിച്ചു, സ്വകാര്യമായി:

ഡാ ചേറപ്പാ, നിന്റെ വിശാലം എപ്പടി? സൗഖ്യം താനാ?

ഒരു ദീർഘനിശ്വാസത്തോടെ ചേറപ്പായി പറഞ്ഞു:

വിശാലാക്ഷിക്കു സൗഖ്യം തന്നെ സ്വാമി. ഒന്നും പറയണ്ട, സൗഖ്യമില്ലാത്തത് എനിക്കാ.

ഉംം? എന്നഡാ നിനക്കു സൗഖ്യത്തിനു കുഴപ്പം? അതെല്ലാം പിന്നെപ്പറയാം സ്വാമി. കുറച്ചധികം പറയാനുണ്ട്. ഞാൻ ഇപ്പോൾ ബി.ഡി.സി. മീറ്റിങ്ങിനു പൂവാ.

■

വിശാലാക്ഷി

ബി.ഡി.സി. മീറ്റിങ്ങ് കഴിഞ്ഞ്, തിരിച്ചു വീട്ടിലെത്തിയ ചേറപ്പായി ആദ്യം കേട്ടത്:

അനന്തകൃഷ്ണയ്യർ മരിച്ചു.

ഉടനെ വെങ്കിടിസ്വാമിയെ പോയിക്കണ്ടു.

സ്വാമീ, നമ്മുടെ ബാർ അസോസിയേഷൻ വക ഒരു റീത്ത് വേണ്ടേ?

എന്താ സംശയം?

വക്കീലന്മാരുടെകൂടെ റീത്തുമായിച്ചെന്ന ചേറപ്പായി, ആ മുഖത്തേക്ക് ഒന്നേ നോക്കിയുള്ളു.

ഈ ഒരു കിടപ്പിലും, ആ മുഖത്ത് എന്തൊരു ഗൗരവം? എന്തുമാത്രം ആജ്ഞാശക്തി! ഒരു ചെറിയ വിറയൽ ചേറപ്പായിയെ ആക്രമിക്കാൻ തുടങ്ങി. ഈ പണ്ടാറക്കാലൻ, കണ്ണുതുറന്ന് എഴുന്നേല്ക്കോ? അതിനു മുമ്പ് അവിടെ നിന്ന് ഓടിരക്ഷപ്പെടണമെന്നു തോന്നി. വേഗം വെങ്കിടി സ്വാമിയുടെ കൈയിൽ അടുത്തു ചേർന്നുനിന്നു. റീത്ത് സ്വാമിയുടെ കൈയിൽ കൊടുത്തു. സ്വകാര്യം പറഞ്ഞു. ഇതു സ്വാമിതന്നെ വെക്കണം.

പിറ്റേന്നു വൈകുന്നേരം, ചേറപ്പായി സ്വാമിയോടു പറഞ്ഞു:

സ്വാമീ, നമുക്ക് അനന്തകൃഷ്ണയ്യരുടെ ചരമമൊന്നു മാന്യമായി അനുശോചിക്കേണ്ടേ?

വേണ്ടതാണ്.

രണ്ടുപേരുംകൂടി കൊച്ചുവർക്കിയുടെ പുതിയ അമ്പാസഡർകാറിൽ പട്ടണം കാണാൻ യാത്ര ആരംഭിച്ചു.

അപ്പോൾ രഹസ്യമായി ചേറപ്പായി പറഞ്ഞു:

സ്വാമീ, ഇന്നെല്ലാം എന്റെ ചെലവ്.

എന്താ സംശയം?

പണ്ട് സായ്പിന്റെ കമ്പനി ഉണ്ടാക്കിയ, ഇപ്പോഴും കേടുവരാത്ത വൃത്താകൃതിയിലുള്ള കോൺക്രീറ്റ് റോഡിൽ എത്തിയപ്പോൾ, ക്ഷേത്ര

നടയിലേക്കു നോക്കി സ്വാമി തൊഴുതു. കാറ് നിർത്തി മസാലദോശ പാഴ്സലായി വാങ്ങി.

പുതിയ ഹോട്ടൽ.

പുൽത്തകിടിയിലെ ഒരു മേശയുടെ ഇരുവശത്തും ഇരുന്നു. കുപ്പി തുറന്നു രണ്ടു പെഗ്ഗ് വിസ്കി സ്വാമി അസംസ്കൃതമായി വിഴുങ്ങി. പിറകെ കുറച്ചു സോഡയും കഴിച്ചു.

ഇനി നീ വിശാലത്തിന്റെ കാര്യം ശൊല്ല്. എന്താ കാര്യം?

വളരെ കഷ്ടമാണ് സ്വാമി, എന്റെ കാര്യം. വിശാലാക്ഷിക്ക് എന്നെ ഇഷ്ടാ. ഉറപ്പാ. എന്നാലേ, ഒന്ന് അപ്രോച്ച് ചെയ്യാൻ സാധിക്കണ്ടേ?

അതെന്താഡാ, കോടതിയിൽ വരുന്നതിലും കൃത്യമായി നീ ഹെൽത്ത് സെന്ററിൽ പോകുന്നല്ലോ?

ആ കാലമാടൻ ഡോക്ടർ സദാസമയവും, വിശാലാക്ഷിയുടെ പിറകെ. അവനോ? ചെറുപ്പം. സുന്ദരൻ. അപ്പോ, നമുക്കവിടെ മാർക്കറ്റ് ഉണ്ടാകുമോ സ്വാമീ?

ശരിയാണ്. നിനക്കു പ്രായമായില്ലേ. എന്നാലും അവിടെ പോകണം.

പോകാൻ പറ്റില്ല. ഒരു ദിവസം വിശാലാക്ഷി എന്റെ വീട്ടിൽ വന്നു.

നിന്റെ സംസാരത്തിനു ഗർഭം ഉണ്ടോ?

അതൊന്നുമല്ല സ്വാമീ. എന്റെ അടുത്ത വീട്ടുകാരൻ തോമായി? ഹെൽത്ത് സെന്ററിലെ സ്വീപ്പർ. അവന്റെ ഭാര്യയ്ക്ക് ഏഴാമത്തെ പ്രസവം. അതു കഴിഞ്ഞ് വിശാലാക്ഷി എന്റെ ഗേറ്റ് കടന്നു വരുന്നു. കൊച്ചുറോത അടുക്കളേല്. ഡ്രോയിങ്ങ് റൂമിൽ ഞാൻ മാത്രം.

സ്വാമി കസേരയുടെ അറ്റത്തേക്ക് പെട്ടെന്നു നീങ്ങിയിരുന്നു ചോദിച്ചു:

എന്നിട്ട്? നീ തൊട്ടോ? ശീഘ്രം ശൊല്ല്.

ഞാൻ ചാടിയെണീറ്റു വാതിൽ തുറന്നു. അകത്തു കടക്കുമ്പോൾ ഞാൻ ഒന്നു നുള്ളി.

ഭേഷ്, ഭേഷ്. എങ്കെ? എവിടെ നുള്ളി?

പിൻഭാഗത്ത്.

എന്നിട്ട്?

അപ്പോ തിരിഞ്ഞുനോക്കി ഒരു പുഞ്ചിരി. ചുണ്ട് കടിച്ചമർത്തീട്ട്. ഹൊ. എന്റെ സ്വാമീ, സഹിക്കോ?

സഹിക്കില്ല. നൊ ഡൗട്ട്. കേറിപ്പിടിച്ചോ?

അതൊന്നു മനസ്സിൽ വിചാരിക്കണേനുമുമ്പ് കൊച്ചുറോത മുന്നിൽ. ഞാൻ വേഗം ചാരുകസേരയിൽ കിടന്നു. ഒന്നും അറിയാത്ത പോലെ.

അവര് ഒന്നു കണ്ടു. രണ്ടു വർത്തമാനം പറഞ്ഞു. പിന്നെ വിശാലാക്ഷി ചന്തിയും കുലുക്കി ഇറങ്ങിപ്പോണതാ കണ്ടേ! ഞാൻ അതന്നെ നോക്കീരിക്ക്യായിരുന്നേ.

അപ്പോൾ കൊച്ചുറോത രാക്ഷസിയെപ്പോലെ എന്റെ മുന്നിൽ. പിന്നെ ഒരു അട്ടഹാസം.

എന്താ, നോക്കീട്ടു മത്യായില്ലേ? ഒരുമ്പട്ടോള്. തേവിടിശ്ശി. നിങ്ങള് ഇനി ആശുത്രീലൊന്നും പോണ്ട.

സ്വാമി കുലങ്കഷമായി ചിന്തിച്ചു പറഞ്ഞു:

എഡാ, അതൊന്നും സാരമില്ല. നീ ഹെൽത്ത് സെന്ററിൽ ചെന്ന് വിശാലത്തെ സമാധാനിപ്പിക്കണം.

അതും ചെയ്തു സ്വാമീ. ഭാര്യയ്ക്കു വിദ്യാഭ്യാസമില്ല, സോഷ്യൽ അല്ല എന്നൊക്കെ. അപ്പോ, വിശാലാക്ഷി മാടപ്രാവ് കുറുകണപോലെ അതൊന്നും സാരമില്ല സാറെ, എന്നു പറഞ്ഞ് ഒരു നടത്തം. തിരിഞ്ഞൊരു നോട്ടം. ഹായ്.

ഇനിയെന്താ കുഴപ്പം. നീ ഒരു ഡേറ്റ് കൊടുക്ക്.

വിശാലം ലീവ് എടുക്കട്ടെ. നമുക്കു പോകാം.

ഇനി ആസ്പത്രീല് ഇനിക്ക് പോവാൻ പറ്റില്ല. ഞാൻ വിശാലാക്ഷിയുമായി സംസാരിച്ചതു മുഴുവൻ, ആ ദരിദ്രവാസി തോമായി, കൊച്ചുറോതയോടും പറഞ്ഞു.

റൊമ്പ കഷ്ടം... ഇനി എന്തു ചെയ്യും?

രണ്ടുപേരും അഗാധമായ ചിന്തയിലേക്ക്, കുറെശ്ശേ വിസ്കി ഒഴിച്ചു മൗനമായിരുന്നു.

ഒരു ദിവസം ഒരു പയ്യൻ കോടതിയിൽ വന്ന് ചേറപ്പായിക്ക് ഒരു കത്തു കൊടുത്തു:

'സാർ എനിക്ക് ഒരു അത്യാവശ്യകാര്യം സംസാരിക്കാനുണ്ട്. എങ്ങനെയെങ്കിലും ഒരു സൗകര്യം ഉണ്ടാക്കണം. അവിടെവന്നു കാണാൻ കുറച്ചു മനഃപ്രയാസം ഉണ്ട്. സ്വന്തം വിശാലാക്ഷി.'

ചേറപ്പായിയുടെ ഹൃദയത്തിന്റെ കുളമ്പടിശബ്ദം, കോടതിഭിത്തികളിൽ മാറ്റൊലിക്കൊണ്ടു.

കത്ത് സ്വാമിക്കു കൈമാറി.

എഡാ, ഇന്നുതന്നെ പോകണം. എന്തും ചെയ്തുകൊടുക്കാമെന്നു പറയണം.

കൊച്ചുറോത അറിയും.

അറിയാതിരിക്കാൻ വഴിയുണ്ട്. വിശാലം ഡ്യൂട്ടി കഴിഞ്ഞുവരുമ്പോൾ വഴിക്കുവച്ചു കാണണം.

അന്നത്തെ കേസുകളിൽ, ഒട്ടും ശ്രദ്ധിക്കാൻ ചേറപ്പായിക്കു കഴിഞ്ഞില്ല. എല്ലാ കക്ഷികളിൽനിന്നും ഫീസ് വാങ്ങിക്കുന്നതിൽ ശ്രദ്ധക്കുറവും വരുത്തി യില്ല. വേഗം വീട്ടിൽവന്നു വേഷം മാറി. പുറത്തേക്ക് ഇറങ്ങുമ്പോൾ കൊച്ചുറോത:

എങ്ങടാ?

പഞ്ചായത്താപ്പീസിൽക്ക്.

കൂടുതൽ ചോദ്യങ്ങൾക്ക് ഇടനൽകാതെ ചേറപ്പായി നടന്നു.

കണിയാൻകുന്നു ഹരിജൻ കോളനിയിൽ, പഞ്ചായത്തുവക കിണർ കുഴിക്കുന്നതു പരിശോധിക്കാൻ എന്ന ഭാവത്തിൽ അവിടെച്ചെന്നു. അത് അബദ്ധായി. പ്രജകൾ ചുറ്റുംകൂടി. ഒരു വിധം അവിടന്നു തലയൂരി. എന്നിട്ടും ഡയറി കക്ഷത്തിലിറുക്കിപ്പിടിച്ച്, സ്ഥലത്തെ നേതാവ്. ഒരുവിധം അയാളേയും ഒഴിവാക്കി ചേറപ്പായി തിരിച്ചുനടന്നു.

ഇതാണ് വിശാലാക്ഷി വരുന്ന വഴി.

അതിലേ നടക്കുമ്പോൾ രോമാഞ്ചം.

ഒരു തിരിവു തിരിഞ്ഞതും, നേരെ മുന്നിൽ വിശാലാക്ഷി. ചേറപ്പായി ചുറ്റും നോക്കി.

ആവശ്യത്തിനുമാത്രം വിജനത.

ഇനി ഇതുവഴി ഒരു നായക്കൊർണയും വരരുതേ എന്നു പ്രാർത്ഥിച്ചു.

പ്രാർത്ഥന കഴിയുമ്പോഴേക്കും ഒരു കളകൂജനം:

അയ്യോ, സാറല്ലിയോ ഇത്? സാറിനെ ഇന്നു ഹെൽത്ത് സെന്ററിൽ കാണാതിരുന്നപ്പോൾ എനിക്ക് ആകെ വിഷമമായി.

ഞാൻ അവിടെ വന്നാൽ ആളുകൾ പലതും പറഞ്ഞു പരത്തും. അതാണ് ഈ വഴിക്കു വന്നത്, എന്താണു കാര്യം?

വിശാലാക്ഷി പൊടുന്നനെ, ഒരു കഠിനമായ ദുഃഖം മുഖത്തു വിരിയിച്ചു. ഒരു ദീർഘനിശ്വാസം. മാറിൽ നിറകുടങ്ങളുടെ തിരമാലകൾ.

ആ ദുഃഖം ചേറപ്പായി കണ്ണിമയ്ക്കാതെ നോക്കി നിന്നു.

സാർ, ഞാൻ ഒരു പാവമാണെന്നു സാറിനറിയാമല്ലോ?

അറിയാം, അറിയാം.

ഇത്രയും ശുദ്ധഗതിക്കാരിയായ എന്നെപ്പറ്റി, ആരൊക്കെയോ ഊമ ക്കത്തുകൾ അയച്ചിരിക്കുന്നു. എന്നെ ഇവിടന്ന് ട്രാൻസ്ഫർ ചെയ്യാൻ പോകയാണ്.

ചേറപ്പായിക്ക് ഇടിവെട്ടേറ്റു.

സാർ, എല്ലാവർക്കും എന്നോട് അസൂയയാണ്. എനിക്കു സാറിനെ മാത്രമേ വിശ്വാസമുള്ളു എന്ന് സാറിനറിയാമല്ലോ?

തീർച്ചയായും.

അതുകൊണ്ട് ഞാൻ സാറിനോട് എല്ലാം തുറന്നു പറയാം.

പറയണം, പറയണം.

ഇവിടം മുഴുവൻ ദുബായിക്കാരാണ്. ഒരു ഡെലിവറിക്കു പോയാൽ, നല്ല ഒരു സംഖ്യ ലഭിക്കും. അതിനും പുറമേ ഫോറിൻസാരികളും മറ്റും. ഡെലിവറിക്കു മാത്രമല്ല, അതിനുമുമ്പും, ശേഷവും ഞാൻ പോകും. ഭർത്താവു ദുബായിക്കു പോയതിനുശേഷവും ഗർഭം ധരിക്കുന്നവരുണ്ട്. അതൊക്കെ ആരും അറിയാതെ ഇല്ലാതാക്കാൻ എന്നെ വിളിക്കും. കൈനിറയെ പണമാണു സാറേ കിട്ടുക.

അപ്പോൾ വിശാലാക്ഷി ഗർഭം ധരിച്ചാലും കുഴപ്പമൊന്നുമില്ല അല്ലേ?

ഹൊ, എന്താ സാറെ ഇങ്ങനെയൊക്കെ ചോദിക്കുന്നത്? സാറിനെപ്പോഴും ഒരു തമാശയാ.

ഞാൻ എന്താണു ചെയ്തുതരേണ്ടത്?

സാറെ, എന്നെ ഇവിടന്ന് ട്രാൻസ്ഫർ ചെയ്താൽ, മറ്റ് എവിടെപ്പോയാലാണ് ഇതെല്ലാം സൗകര്യപ്പെടുക? എന്നെ എങ്ങനെയെങ്കിലും രക്ഷപ്പെടുത്തണം. സാറു പോയി മന്ത്രിയെ കാണണം. ചെലവാകുന്നതുകയെല്ലാം ഞാൻ തരാം.

വിഷമിക്കണ്ട. ഞാൻതന്നെ പോകാം.

ഞാൻ എന്നും സാറിനോടു കടപ്പെട്ടവളായിരിക്കും.

ട്രാൻസ്ഫർ ഓർഡർ വന്നാൽ ഞാൻ ലീവ് എടുത്തു വീട്ടിൽ പോകും. എല്ലാം ശരിയായാൽ വീണ്ടും ഇവിടെത്തന്നെ വരാമല്ലോ?

തീർച്ചയായും ഇവിടെത്തന്നെ വരണം.

ചേറപ്പായി ധൃതിയിൽ നടന്നു.

വെങ്കിടിസ്വാമിയോട് എല്ലാം പറഞ്ഞു.

ചേറപ്പാ, ഞാനുംകൂടെ വരാം. ഹെൽത്ത് ഡിപ്പാർട്ടുമെന്റിലെ സഹസ്രനാമം എന്റെ സ്വന്തക്കാരനാണ്. നീ മന്ത്രിയെക്കണ്ട് ഓർഡർ വാങ്ങണം, ഒരു നിമിഷം കൊണ്ട് സഹസ്രനാമം എല്ലാ പേപ്പേഴ്സും റെഡി.

ഒരാഴ്ചയ്ക്കുള്ളിൽ ട്രാൻസ്ഫർ ഓർഡർ വന്നു. വിശാലാക്ഷി ലീവ് എടുത്തു വീട്ടിൽപ്പോയി.

യാത്രയ്ക്കുള്ള ബ്രീഫ്കേസ് ഒതുക്കുമ്പോൾ കൊച്ചുറോത:

എന്തിനാപ്പൊ മന്ത്രിയെക്കാണാൻ പോണെ?

അതൊന്നും പറഞ്ഞാൽ നനിക്കു മനസ്സിലാവില്ല. ഉം, ഇനിക്കൊക്കെ മനസ്സിലാവ്ണ്ണ്ട്. ആശൂത്രീലെ, ആ ഒരുമ്പെട്ടോളെ ഇവിടന്നു മാറ്റീന്നു കേട്ടൂലോ? അതിനാ പോണെ?

ചേറപ്പായി തല പുകഞ്ഞ് ആലോചിച്ചു.

എടേ, നിന്റെ ഭൂമ്യല്ലെ ആസ്പത്രിക്കു കൊടുത്തേ. അതിന്റെ സർവേ നമ്പറും, വിസ്തീർണോ അപ്പടി തെറ്റാത്രേ. ഒക്കെ നന്റെ അപ്പൻ ചെയ്തു വച്ചതല്ലേ? അതു ശരിയാക്കാനാ.

എന്നാ ഞാനും വരാം. വല്ല കടലാസ്സിലും, ഇന്റെ ഒപ്പ് വേണങ്കിലോ?

ഓ, നിന്റെ ഒരു ഒപ്പ്! അതൊക്കെ ഞാനിട്ടോണ്ട്. മിണ്ടാണ്ട് അവിടെ ഇരുന്നോ ചൂലേ.

ചേറപ്പായിയും സ്വാമിയും, തലസ്ഥാനനഗരിയിൽ ഒരു നല്ല ഹോട്ടലിൽ മുറിയെടുത്തു. എം.എൽ.എ.യെ പോയിക്കണ്ടു. മുറിയിലേക്കു പൊക്കി യെടുത്തു. കിട്ടാവുന്നതിൽ വിലകൂടിയ വിസ്കി വരുത്തി. എം.എൽ.എ. നെറ്റി ചുളിച്ച് അതൊന്നു നോക്കി.

ഞാൻ വല്ലപ്പോഴുമൊക്കെ, നിവൃത്തിയില്ലാത്ത സന്ദർഭങ്ങളിൽ മാത്രമേ കഴിക്കാറുള്ളു. കഴിക്കുമ്പോൾ സ്കോച്ചേ കുടിക്കാറുള്ളു. എന്നാലും സാരമില്ല. വക്കീൽസാർ തരുന്നതല്ലേ. ഗ്ലാസ്സെടുക്കൂ.

ചേറപ്പായി വിവരങ്ങൾ ധരിപ്പിച്ചു.

എം.എൽ.എ. പറഞ്ഞു:

കുറച്ചു ബുദ്ധിമുട്ടുണ്ട്. പക്ഷേ, വക്കീൽസാറും ഒരു ജനപ്രതിനിധി യാണല്ലോ. ഞാൻ നാളെ കാലത്ത് മന്ത്രിയെ കണ്ടു സംസാരിക്കാം. പിന്നെ ചില മാമൂലുകളൊക്കെയുണ്ടെന്ന് വക്കീൽസാറിനറിയാമല്ലോ?

അറിയാം. ഒരു പാവപ്പെട്ട സ്ത്രീയാണ്. എന്നാലും വേണ്ടതെല്ലാം ചെയ്യാം. പിന്നെ മന്ത്രി നാളെ ഇവിടെത്തന്നെയുണ്ടാകില്ലേ?

എം.എൽ.എ. പൊട്ടിപ്പൊട്ടിച്ചിരിച്ചു.

മന്ത്രി ഇവിടെ ഉണ്ടാകുമെന്നോ? നല്ല ചോദ്യം. നാളെ, എല്ലാ മന്ത്രി മാരും, എല്ലാ എം.എൽ.എ.മാരും, അസംബ്ളിയിൽ ഉണ്ടാകും എന്ന കാര്യ ത്തിൽ യാതൊരു സംശയവും വേണ്ട. നാളെയല്ലേ ഞങ്ങളുടെ വേത നവും ബത്തയും പെൻഷനും മറ്റും വർദ്ധിപ്പിക്കുന്ന ബിൽ പാസ്സാക്കേ ണ്ടത്?

എം.എൽ.എ.യ്ക്കും മന്ത്രിക്കും അന്ന് ഒരു സുദിനമായതുകൊണ്ട്, കാര്യങ്ങൾ വേഗം ശരിപ്പെട്ടു. മന്ത്രി ഹെൽത്ത് ഡിപ്പാർട്ടുമെന്റിലേക്കു വിളിച്ചു പറഞ്ഞു.

ഹെൽത്തിലെ സഹസ്രനാമം, വെങ്കിടിസ്വാമിയോടു വളരെയേറെ സ്നേഹത്തിൽ പെരുമാറിക്കൊണ്ടിരിക്കേ ചേറപ്പായി കൊടുത്ത കവർ തുറന്നു കൃത്യമായി എണ്ണിനോക്കി. സാധാരണ പതിവിൽ കുറവാ ണെന്നും, എങ്കിലും വെങ്കിടി സ്വാമിക്ക് താൽപര്യമുള്ള കാര്യമല്ലേ, ഇൻ സിസ്റ്റ് ചെയ്യാൻ വയ്യല്ലൊ എന്നൊക്കെ മറ്റുപല വർത്തമാനത്തിനിടയിൽ കൊള്ളിച്ചു പറയുകയും ചെയ്തു.

കാര്യങ്ങൾ ഭംഗിയായി അവസാനിച്ചു.

കുഞ്ചാരിക്കാവ് പഞ്ചായത്തിലെ രണ്ട്, ഒന്നാം തരം പൗരന്മാരും, ബസ്സിൽ കയറുന്നതിനുമുമ്പ് ബാറിൽക്കയറി. അവരുടെ സന്തോഷത്തിന് അതിരില്ലായിരുന്നു. കഴിച്ച മദ്യത്തിനും.

ബസ് വിശാലാക്ഷിയുടെ നാട്ടിൽ എത്തുന്നു.

ചേറപ്പായിയുടെ മസ്തിഷ്ക്കത്തിലൂടെ ചില മിന്നലുകൾ.

സ്വാമീ, ഇവിടെ ഇറങ്ങാം. ഇവിടെ ഒരു മുറിയെടുക്കാം. വിശാലാക്ഷിയുടെ വീട്ടിൽ ഇപ്പോൾത്തന്നെ പോയി ഈ സന്തോഷവർത്തമാനം അറിയിക്കാം. നാളെത്തന്നെ ജോയിൻ ചെയ്യണം എന്നു പറഞ്ഞാൽ, കാലത്ത് വിശാലാക്ഷി ഈ ബസ്സ്റ്റാൻഡിൽ വരും. നമ്മുടെ മുറിയില്ലേ? പിന്നെ ഒന്നിച്ച് ഒരു യാത്ര. ഹാ!

ആശയം തരക്കേടില്ല എന്നു സ്വാമിക്കു തോന്നി.

ചേറപ്പാ, നിനക്ക് വിശാലത്തിന്റെ വീട് അറിയോ?

അറിയാം. കണ്ടുപിടിക്കാം.

ബസ്സ്റ്റാന്റിന്റെ പരിസരത്ത്, 'ബാർ അറ്റാച്ച്ഡ്' എന്ന വലിയ ബോർഡ് കണ്ട ഹോട്ടലിൽ മുറിയെടുത്തു, നല്ല സൗകര്യങ്ങൾ.

എഡാ ചേറപ്പാ, വിശാലത്തിന്റെ വീട് കണ്ടുപിടിക്കാൻ കുറച്ചു ധൈര്യം വേണം.

ധൈര്യം കുപ്പിക്കണക്കിനു വാങ്ങി.

സന്ധ്യയായപ്പോൾ, പുറത്തിറങ്ങി. നടക്കാൻ സ്വൽപ്പം ബുദ്ധിമുട്ട്. ചിലരോടൊക്കെ, ഇംഗ്ലീഷിലും തമിഴിലും മലയാളത്തിലും വഴി ചോദിച്ചറിഞ്ഞു.

പല വഴികളും തിരിഞ്ഞ് ഒരു വീടിന്റെ മുന്നിൽ എത്തി. ചേറപ്പായി നിശ്ചയിച്ചു:

ഇതന്ന്യാ വീട്.

ചേറപ്പാ, സമയം എത്രയായി?

സാരല്ല. നമ്മടെ വിശാലാക്ഷീടെ വീടല്ലേ?

പടി തുറന്ന് അകത്തു കടന്നു.

പട്ടി ഇടതടവില്ലാത്ത കുര. രണ്ടുപേർ പടിക്കലേക്കു വന്നു.

ആരാ? എന്താ വേണ്ടത്?

മിഡ്‌വൈഫാ വിശാലാക്ഷീനെ.

ഏതു വിശാലാക്ഷി? ഛെ, നിങ്ങൾ ആരാണ്?

അതിന് ചേറപ്പായി പറഞ്ഞ ഉത്തരം കുറച്ചു കവിഞ്ഞുപോയി എന്ന് സ്വാമിക്കു തോന്നി.

ഉത്തരം ഒരു ഛർദ്ദി ആയിരുന്നു.

വീഴാൻ പോകുന്ന ചേറപ്പായിയുടെ ആറടിപ്പൊക്കം താങ്ങാൻ സ്വാമിക്ക് കുറച്ചു വിഷമമായിരുന്നു.

വീട്ടുകാർ ബഹളം കൂട്ടി. ആളുകൾ ഓടിക്കൂടി. സർവത്ര കുഴപ്പം. രണ്ടു പേരെയും ഒരു കൈപ്പെരുമാറ്റം നടത്തണമെന്നു ചിലർ. അതല്ല, പോലീസ് സ്റ്റേഷനിൽ അറിയിച്ചാൽ മതി എന്ന് വേറെ ഒരു വിഭാഗം.

ഇതിനിടയിൽ ഒരു ആജാനുബാഹു ചേറപ്പായിയുടെ ഷർട്ടിന്റെ കോളറിനു പിടിച്ചുനിറുത്തി.

ചേറപ്പായിക്ക് ആശ്വാസമായി. വീഴാതെ ഒന്നു നേരെ നിൽക്കാറായി.

പിന്നെ ഒരുപാടു ചോദ്യങ്ങളായി. ഒരുപാടു കൈകളല്ലല്ലോ? സ്വാമിക്ക് അതായിരുന്നു ആശ്വാസം. രണ്ടു പേരും ഒരക്ഷരം മിണ്ടാതെ നിന്നു.

പെട്ടെന്ന് പോലീസ് ജീപ്പ് ഇരച്ചു വന്നുനിന്നു.

കൂട്ടത്തിൽ ഒരാൾ:

സർക്കിളാ, മാറിനിൽക്ക്.

ജീപ്പിൽനിന്നും ശടപടാന്ന് സർക്കിളും രണ്ടു പോലീസുകാരും.

രണ്ടു പേരെയും പിടിച്ച് ജീപ്പിൽക്കയറ്റി. ജീപ്പ് ഇരമ്പിപ്പാഞ്ഞു.

പട്ടണത്തിലെത്താറായപ്പോൾ, ജീപ്പ് നിറുത്താൻ സർക്കിൾ ഇൻസ്പെക്ടർ പറഞ്ഞു.

സാറ് എന്നെ ഓർക്കുന്നുണ്ടോ?

സർക്കിൾ ഇൻസ്പെക്ടരുടെ ശബ്ദംകേട്ട് ചേറപ്പായി കണ്ണുമിഴിച്ചു നോക്കി ഒരു വിധം പറഞ്ഞു:

മനസ്സിലായില്ല.

അന്ന് എനിക്കു കുടികിടപ്പിന്റെ നിയമമെല്ലാം പറഞ്ഞുതന്നില്ലേ? അന്നു സാറ് ക്രോസ്ചെയ്ത സബ് ഇൻസ്പെക്ടർ സദാനന്ദൻ? സർക്കിൾ ആയി.

ഓ, ഓ, ശരി, ശരി. മനസ്സിലായി. ഇപ്പോൾ സർക്കിൾ ആണല്ലേ? ഒരു ഉപകാരം ചെയ്യണം.

എന്തു വേണമെങ്കിലും ചെയ്തുതരാം.

ഞങ്ങളെ, ഞങ്ങളുടെ ഹോട്ടലിൽ ഒന്നു കൊണ്ടു വിടണം.

ബസ്സ്റ്റാൻഡിന്റെ പരിസരത്തുള്ള ബാർ അറ്റാച്ച്ഡ് ഹോട്ടലിനെ ലക്ഷ്യമാക്കി, ജീപ്പ് പാഞ്ഞു.

■

ത്രികോണയുദ്ധം

ഒരു ടെലഫോൺ കണക്ഷൻ കിട്ടാൻ അഞ്ചു വർഷം ചേറപ്പായി തപസ്സു ചെയ്തു. വാർത്താവിനിമയക്കാരെ തലമുറകളടക്കി ശപിച്ചു. ശാപം ആർക്കും ഏറ്റില്ല.

ഒരു ദിവസം അവർ വന്നു.

ചേറപ്പായിയുടെ വീടിന്റെ ചുവരെല്ലാം കുത്തിപ്പൊളിച്ച്, അവർ ടെലഫോൺ ഇൻസ്റ്റാൾ ചെയ്തു.

നാലക്കങ്ങളിൽ നമ്പർ തലക്കുറിപ്പായും കൊടുത്തു.

എസ്-ടി-ഡി (സബ്സ്ക്രൈബേഴ്സ്, ട്രൈ ആന്റ് ഡൈ) ഫെസിലിറ്റിയുമുണ്ട്.

ടെലഫോൺ ഘടിപ്പിച്ചവൻ, ഫോൺ ചേറപ്പായിയുടെ കൈയിൽ കൊടുത്ത്, ഒരു ഉത്തരവ്!

ഇനി സാർ ഒന്നു വിളിച്ചു നോക്കണം.

ചേറപ്പായി റിസീവർ വാങ്ങി ഡയൽ ചെയ്യാൻ ആഞ്ഞു.

പെട്ടെന്ന് മാതാവിന്റെ മുഖത്തേക്കൊന്നു നോക്കി.

മാതാവ് ഒന്നു കണ്ണിറുക്കി എന്നു തോന്നി.

ചേറപ്പായി റിസീവർ ക്രാഡിലിൽത്തന്നെ വച്ച് ആലോചിച്ചു.

മാതാവിന് എന്തോ ഉദ്ദേശ്യമുള്ളപോലെയുണ്ടല്ലോ?

ചേറപ്പായി വാർത്താവിനിമയക്കാരനോടു പറഞ്ഞു:

ഞാൻ പിന്നെ വിളിച്ചോളാം. നിങ്ങൾക്കു പോകാം.

വാർത്താവിനിമയക്കാർ, മുറിക്കു പുറത്തിറങ്ങി, വരാന്തയിൽ ഊരിവച്ച ചെരുപ്പിടുവാൻ വളരെ നേരമെടുത്തും, ഇടയ്ക്കിടെ ചേറപ്പായിയെ നോക്കിയും, അവസാനം ഗേറ്റു തുറക്കാൻ അതിലേറെ സമയമെടുത്തും ഒരുവിധം അപ്രത്യക്ഷരായി.

അപ്പോൾ ചേറപ്പായി മാതാവിനെ നോക്കി പറഞ്ഞു:

മാതാവേ, ഇത് ഫോണാട്ടാ. നനിക്കു നന്റെ മാർപ്പാപ്പേനെ

വിളിക്കണോ? ആദ്യത്തെ വിളി അതായ്ക്കോട്ടെ. അന്നു കൊണ്ടോയ അവിലോസുണ്ടേം, ചക്കവർത്തതും തിന്നാൻ കിട്ട്യോന്നു ചോദിക്കാം.

മാതാവ് ഒന്നും പറഞ്ഞില്ല.

ചേറപ്പായി, ഭാര്യ കൊച്ചുറോതയെ വിളിച്ചു. അകത്തുനിന്നും കൊച്ചു റോത ഓടിയെത്തി.

ഫോൺ ഉപയോഗിക്കേണ്ട വിധങ്ങൾ വിശദമായി പഠിപ്പിച്ചുകൊടുത്തു.

ഇനി നീയൊന്നു വിളിച്ചേ.

എനിക്കു പേട്യാ.

ഡേ, നീ വിളിച്ചോ. ഫോണിക്കൂടി നന്നെ ആരും ബലാൽസംഗം ചെയ്യില്ല. നേരെ കണ്ടാലും.

നങ്ങള് ഇന്റെ അപ്പനെ ഒന്നു വിളിച്ചേ.

അതിന് നന്റെ അപ്പന്ണ്ടടേ ഫോണ്? പിശുക്കൻ, ലുബ്ധൻ, മൈസർ.

ചേറപ്പായിയുടെ വൊക്കാബുലറി തീർന്നു.

കൊച്ചുറോത കരഞ്ഞു.

ചേറപ്പായി, സ്വാമിവക്കീലിന്റെ ഫോൺ നമ്പർ കറക്കി. ഫോൺ കിട്ടിയ സന്തോഷവർത്തമാനം പറഞ്ഞു. തിരിച്ച് ഇങ്ങോട്ടു വിളിക്കാനും പറഞ്ഞു.

എന്നിട്ട് കൊച്ചുറോതയോട്:

ഇനി ഫോൺ റിങ് ചെയ്താൽ നീ എടുത്തു വർത്താനം പറയണം. കൊച്ചുറോതയ്ക്കു ബോധക്ഷയം വരുന്നപോലെ.

പെട്ടെന്ന് ഫോൺ റിങ് ചെയ്തു.

കൊച്ചുറോത ഒന്നു ഞെട്ടി. മാതാവിന്റെ മുന്നിൽ മുട്ടുകുത്തി പ്രാർത്ഥിച്ച് എണീറ്റു.

പതുക്കെ നടന്ന് ഫോണിന്റെ അടുത്തുചെന്ന്, പൊള്ളുന്ന ചീനച്ചട്ടി എടുക്കുന്നപോലെ, സാരിത്തലപ്പു കൂട്ടിപ്പിടിച്ച് റിസീവർ എടുത്തു പറഞ്ഞു:

ഈശോമിശിഹായ്ക്കു സ്തുതിയായിരിക്കട്ടെ.

അപ്പുറത്തുനിന്നു കേട്ടതൊന്നും മനസ്സിലാകാതെ റിസീവർ മേശ പ്പുറത്തിട്ടു.

ഇനി നങ്ങള് വർത്താനം പറഞ്ഞോ.

ചേറപ്പായി ദേഷ്യത്തോടെ പറഞ്ഞു:

പൊക്കൊ ഇന്റെ മുമ്പീന്ന്. പോയി പോർക്കിറച്ചി വരട്ടീതു ചൂടാക്ക്. ഫോൺ കിട്ടിയത് ഇനിക്ക് ആഘോഷിക്കണം.

ഞാൻ പുവ്വില്ല. നിങ്ങൾക്ക് ആ ഹെൽത്ത് സെന്റർ ആശൂത്രീൽക്കു വിളിക്കാനല്ലേ? ആ അസത്ത് മിഡ്വൈഫ് വിശാലാക്ഷിക്ക്!

മിണ്ടാണ്ടെ പൊക്കൊ ഇവ്ട്ന്ന്, ശ്ശവേ, ചൂലെ. അവസാനത്തെ രണ്ടു വാക്കുകൾ ചേറപ്പായി വിഴുങ്ങി.

മാതാവു കേട്ടാലോ?

ചേറപ്പായിക്ക് ഉള്ളിൽ രഹസ്യമായ സന്തോഷം തോന്നി. ഇനി ആരും അറിയാതെ വിശാലാക്ഷീനെ വിളിച്ച് അപ്പോയിന്റ്മെന്റ് ഫിക്സ് ചെയ്യാലോ?

കലുഷമായ രാഷ്ട്രീയാന്തരീക്ഷത്തിൽ എന്തൊക്കെയോ ചീഞ്ഞു നാറുന്ന സ്ഥിരം പരിപാടികൾ. ദുസ്സഹമായ നാറ്റം. എന്തും സംഭവിക്കാം.

അപ്പോഴാണ് സ്വാമി വിളിച്ചത്.

ഡാ ചേറപ്പാ, അത്യാവശ്യം ഒരു കാര്യം സംസാരിക്കാനുണ്ട്.

പറഞ്ഞോ സ്വാമീ.

ഫോണിൽക്കൂടി പറയേണ്ട കാര്യമല്ല. നേരിട്ടു ഡിസ്ക്കസ് ചെയ്യേണ്ട മാറ്റർ. നീ വാ. എന്റെ മറ്റേ ഓഫീസിലേക്ക് ഉടനെ വരണം.

അവിടെ വല്ലതൂണ്ടോ സ്വാമീ?

ഉണ്ടെടാ, സ്കോച്ച്.

ഭേഷ്, ഞാൻ ഇതാ അവിടെ എത്തി.

ചേറപ്പായി സ്വാമിയുടെ ഔട്ട്ഹൗസ് ഓഫീസിന്റെ മുറ്റത്തെത്തിയപ്പോൾ, മുറ്റത്ത് അഞ്ചു കാറ്. കാറുകൾ വിജനം.

ചേറപ്പായി ഓഫീസിന്റെ ചവിട്ടുപടികൾ കയറുമ്പോൾ, കുറെ ആളുകൾ ഓഫീസിനകത്തുനിന്നും ഇറങ്ങി കാറിൽക്കയറിയിരുന്നു.

അകത്ത് സ്വാമി ഗൗരവത്തിൽ ഇരിപ്പ്.

മുഖവുരയില്ലാതെ സ്വാമി പറഞ്ഞു:

ചേറപ്പാ, നീ ഇലക്ഷനു നിൽക്കണം. സ്വതന്ത്രനായി. നല്ല ചാൻസ്. നീ ജയിക്കും. തൊണ്ണൂറ്റിഅഞ്ചു ശതമാനം ഉറപ്പ്.

എം.എൽ.എ. ആയോ? പറ്റില്ല. സ്വാമീ, സ്കോച്ചെടുത്തേ.

അലമാരയിലെ നിയമപുസ്തകങ്ങളുടെ പിന്നിൽ നിന്നും സ്വാമി സ്കോച്ച് പുറത്തെടുത്തു. അലമാരയുടെ പിന്നിൽനിന്നും, ഐസ് ക്യൂബ്സ് നിറച്ച പാത്രവും എടുത്തുകൊടുത്തു.

ചേറപ്പായി ഐസ്ക്യൂബ്സ് ഗ്ലാസ്സിലിട്ടു. അതിന്റെ മുകളിൽ ഒന്നര ലാർജ് ഒഴിച്ചു.

ഓൺ ദ റോക്ക്സ്. ഒറ്റവലി.

പിന്നെ ഒരു സ്മോൾ, നീറ്റ്.

ബീഡി കത്തിച്ച് ചേറപ്പായി പറഞ്ഞു:

സ്വാമി പറഞ്ഞതൊന്നും മനസ്സിലായില്ല. ആദ്യം പൂദ്യം പറയ്.

ഡാ ചേറപ്പാ, ഞാൻ കണക്കു കൂട്ടിക്കിഴിച്ചുനോക്കി. നീ നിൽക്കണം, നീ ജയിക്കും. ഉറപ്പാ.

എന്റേല് കാശില്ല.

ഡാ, ഷൈലക്കേ, നീ കാശ് അത്രയൊന്നും ചെലവാക്കേണ്ട. പുറത്ത് അഞ്ചാറു കാറ് നിൽക്കുന്നതു കണ്ടോ? കുറെ അവരെടുക്കും. ബാക്കി നീ.

ആരാ അവർ?

വിഘടിച്ചു നിൽക്കുന്നവർ, വിരുദ്ധന്മാർ. നമ്മുടെ ജോർജുകുട്ടി വക്കീൽ, കോൺഗ്രസ്. രാമകൃഷ്ണൻ, കമ്യൂണിസ്റ്റ്. ഇവരാണ് കേൻഡിഡേറ്റ്സ്. ഈ രണ്ടു തീരുമാനങ്ങളും എതിർക്കുന്ന വിരുദ്ധന്മാർക്ക് ഒരു സ്വതന്ത്രനെ വേണം. നിർബന്ധമാണ്. നീയാണ് ആ സ്വതന്ത്രൻ. ത്രികോണമത്സരമാണ്. നീ ജയിക്കും.

ഞാൻ ജയിച്ചാൽ ആരാ ഇന്റെ കേസ്സൊക്കെ നോക്കണത്?

അതിനൊക്കെ വഴിയുണ്ടഡാ.

മാതാവിനോടു ചോദിക്കണം. പിന്നെ കൊച്ചുറോതോടും.

എഡാ ചേറപ്പാ നീ മാതാവിനോടും, കൊച്ചുറോതോടും ചോദിച്ചിട്ടാണോ, മദ്യപിക്കുന്നതും വ്യഭിചരിക്കുന്നതും?

അതുപോല്യാ സ്വാമീ ഇത്?

ഇതും, അതുപോലെ ഒരു കളിയാണെഡാ, ചില്ലറക്കളി.

എന്നാ അവൾടെ അപ്പനെ ഒന്നറീക്കാം. കുറെ കാശു തരണംന്നു പറയാം. മഹാപിശുക്കനാട്ടാ.

അതു നാമനിർദേശപത്രിക കൊടുത്തതിനുശേഷം നിന്നൂന്നു പറയാ. കാശില്ലാന്നും പറയാ. അപ്പൊ കുറെ പൂത്തപണം കിട്ടും.

സ്വാമീം കൂടെ വരണം.

വരാം. ഇനി നീ എനിക്കൊഴിക്ക്.

ഐസ്ക്യൂബുകൾ, സ്കോച്ചിൽ അലിഞ്ഞു കണ്ണീരൊഴുക്കി കരഞ്ഞു.

സ്വാമീ, സാധനം നല്ലതാട്ടാ.

സ്വാമി ഇടങ്ങഴി പൊടിവലിച്ച്, മൂക്ക് തുടച്ച് എണീറ്റു പറഞ്ഞു:

ഇനി നമുക്ക് അവരോടു പറയാം. അവർ അക്ഷമരാണ്. അവരുടെ മുന്നിൽ നീ കൃത്യമായി രണ്ടുകാലിന്മേൽ നിൽക്കണം. നോ ഗോയിങ് ബേക്ക്.

ചേറപ്പായി എഴുന്നേറ്റ്, കഷണ്ടിയിലെ മുത്തുമണികൾ കൈലേസു കൊണ്ട് ഒപ്പി ചോദിച്ചു:

സ്വാമിക്ക് എന്തു കിട്ടി?

അതു പിന്നെ പറയാം. ഹാഫ്, ഹാഫ്.

ചേറപ്പായിയും സ്വാമിയും പുറത്തുവന്നു.

അഞ്ചു കാറുകളിൽനിന്നും ഇറങ്ങി ഓടിയെത്തി വിഘ്ലടിച്ചവർ, വിരുദ്ധർ.

സ്വാമി ചേറപ്പായിയുടെ വലതുകരം ഉയർത്തിപ്പിടിച്ചു പ്രഖ്യാപിച്ചു:

അവൻ കേൻഡിഡേറ്റ്.

കാറിൽനിന്നും ഇറങ്ങി ഓടിയെത്തിയവർ ഒരേ സ്വരത്തിൽ പറഞ്ഞു.

ജയ്, ജയ് ചേറപ്പായ്

ജയ്, ജയ് ചേറപ്പായ്.

പിന്നീടവർ അഞ്ചാറു കാറുകളിൽ, നിയോജകമണ്ഡലം ഉടനീളം റൂട്ട് മാർച്ച് നടത്തി.

ചൂടുപിടിച്ച തെരഞ്ഞെടുപ്പുപ്രവർത്തനം. നേരിട്ട ത്രികോണമത്സരം.

കേസുകളൊന്നും ശ്രദ്ധിക്കാതെ, സ്വാമി വീടുവീടാന്തരം കയറി യിറങ്ങി.

ചേറപ്പായി മുട്ടുകുത്തിനിന്നു മാതാവിനോട് അലമുറയിട്ടു:

സ്വാമി, ചേറപ്പായിയുമായി കൊച്ചുറോതയുടെ അപ്പന്റെ അടുത്തു ചെന്നു.

കൊച്ചുറോത അപ്പന്റെ വാതംപിടിച്ച കാലുപിടിച്ചമർത്തിക്കരഞ്ഞു.

അപ്പൻ പിശുക്കു പറഞ്ഞു.

കൊച്ചുറോത കാലിലെ പിടിത്തം മുറുക്കി.

വേദന സഹിക്കാതായപ്പോൾ, ആ മഹാമനസ്ക്കന്റെ മനസ്സലിഞ്ഞു.

ഉറുപ്പിക പതിനായിരം പത്തുപ്രാവശ്യം എണ്ണിക്കൊടുത്തു...

തെരഞ്ഞെടുപ്പിന്റെ മൂന്നുദിവസം മുമ്പു കാശുതീർന്നു. വീണ്ടും, മൂവരും അദ്ദേഹത്തെ ചെന്നുകണ്ടു കരഞ്ഞു.

അപ്പോൾ അവരേക്കാൾ ആവേശമായിരുന്നു അദ്ദേഹത്തിന്.

കൊച്ചുറോതയുടെ അപ്പൻ മറ്റൊരു പതിനായിരം എണ്ണാതെ കൊടുത്തു.

കടുത്ത യുദ്ധം.

വിട്ടുവീഴ്ചയില്ലാത്ത യുദ്ധം.

തെരഞ്ഞെടുപ്പുദിവസം കാലത്ത്, ചേറപ്പായിയും കൊച്ചുറോതയും മാതാവിന്റെ മുന്നിൽ മുട്ടുകുത്തി പ്രാർത്ഥിച്ച്, ബൂത്തിൽപ്പോയി വോട്ടു ചെയ്തു.

പേടിച്ചു വിറയ്ക്കുന്ന ചേറപ്പായിയെ പുതപ്പിട്ടു മൂടി, കൊച്ചുവർക്കിയുടെ കാറിൽക്കയറ്റി കൊണ്ടുപോയി, സ്വാമി അണ്ടർഗ്രൗണ്ട് ആക്കി.

രാത്രി പത്തരമണിക്ക് ഒരു അനൗൺസ്മെന്റ്:

രാമകൃഷ്ണൻ എഴുപത്തിരണ്ടു വോട്ടിനു തന്റെ തൊട്ടു പിന്നിൽ നിൽക്കുന്ന ചേറപ്പായിയെ മുന്നിട്ടു നിൽക്കുന്നു.

സ്വാമി കൊച്ചുവർക്കിയോടു കാറ് വിടുവാൻ പറഞ്ഞു.

ഔട്ട്ഹൗസ് ഓഫീസിൽ കയറി, അലമാരയിലെ നിയമപുസ്തകങ്ങൾ വലിച്ചെറിഞ്ഞ് കുപ്പിയെടുത്ത് ഒന്നു വലിച്ചു.

ഡാ, കൊച്ചുവർക്ക്യേ നനിക്ക്...?

കാര്യം മുഴുവനങ്ങട്ട് അറിയാണ്ടെ...ന്നാലും കൊച്ചുവർക്കിക്ക് ഒരു ലേശം ആയ്ക്കോട്ടെ.

തിരിച്ചുചെന്നപ്പോൾ, ഉറുമ്പരിക്കുന്ന പോലെ ജനം. ചിലർ പിറകോട്ടു വലിയുന്നു. കുറുകിയ വട്ടക്കണ്ണുകൾ ചെറുതാക്കി സ്വാമി നോക്കി.

ആരാണു പിറകോട്ടു വലിയുന്നവർ?

ഇരുട്ട്. മനസ്സിലാകുന്നില്ല.

പെട്ടെന്ന് ഒരു ആർത്തിരമ്പൽ.

ഒരു ജനസമുദ്രം മുന്നിലേക്ക്.

ജയ്, ജയ് ചേറപ്പായ്.

ജയ്, ജയ് ചേറപ്പായ്.

ജയ്, ജയ് ചേറപ്പായ്.

കാതടയ്ക്കുന്ന ശബ്ദത്തിൽ തിരമാലകൾ കടന്നുപോയി.

കൊച്ചുവർക്കിയുടെ കാറിന്റെ പിൻസീറ്റിൽ തല ചായിച്ച സ്വാമിയുടെ കണ്ണുകളിൽ രണ്ടു കണ്ണുനീർത്തുള്ളികൾ ഉറഞ്ഞുകൂടി.

കൊച്ചുവർക്ക്യേ വണ്ടി തിരിക്ക്.

രഹസ്യസങ്കേതത്തിൽ ചെന്ന് ചേറപ്പായിയെ കെട്ടിപ്പിടിച്ച് സ്വാമി:

ഡാ, നീ ജയിച്ചുഡാ...

നഖശിഖാന്തം പൂമാലകളണിഞ്ഞ ചേറപ്പായി, കൊച്ചുറോതയുടെ അപ്പൻ കിടക്കുന്ന കട്ടിലിനരികിൽ മുട്ടുകുത്തി.

അദ്ദേഹം ചേറപ്പായിയുടെ കഷണ്ടിയിൽ കൈവച്ചു പറഞ്ഞു:

മകനേ, നീ നന്നായ് വാ.

പിന്നെ ആ മഹാമനസ്കൻ പറഞ്ഞു:

എന്റെ കാശ് എന്നാ തരണേ?

ചേറപ്പായി അമ്മാനപ്പന്റെ കാലിലെ പിടിമുറുക്കി. അദ്ദേഹം നിരുദ്ധകണ്ഠനായി.

പുറത്തിറങ്ങിയപ്പോൾ നിയോജകമണ്ഡലത്തിന്റെ തലങ്ങും, വിലങ്ങും ജാഥകൾ. പെട്രോമാക്സ്, ബാന്റ്സെറ്റ്.

ചേറപ്പായി മാതാവിന്റെ മുമ്പിൽ മുട്ടുകുത്തിനിന്ന് ഉണർത്തിച്ചു:

മാതാവേ, ഇരുപത്തിയൊന്നു വോട്ട്. നിനക്ക് ഇരുപത്തിയൊന്നു മെഴുതിരി.

മാതാവ് ഒന്നു പുഞ്ചിരിച്ചോ?

സ്വാമിക്ക് ഒരു സംശയം.

സ്വാമി മാതാവിനെ ഒന്നു നോക്കി തലകുനിച്ചു നിന്നു.

മാതാവ് അപ്പോഴും കരുണാർദ്രമായി പുഞ്ചിരിച്ചു.

ആകാശവാണി. ഞെട്ടിപ്പിക്കുന്ന വാർത്തകൾ.

മഹാരഥന്മാരുടെ പതനം!

പ്രതീക്ഷിക്കാത്തവരുടെ ജനനം!

അവസാന വാർത്തകളുടെ സ്റ്റാറ്റിസ്റ്റിക്സ്, സ്വാമി തന്റെ കമ്പ്യൂട്ടർ മസ്തിഷ്കത്തിൽ ഫീഡ് ചെയ്ത് ഉത്തരം കൊടുത്തു.

സമാസമം. പിന്നെ ചേറപ്പായി എന്ന സ്വതന്ത്രൻ. വാങ്ങാൻ ആളു വരും. നമുക്കു തലസ്ഥാനത്തേക്കു പോകാം.

കൊച്ചുവർക്കിയുടെ കാർ ചേറപ്പായിയേയും, സ്വാമിയേയും വഹിച്ചു മുന്നൂറ്റിഒന്നു കിലോമീറ്റർ വേഗത്തിൽ പറന്നു.

തലസ്ഥാനത്ത് സർവത്ര ബഹളം.

മന്ത്രിസഭ വേണോ?

പ്രസിഡന്റ് ഭരണം വേണോ?

ഡിസൈഡിങ് ഫേക്റ്റർ.

ചേറപ്പായി! എവിടെ ചേറപ്പായി?

ചാക്കുകളും, കയറുമായി, നേതാക്കളും സിൽബന്ധികളും തലസ്ഥാനത്തെ ഹോട്ടൽമുറികളും ഓവുചാലുകളും കള്ളുഷാപ്പുകളും തപ്പി ഓടി നടക്കുന്നു. അവരുടെ തോളിൽ വോട്ടർമാരുടെ പണം നിറച്ച മാറാപ്പുകൾ!

ചേറപ്പായിയെ കാണാനില്ല!

ചിലർ സ്വാമിയോടു ചോദിച്ചു:

താങ്കൾ ആ മഹാമനുഷ്യനായ ചേറപ്പായിയുടെ ആത്മമിത്രമല്ലേ? എവിടെ അദ്ദേഹം?

വിശുദ്ധ പത്രോസിനെപ്പോലെ, സ്വാമി ചേറപ്പായിയെ കൃത്യം മൂന്നു തവണ തള്ളിപ്പറഞ്ഞു.

കോഴി കൂവുന്നതിനുമുമ്പു തിരുവചനങ്ങൾ സാക്ഷാത്ക്കരിക്കപ്പെട്ടു.

അപ്പോൾ തലസ്ഥാനത്തും, സംസ്ഥാനം മുഴുവനും, ജനങ്ങൾ പ്രസിഡന്റു ഭരണം പേടിസ്വപ്നം കണ്ടു പേടിച്ചുവിറച്ച് കിടിലം കൊണ്ടുറങ്ങാതിരുന്നു.

പരമരഹസ്യമായി ദൂരെ ഒരു ഹോട്ടൽമുറിയിൽ ചേറപ്പായിയെ നിക്ഷേപിച്ച്, കൊച്ചുവർക്കിയെ ഗാട്ടു നിർത്തി സ്വാമി ആജ്ഞാപിച്ചു:

മിണ്ടരുത്. അനങ്ങരുത്. നിനക്കു വേണ്ട മദ്യവും, പോർക്കും കൊച്ചുവർക്കി ജനാലയിലൂടെ തരും.

സ്വാമി ഫോൺറിസീവർ എടുത്ത് മേശയുടെ അടിയിൽ വച്ചു. മുറിയുടെ താക്കോൽ എടുത്തു വാതിൽ ഭദ്രമായി പൂട്ടി.

ജനാലയുടെ അഴികൾ പിടിച്ച് ചേറപ്പായി കരഞ്ഞു.

സ്വാമീ, ഇനിക്ക് ഇന്റെ മാതാവിന്റെ ഒരു പടം വേണം.

കൊച്ചുവർക്കി പറഞ്ഞു:

ഇന്റെ കാറില് ഒരു ചെറ്യേ പടംണ്ട്.

അതു മതി. സ്വാമി ഉത്തരവായി.

ഒരു ടർക്കിഷ് ടവ്വൽ തലയിൽ ചുറ്റി പുറത്തിറങ്ങുമ്പോൾ സ്വാമി പറഞ്ഞു:

ഇനി എല്ലാ കാര്യങ്ങളും ഞാൻ മാനേജ് ചെയ്യും. സ്വാമി പോയി.

■

തലസ്ഥാനവാർത്തകൾ

തലസ്ഥാനത്ത്, സ്വാമി ചേറപ്പായിയുടെ ഓഫീസ് തുറന്നു. സെക്രട്ടേറിയറ്റിലെ പഴയ സഹസ്രനാമവുമായി ദീർഘനേരം ഗൂഢാലോചന നടത്തി. ഗുഹാമാർഗങ്ങൾ കണ്ടുപിടിച്ചു.

ഫോൺ, മസാലദോശ, ഇഡ്ഡലി, വട, സാമ്പാർ, രസം, കണ്ണിമാങ്ങ ചുണയുള്ളത് ഇവ സ്വാമി താമസിക്കുന്ന സസ്യഹോട്ടലിൽ സുലഭം.

തൊട്ടടുത്തു പ്രശസ്തമായ മദ്യഷാപ്പ്.

ഹോട്ടലിനു താഴെ മുറ്റത്ത് ഒരു ടൂറിസ്റ്റ് ടാക്സി സ്വാമിയുടെ ആവശ്യത്തിനു രാവു പകലും.

സസ്യങ്ങൾ സമൃദ്ധിയായി ഭക്ഷിച്ചു.

വിസ്കി സൂക്ഷിച്ച അലമാര ഭദ്രമായി പൂട്ടി, താക്കോൽ തീപ്പെട്ടിക്കൊള്ളിയുരച്ചു കത്തിച്ച് ഉരുക്കി. ഫോംബെഡ്ഡിൽ പതിഞ്ഞുകിടന്നാടി സ്വാമി, ചെവിയിൽനിന്ന് ഫോൺ എടുക്കാതെ.

ആവശ്യക്കാർ വരട്ടെ.

ചേറപ്പായിയെ വിലയ്ക്കു വാങ്ങുന്നവർ.

ചാക്കുമായി വന്നവർ നിരവധി.

ലക്ഷത്തിന്റെ കണക്കിൽ, കാലും, അരയും, മുക്കാലും പേശിയവരെ സ്വാമി വിരട്ടിയോടിച്ചു.

പ്രസിഡന്റ്ഭരണം വേണോ?

ആ ഒരൊറ്റ ചോദ്യംകൊണ്ട് സ്വാമി അവരെ മലർത്തിയും കമഴ്ത്തിയും അടിച്ച്, തല കീഴ്ക്കാം തൂക്കായി പിടിച്ച് ഓടിച്ചു.

പ്രലോഭനങ്ങളുടെ ആകെത്തുക, കൂടിക്കൂടിവന്നു.

ഒരു അർദ്ധരാത്രിയിൽ പരമരഹസ്യമായി അഞ്ചു പേർ സ്വാമിയുടെ മുറിയിൽ വന്നു.

അക്ഷോഭ്യനായി സ്വാമി:

ലക്ഷങ്ങളുടെ കണക്കു പറയരുത്.

അതല്ല.

പിന്നെ?

അല്ല. സ്വാമിക്കെന്താ ഇത്ര നിർബന്ധബുദ്ധി? ഒന്നും തുറന്നുപറയുന്നില്ലല്ലോ?

തുറന്നു പറയാത്തവർ നിങ്ങളാണല്ലോ?

പറയാം. ഇവിടെ പ്രസിഡന്റുഭരണം എന്ന ഒരു ദുർവിധി ഒഴിവാക്കണം. ഒരു പ്രസിഡന്റുഭരണത്തിൻ കീഴിൽ, നമ്മൾ ജനാധിപത്യ വിശ്വാസികൾ എങ്ങനെ ജീവിക്കും?

എനിക്കു വലിയ വ്യത്യാസമൊന്നും തോന്നിയിട്ടില്ല. കുറേക്കൂടി ഭേദം അതാണെന്നും ആലോചിക്കാറുണ്ട്.

സ്വാമിസാറേ, എത്ര തുക ചെലവഴിച്ചിട്ടാണ് ഇവിടെ ഈ തെരഞ്ഞെടുപ്പു നടന്നത്?

സത്യമാണു പറഞ്ഞത്.

അപ്പോൾ സ്വാമിസാറിനെന്താണു വേണ്ടത്?

അതൊന്നു പറഞ്ഞാൽ മതി.

സംഖ്യയാണോ?

ഏയ് അതൊന്നുമല്ല.

പിന്നെ?

സാറ് ഒരു വലിയ വക്കീലാണ് എന്നു പറഞ്ഞാൽ പോരാ. സാറ് ഒരു, ജീനിയസ് ആണ്. സിവിലും, ക്രിമിനലും കേസ്സുകൾ ഇത്ര നന്നായി നടത്തുന്ന ഒരു വലിയ അഡ്വക്കറ്റ്. എല്ലാം ഞങ്ങളുടെ ശ്രദ്ധയിലുണ്ട്. ഞങ്ങൾ പറയു ന്നതു ശരിയാണല്ലോ സാർ?

ഞാൻ അതിനൊരു ഉത്തരം പറഞ്ഞാൽ അതൊരു ആത്മപ്രശംസ ആകുമേ.

സ്വാമി വെട്ടിൽ വീണു എന്നു കരുതി ചാക്കു തുറന്ന മനസ്സോടെ നേതാവു പറഞ്ഞു:

ഒരു പോസ്റ്റ് ഒഴിവുണ്ട്. ഞങ്ങളുടെ മന്ത്രിസഭ നിലവിൽ വന്നാൽ, സാർ ഡിസ്ട്രിക്ട് ജഡ്ജ്. ഇനി ശ്രീമാൻ ചേറപ്പായി എവിടെ എന്ന് ഒന്നു പറഞ്ഞു തരണം.

അസന്ദിഗ്ദ്ധമായി സ്വാമി പറഞ്ഞു:

നോ. നിങ്ങൾക്കു പോകാം.

പിന്നെ സ്വാമി ഒരു ഫീലർ എറിഞ്ഞുകൊടുത്തു.

സഗൗരവം വാച്ചിൽ നോക്കി പറഞ്ഞു:

എനിക്ക് ഒരു അപ്പോയിന്റ്മെന്റ് ഉണ്ട്. അവർ താഴെ കാത്തു നിൽക്കുകയാണ്.

സ്വാമി എഴുന്നേറ്റു വാതിൽ തുറന്നുകൊടുത്തു.

വന്നവർ തമ്മിൽതമ്മിൽ നോക്കി.

വന്നവരിൽ മുന്നൻ എഴുന്നേറ്റുനിന്നു പറഞ്ഞു:

എന്നാൽ, സ്വാമിസാറിന്റെ ആഗ്രഹംപോലെതന്നെ ആകട്ടെ. ശ്രീ ചേറപ്പായി...

കുറിയ വട്ടക്കണ്ണുകൾ കുറുക്കി സ്വാമി ചോദിച്ചു:

എഗ്രീഡ്?

എഗ്രീഡ്. ഇനി പുറത്തു നിൽക്കുന്നവരെ കാണില്ലല്ലൊ?

ഇല്ല.

സത്യംചെയ്യണം. പിന്നെ ഞങ്ങളുടെ കൂടെ വരണം.

അതിന്റെ ആവശ്യമില്ല. എങ്കിലും ഞാൻ സത്യം ചെയ്യാം. പൂണൂൽ പിടിച്ച്. പോരെ?

മതി.

അതിനു മുമ്പ്...

സ്വാമി അർദ്ധോക്തിയിൽ നിർത്തി.

വന്നവർ പരസ്പരം നോക്കി.

നേതാവ് തലയാട്ടി കണ്ണുകൊണ്ട് ഇംഗിതം കാട്ടി. വിരലുകൾ ചലിച്ചു. ആർക്കും ദുഷ്കരമായ ഭാഷ.

തോളിൽ മാറാപ്പു തൂക്കിയവൻ, അതു തുറന്ന് ഒരു പൊതി സ്വാമിയുടെ കൈയിൽ കൊടുത്തു.

ദയവായി സ്വീകരിക്കണം.

എത്ര?

രണ്ടു വിരലുകൾ ഉയർന്നു.

ആർക്ക്?

രണ്ടുപേർക്കും.

ബാക്കി?

സത്യപ്രതിജ്ഞയ്ക്കു മുമ്പ്.

പൂണൂൽപിടിച്ചു സത്യം ചെയ്ത്, സ്വാമി കോളിങ്ബെല്ലിൽ വിരലമർത്തി.

വാതിൽക്കൽ നിന്നവനോട് അസന്ദിഗ്ദമായ ഭാഷയിൽ സ്വാമി പറഞ്ഞു:

എനിക്കിപ്പോൾ ആരേയും കാണാൻ സൗകര്യമില്ലെന്നു താഴെ നിൽക്കുന്നവരോടു പറയണം. എനിക്കാവശ്യമുണ്ടെങ്കിൽ നാളെ കാലത്തു ഞാൻ അവരെ വിളിക്കുമെന്നു പറയണം. അതു മറക്കരുത്.

അയാൾ പോയപ്പോൾ സ്വാമി പറഞ്ഞു:

ചേറപ്പൻ നിങ്ങളുടെകൂടെ. നിശ്ചയിച്ച കാര്യങ്ങൾ നാളത്തെ പത്രങ്ങളിൽ വരണം. അതിനുശേഷം നിങ്ങൾക്ക് ചേറപ്പായിയെ കാണാം.

ശരി. അങ്ങനെതന്നെ.

ഇനി നിങ്ങൾക്കു സമാധാനമായിപ്പോകാം.

വാതിൽക്കൽനിന്ന് അവർ വീണ്ടും:

ഉറപ്പല്ലേ, സത്യം ചെയ്തതാണേ.

സ്വാമി പൂണൂൽ ഉയർത്തിക്കാണിച്ചു.

പുലരുന്നതിനുമുമ്പ് സ്വാമി ഉറക്കമുണർന്നെണീറ്റു കുളിച്ചുജപിച്ചു.

ഒരു ടർക്കിഷ്ടവ്വൽ തലയിൽ ചുറ്റി താഴെയിറങ്ങി, ടൂറിസ്റ്റുടാക്സി ക്കാരന്റെ കണ്ണുവെട്ടിച്ചു പുറത്തിറങ്ങി നടന്നു.

ഒരു ടാക്സി വിളിച്ച്, അതിൽ കയറിയിരുന്നു. എത്തേണ്ട ദിക്ക് പറഞ്ഞില്ല. പോകേണ്ട വഴികളുടെ ഇടവും വലവും പറഞ്ഞുകൊടുത്തു കൊണ്ടിരുന്നു. ഒരു ഇടവഴിയിൽ ഇറങ്ങി. കുറച്ചുദൂരം നടന്നു.

ചേറപ്പായിയെ രഹസ്യമായി കുടിയിരുത്തിയ ഹോട്ടലിൽ കയറി.

കൗണ്ടറിൽച്ചെന്നു പ്രമുഖ ദിനപ്പത്രങ്ങളുടെ മുൻപേജുകളിൽ കുറിയ വട്ടക്കണ്ണുകൾ ഓടിച്ചു. തൃപ്തിയായി.

ഗോവണിപ്പടികൾ, അനായാസമായി അമർത്തിച്ചവിട്ടിക്കയറി:

താക്കോലെടുത്തു മുറി തുറന്നു.

കൈലിയുടുത്തു മുക്കാലും നഗ്നനായി മരിച്ചുകിടക്കുന്ന ചേറപ്പാ യിയെ കുലുക്കി വിളിച്ച്, ചെകിട്ടിൽ മൃതസഞ്ജീവനി മൊഴിഞ്ഞു:

ഡാ ചേറപ്പാ, നീ മന്ത്രി!

ചേറപ്പായി ചാടിയെണീറ്റു.

അദ്ഭുതവിസ്മയപരതന്ത്രനായി സ്വാമിയെ നോക്കി, വീണ്ടും കട്ടിലിൽ പതിച്ചു ദീനസ്വരത്തിൽ കരഞ്ഞു:

സ്വാമീ, ഇനിക്ക് ഇതിനൊന്നും കഴിവില്ലല്ലോ? മാതാവേ, ഇനിക്ക് ഭരി ക്കാനൊന്നും അറീല്ലല്ലോ?

ഡാ, ഭരിക്കാൻ അറിയാവുന്ന ആൺകുട്ടികൾ ഐ.എ.എസ്സുകാർ ഉണ്ട്. അതൊക്കെ അവർ നോക്കിക്കൊള്ളും. ഇനി നീ കുടിക്കരുത്. ഞാൻ തരുന്ന തൊഴികെ.

ചേറപ്പായിക്ക് ആകെ ഒരു ഇതു വന്നു ചാടിപ്പിടഞ്ഞെണീറ്റു.

സ്വാമീ, ഏതാണു പോർട്ട് പോളിയോ? 'തദ്ദേശസ്വയംസംഹാര' വകുപ്പ് ഇനിക്കു വേണം. പിന്നെ ആഭ്യന്തരോം.

ഡാ, ചേറപ്പാ, അതൊക്കെ അവർ തീരുമാനിക്കട്ടെ. ഇപ്പൊ കിട്ടണതു സമ്മതിച്ചൊ.

ചേറപ്പായിക്ക് അതു സുപ്രീം കോടതി വിധി.

ജർമനിയിലെ മെർസിഡസ് ബൻസ് കമ്പനിക്കാർ, വെള്ളപ്പെട്ടകമെന്ന് പേരെഴുതി ഒട്ടിച്ച്, കേരളത്തിലെ റോഡുകളിലൂടെ ഓടാൻ വേണ്ടി മാത്രം പ്രത്യേകം ഉണ്ടാക്കിയ സാധനം. അതിന്റെ കരിങ്കൽ പ്രൂഫ് ഗ്ലാസ്സിലൂടെ നോക്കിയാലോ, കരിങ്കൊടികൾക്കൊക്കെ വെള്ളനിറം!

പിൻസീറ്റിൽ മന്ത്രിയും, സ്വാമിയും, ചോട്ടയും.

മുൻസീറ്റിൽ ഡ്രൈവർക്കരികിൽ കൊച്ചുവർക്കി ഫുൾ.

നിയോജകമണ്ഡലത്തിന്റെ അതിർത്തിയിൽ പഞ്ചായത്ത് അടിസ്ഥാന ത്തിൽ, പൂമാല, പൂച്ചെണ്ട്, ചെണ്ട, വണ്ട്, കരിങ്കൊടി, രാമകൃഷ്ണൻ, ജോർജുകുട്ടി.

കുഞ്ചാരിക്കാവ് പഞ്ചായത്ത് അതിർത്തിയിൽ കതിന, കരിങ്കൊടി, കോൽക്കളി, താലമണിഞ്ഞ കൊങ്കകൾ.

വഴിയരികിൽ കുത്തിനിർത്തിയ മുളംകമ്പുകളിൽ വയ്ക്കോൽ രൂപങ്ങൾ ആളിക്കത്തുന്നു. അവയ്ക്കു മുകളിൽ ചേറപ്പായി എന്ന് എഴുതിവച്ചിരിക്കുന്നു.

റോഡിന്റെ വലതുവശത്ത്, കുഞ്ചാരിക്കാവ് പഞ്ചായത്ത് വൈസ് പ്രസിഡന്റും, ഏതാനും മെമ്പർമാരും, വിശാലാക്ഷിയും വരവേറ്റുനിന്നു. ഇടതുവശത്തു ചില മെമ്പർമാരും കിങ്കരന്മാരും.

ചേറപ്പായി കൈകൂപ്പി ഇരുവശവും വണങ്ങി.

വീട്ടുമുറ്റത്തു പെട്ടകം കയറിയപ്പോൾ കൊച്ചുറോതയും പിള്ളാരും.

ഭാഗ്യം! അവിടെ കരിങ്കൊടിയില്ല!

ചേറപ്പായി പെട്ടകത്തിന്റെ ഡോർ തുറക്കാൻ നോക്കി. പറ്റിയില്ല.

കൊച്ചുവർക്കി ഇറങ്ങിയോടി കാറിനെ വലംവച്ചു ഡോർ തുറന്നു കൊടുത്തു.

ചേറപ്പായി കൊച്ചുവർക്കിയുടെ പഴയ കാറിനെ ഓർത്ത് നിരൂപിച്ചു:

ഫോറിൻകാറിന്റെ ഡോർ തുറക്കാൻ ഇവനന്യേ പറ്റൂ.

പൂച്ചെണ്ടുകളും പൂമാലകളും ഭാര്യാകളത്രത്തേയും, സൃഷ്ടികളേയും ഏൽപിച്ച്, മുന്തിയ ഒരു പൂമാലമാത്രം കൈയിൽ പിടിച്ച്, അടിവച്ചു നടന്ന്, മാതാവിന്റെ രൂപത്തിൽ ചാർത്തി മുട്ടുകുത്തി മൊഴിഞ്ഞു:

മാതാവേ, നനിക്കു നൂറ്റൊന്നു മെഴ്തിരി.

തിരിഞ്ഞ് കൊച്ചുവർക്കിയോട്:

കൊച്ചാർക്ക്യേ, മെഴ്തിരി നൂറ്റൊന്ന്. ലാർജന്നെ ആയ്ക്കോട്ടെ.

മുറ്റത്തു ജനം അക്ഷമരായി.

ഡി.എസ്.പി, പഴയ സദാനന്ദൻ സബ്ഇൻസ്പെക്ടർ ഉണർത്തിച്ചു:

ഉമ്മറത്തു വന്നു രണ്ടു വാക്ക് ജനത്തിനോട് സംസാരിക്കണം. എന്നാൽ, എനിക്ക് അവരെ ഒഴിവാക്കാം. അല്ലാതെ കാറെടുക്കാൻ സാദ്ധ്യമല്ല. പ്രോഗ്രാം അനുസരിച്ച് പത്തു മിനിട്ടിനകം ഭാര്യവീട്ടിൽ എത്തണമല്ലോ?

പഴയ ദുഷ്ടൻ പറേണതു ശരിയാണല്ലോ?

ചേറപ്പായി ഉമ്മറത്തു വന്നു.

കലക്കി നാലു വാചകം.

ജനം കൈയടിച്ച് ആർത്തു.

പിരിച്ചയയ്ക്കാൻ ഡി.എസ്.പി. സദാനന്ദൻ നന്നേ ക്ലേശിച്ചു.

അകത്തു ചെന്നു മന്ത്രിപ്പെട്ടി തുറന്ന് കൊച്ചുറോതയ്ക്കു മന്ത്രി സമ്മാനം കൊടുത്തു.

കണ്ണഞ്ചിക്കുന്ന, നാലിഞ്ച് കസവുകരയുള്ള ഖദർ സിൽക്ക് സാരി!

ഉടുത്തോ വേഗം. നന്റെ അപ്പനെ കാണാൻ പുവ്വാം.

കൊച്ചുറോത സാരിയുടുക്കാൻ അകത്തുപോയപ്പോൾ, ഊണുമുറിയിൽ താനും, സ്വാമിയും, സദാനന്ദനും, ചോട്ടയും, കൊച്ചുവർക്കിയും മാത്രം!

ചേറപ്പായി ആറടി ഉയരത്തിൽനിന്ന് ഉത്തരവിട്ടു: ആഘോഷിക്കണം.

ചേറപ്പായി മന്ത്രിപ്പെട്ടി തുറന്നു സ്കോച്ച് കുപ്പി എടുത്ത്, മേശപ്പുറത്ത് ഇടിച്ചു പൊട്ടിക്കുന്നതിനുമുമ്പ്, കൊച്ചുവർക്കി ഗ്ലാസ്സഞ്ചും, മേശപ്പുറത്തു നിരത്തി.

സ്വാമി ഒരു ഗ്ലാസ്സെടുത്തു വാഷ്ബേസിനിൽ കൊണ്ടുപോയി നന്നായി കഴുകി, മറ്റു ഗ്ലാസ്സുകളിൽ നിന്നും അകലെ വച്ചു.

ചേറപ്പായി ആജ്ഞാപിച്ചു:

ഒഴിക്കടാ കൊച്ചർക്ക്യേ.

കുളും, കുളും...

ഗ്ളും, ഗ്ളും, ഗ്ളും...

സംശയിച്ചുനിന്ന സദാനന്ദന്റെ തലയിലൊഴിക്കുമെന്നു മന്ത്രിഭീഷണി.

സദാനന്ദൻ ഗ്ളും, ഗ്ളും.

ഭാര്യവീട്ടിലേക്കു പെട്ടകത്തിൽ യാത്ര.

പിറ്റേദിവസം തലസ്ഥാനത്തേക്ക്.

വഴിയിൽക്കണ്ട ഈച്ച, പൂച്ച, നായ, നസ്രാണി, നായര് മുതലായ വയുടെ മേലെല്ലാം ഇടിച്ചു പെട്ടകം നിന്നു. യാത്ര തുടർന്നു, എസ്കോർട്ട് കാറിൽ.

തലസ്ഥാനത്തു ചെന്നപ്പോൾ, നിവേദനങ്ങൾക്കു മേൽ നിവേദന ങ്ങൾ.

അതെല്ലാം സ്വാമിയും, പി.എ.യുമായി ഒന്നു വായിച്ചുതീർക്കു മ്പോഴാണു ഫോൺ, നാട്ടിൽനിന്ന്.

എസ്.ടി.ഡി.

അമ്മാനപ്പൻ സിദ്ധികൂടി.

അർദ്ധരാത്രി പുറപ്പെട്ടു.

പുലരാൻകാലത്തു വീട്ടിൽ എത്തി.

വീട് ശൂന്യം. ഉമ്മറത്തിട്ട പത്രം നോക്കി. തൃപ്തിയായി.

വെണ്ടയ്ക്കാക്ഷരങ്ങളിൽ മരണവൃത്താന്തം.

ജനം കേഴുന്നു! സഹമന്ത്രിമാർ ഞെട്ടി!

ചേറപ്പായി ഫോണെടുത്തു.

കലക്ടറെ വിളിച്ചു.

പ്രാദേശിക അവധി.

ഭാര്യവീട്ടിൽക്കണ്ട പുരുഷാരത്തെ കണ്ട് ചേറപ്പായി 'ക്ലസ്റ്ററോ ഫോബിയ'* ബാധിച്ചു ബോധം കെട്ടുവീണു.

ജനം ചേറപ്പായിയുടെ ദുഃഖം അംഗീകരിച്ചു.

മരിച്ച വീട്ടിൽനിന്നും തിരിച്ചുപോരുന്ന വൃദ്ധയായ കുഞ്ഞിത്താണ്ട കൂടെയുള്ള സ്ത്രീകളോടായി പറഞ്ഞു:

ന്നാലും, ആ കൊച്ചുറോത കെടന്ന് നെലോളിക്കണു കണ്ടോ? ഇന്റെ മാതാവെ, സഹിക്കില്ലാട്ടാ അവൾക്കു സങ്കടം.

കൂടെയുണ്ടായിരുന്ന ചോത്തി നാരായണി പറഞ്ഞു:

സങ്കടംല്ലാണ്ടിരിക്കോ? ആരാ ആ മരിച്ച് കെടക്കണേ? മന്ത്രീടെ അമ്മാനപ്പനാ. ആരാ മന്ത്രി? കൊച്ചുറോതടെ സ്വന്തം ഭർത്താവാ. അപ്പൊ സങ്കടം ല്ലാണ്ടിരിക്കോ?

വൃദ്ധയ്ക്ക് ഒന്നും മനസ്സിലായില്ല.

പ്രാദേശിക അവധി കൊടുത്തതിൽ പ്രതിഷേധിച്ച്, രാമകൃഷ്ണ ന്റെയും ജോർജുകുട്ടിവക്കീലിന്റെയും പാർട്ടിക്കാരുടെ നേതൃത്വത്തിൽ,

* ആൾക്കൂട്ടത്തിൽ പെടുമ്പോൾ ഉണ്ടാകുന്ന ഭയം, വിമ്മിട്ടം.

നിയോജക മണ്ഡലം മുഴുവൻ, ശവമടക്കുന്നതിനുമുമ്പ്, വെവ്വേറെ ജീപ്പു ജാഥകളും, കാൽനട ജാഥകളും കരിങ്കൊടി പിടിച്ച് നടത്തി.

അതു കണ്ട് ചേറപ്പായിക്ക് അതിരറ്റ സന്തോഷം.

തന്റെ അമ്മാനപ്പൻ മരിച്ചതിൽ നാടെല്ലാം കേഴുന്നു! അദ്ഭുതം!

ശവസംസ്ക്കാരത്തിൽ പങ്കെടുത്ത സഹമന്ത്രിമാരും, എം.എൽ.എ മാരും, അവസാനത്തെ ഫോട്ടോ എടുക്കൽവരെ കാത്തിരുന്നു പിരിഞ്ഞു. നാളത്തെ പത്രത്തിൽ ഫോട്ടോ വരും എന്ന സന്തോഷത്തോടെ.

രാത്രിക്കുമുമ്പേ സ്വാമിയും, ചേറപ്പായിയും തലസ്ഥാനത്തേക്കു തിരിച്ചു, വഴിയിൽ ആപത്തൊന്നുമില്ലാതെ, പെട്ടകത്തിൽത്തന്നെ.

മന്ത്രിപദം അലങ്കരിച്ചു കൃത്യം പതിനാറാം ദിവസം പുലർച്ചെ, സ്വാമി ചേറപ്പായിയെ കുലുക്കി വിളിച്ചു.

ചേറപ്പായി ഒരു കണ്ണു മാത്രം തുറന്നു ഗൗരവത്തിൽ:

എന്താണു കാര്യം?

എഡാ, ചേറപ്പാ എണീറ്റോ. രണ്ട് എം.എൽ.എമാർ കാലുമാറി. മന്ത്രിസഭ വീണു.

ചേറപ്പായി, മാതാവേ എന്നു നിലവിളിച്ചു ചാടിയെണീറ്റു ചോദിച്ചു:

സ്വാമീ, ഇനി ഞാൻ എന്താ ചെയ്യേണ്ടെ?

ഒന്നും ചെയ്യാനില്ല. നമുക്കു നാട്ടിലേക്കു പോകാം. ഇവിടെ പ്രസിഡന്റ് ഭരിച്ചോളും.

ചേറപ്പായി ബോധംകെട്ട്, തല കീഴ്ക്കാംതൂക്കായി വീണു തറയിൽ ഉരുണ്ടു.

■

ആറാമത്തെ കുട്ടി

ഒരു നല്ല വെള്ളിയാഴ്ച.

പിറ്റേദിവസം രണ്ടാം ശനിയാഴ്ച. ശനിയും ഞായറും ഒഴിവ്. ചേറപ്പായി സന്തോഷത്തോടെ ഓർത്തു: രണ്ടു ദിവസങ്ങളും ഗംഭീരമായി ആഘോഷിക്കണം.

കോടതിയിൽ ചെന്നിരുന്നു.

മജിസ്ട്രേട്ട്, ആദ്യം വിളിച്ചത് ചേറപ്പായിയുടെ കേസ്സ്. വിധി പറയാൻ.

വിധി പറഞ്ഞു:

രണ്ടുമാസം തടവ്.

ചേറപ്പായിക്ക് അടക്കാൻ വയ്യാത്ത ദുഃഖം. സ്വാമിയോട് സങ്കടപ്പെട്ടു.

'സ്വാമീ. ഈ വിധി നൂറു ശതമാനവും തെറ്റാണ്.'

'സാരമില്ലഡാ. ശിക്ഷിച്ചത് നിന്നെയല്ലല്ലൊ? അപ്പീൽ കൊടുക്കണം.'

'എന്നാ, അപ്പീൽക്കോടതീല് ശിക്ഷിച്ചാപോരെ. ഈ കോടതീന്ന് ഇന്റെ കക്ഷീനെ വെറുതെ വിട്ടൂടെ? ഇവിടന്നു വിട്ടാൽ ഇനിക്ക് കൊറെ കാശു തരാന്നു പറഞ്ഞതാ കക്ഷി. അപ്പീൽ കോടതീന്ന് വിട്ടാ ആ കാശ് ആർക്കാ കിട്ട്വാ?'

'അവിടെ കേസ് നടത്തുന്ന വക്കീലിന്.'

'സ്വാമിക്ക് ഒരു ഫീലിങ്ങൂല്ലാലെ. ഞാൻ വീട്ടിൽ പൂവ്വാ. ബാക്കി കേസ്സൊക്കെ സ്വാമി നോക്കണം.'

ചേറപ്പായി ഗൗരവത്തിൽ എഴുന്നേറ്റ് നടന്നു. വീട്ടിൽ ചെന്നു.

കൊച്ചുറോതയോട് ഒരൊറ്റ അക്ഷരം സംസാരിക്കാതെ ഊണു കഴിച്ചു. അന്ന് പോർക്കിറച്ചിയില്ലാത്ത ദേഷ്യമുണ്ട്. വെള്ളിയാഴ്ചയല്ലേ?

നേരെ പോയി ആപ്പീസ്സുമുറിയിലെ ചാരുകസേരയിൽ കിടന്ന് ആലോചിച്ചു. മാതാവ് ഒരു ഉപകാരവും ചെയ്തില്ല. മാതാവിനോടും ദേഷ്യം.

ആരേയും അപ്പോൾ കാണാൻ ഇഷ്ടമല്ല.

അപ്പോഴാണ് ഗെയിറ്റ് തുറക്കുന്ന ശബ്ദം.

ഉതുപ്പൂരു!

പെട്ടെന്ന് ചേറപ്പായിയുടെ മാനസികാവസ്ഥ മാറി. ചേറപ്പായിയുടെ ഒരു ഇഷ്ടതോഴൻ.

ഉതുപ്പൂരു അങ്ങനെയാണ്. ചുരുക്കം ചില മനുഷ്യർക്കുള്ള അപൂർവ സിദ്ധി ഉതുപ്പൂരുവിനുണ്ട്.

അയാൾ എപ്പോഴും ചിരിക്കും. തമാശ മാത്രമേ പറയൂ. സദാ ഉന്മേഷ ചിത്തൻ. ചേറപ്പായി, ഉതുപ്പൂരുവിനെ ചീത്ത പറഞ്ഞാലും ഉതുപ്പൂരു ചിരിക്കും. എന്നിട്ട് അതിനു പ്രത്യുത്തരം ഒരു തമാശ ആയിരിക്കും. അപ്പോൾ ചേറപ്പായിക്കും ചിരിക്കാതിരിക്കാൻ കഴിയില്ല.

ഒരിക്കൽ ചേറപ്പായി ഉതുപ്പൂരുവിനോട് ചോദിച്ചു:

'എടാ ഉതുപ്പൂരു. നീ എന്നേക്കാൾ ചെറുപ്പമല്ലേ? നിന്റെ ഈ പഴഞ്ചൻ പേരൊന്നു മാറ്റിക്കൂടെ? അതിനു നിയമതടസ്സമൊന്നുമില്ലല്ലോ?'

ഉടനെ ഉതുപ്പൂരു പൊട്ടിച്ചിരിച്ച് പറഞ്ഞു:

'എന്റെ വക്കീലേ, ഞാനതിന് എത്ര ശ്രമിച്ചതാ. അപ്പോഴേക്കും എന്റെ അമ്മാനപ്പൻ ഹൈക്കോടതീന്ന് ഒരു സ്റ്റേ കൊണ്ടുവന്നു. എന്റെ മകളെ കല്യാണം കഴിച്ചു കൊടുത്തിട്ടുള്ളത് ഉതുപ്പൂരു എന്നു പേരുള്ള ഒരാൾ ക്കാണ്. ആ പേരിനോടുള്ള ഇഷ്ടംകൊണ്ടു മാത്രം. അതുകൊണ്ട് ഉതു പ്പൂരു എന്ന പേരു മാറ്റിയാൽ, സ്ത്രീധനവും. ആഭരണങ്ങളും തിരിച്ചു കൊടുക്കണം. പെണ്ണിനെ തിരിച്ചുവേണ്ട. ഇതാണ് അമ്മാനപ്പന്റെ വാദ ങ്ങൾ, ഇനി ഞാൻ എന്തു ചെയ്യും?'

ഇപ്പറഞ്ഞതെല്ലാം നുണയാണെന്ന് രണ്ടുപേർക്കും അറിയാം. അവർ രണ്ടു പേരും പൊട്ടിച്ചിരിച്ചു.

ഉതുപ്പൂരു ആൾ മഹാസമർത്ഥനാണ്. മുപ്പത്തഞ്ചു വയസ്സേ തോന്നിക്കൂ. യഥാർത്ഥ വയസ്സ് എത്രയെന്ന് യഹോവയ്ക്കു മാത്രം അറിയാം. ശരീര പ്രകൃതി അങ്ങനെയാണ്. അത്ര വലിയ ഉയരമൊന്നുമില്ല. വളരെ ഒതുങ്ങിയ ശരീരമായതുകൊണ്ട് ഉയരക്കുറവു തോന്നിക്കില്ല. നല്ല വെളുത്ത നിറം. ചേറപ്പായിക്കു മാത്രമല്ല ടെണ്ടർ കോക്കനെട്ട്സ് മാറിലുള്ള നാളികേര ലോചനകൾക്കു പോലും അസൂയ തോന്നുന്ന കറുത്ത ചുരുണ്ട് മിനുങ്ങുന്ന തുറ്റുമുടി. സുന്ദരൻ ഒരു മീശ. അതിനു താഴെ സദാ വിടർന്നിരിക്കുന്ന അധരങ്ങൾക്കിടയിൽ, വെളുത്തു മനോഹരമായ പല്ലു കൾ പുറത്തു കാണാം. അതൊരു മുഖമുദ്രയാണ്. അയാളുടെ ചിരി ഒരു സാംക്രമിക രോഗമായതിനാൽ ആരും അതേറ്റുവാങ്ങി ചിരിക്കും. പുറ മേക്ക് തികഞ്ഞ ഗൗരവം ഭാവിക്കുന്ന വെങ്കിടി സ്വാമി വക്കീൽ പോലും.

ഉതുപ്പൂരു സ്കൂൾമാഷ്. പ്രധാന ജോലി യൂണിയൻ പ്രവർത്തനം. കൂടാതെ നാട്ടിലെ കലാസമിതികളുടെ നാടകങ്ങളിൽ ഒഴിച്ചുകൂടാൻ വയ്യാത്ത കലാകാരൻ. നല്ലൊരു സംഘാടകൻ. ഉതുപ്പൂരു നന്നായി പ്രസം ഗിക്കും. നടീനടന്മാരെ മേക്കപ്പു ചെയ്യും. നാടകങ്ങളിൽ ചില സംഗീതോ പകരണങ്ങൾ വായിക്കും എന്നു മാത്രമല്ല, വേണ്ടിവന്നാൽ, ഒരു റിഹേഴ്സലുമില്ലാതെ നാടകങ്ങളിൽ ചെറിയ റോളുകൾ നിഷ്പ്രയാസം

കൈകാര്യം ചെയ്യും. എന്നാൽ, ഉതുപ്പൂരുവിനോട് അസൂയയുള്ളവർ പറയുക മറ്റൊന്നാണ്.

ഉതുപ്പൂരുവിന് എല്ലാം അറിയാം. പക്ഷേ, ഒന്നും അറിയില്ല. അയാൾ വയലിൻ അറുത്തുമുറിക്കുന്നു. ഗിത്താറിന്റെ കമ്പികൾ മാന്തി പൊട്ടിക്കുന്നു. തബല അടിച്ചു പൊളിക്കുന്നു എന്നൊക്കെ. അതൊക്കെ കേട്ടാലും ഉതുപ്പൂരു ചിരിക്കുകയേയുള്ളു.

ഉതുപ്പൂരുവിന്റെ വിവാഹജീവിതം വളരെ സന്തുഷ്ടം. ഭാര്യയ്ക്ക് വളരെ വിശ്വാസം ഉതുപ്പൂരുവിനോട്. അതിലേറെ സ്നേഹവും. കൊച്ചുറോതയെ പ്പോലെയൊന്നുമല്ല. മൂത്ത രണ്ടു പെൺകുട്ടികളെയും ഗൾഫുകാർക്ക് കല്യാണം കഴിച്ചുകൊടുത്തു. താഴെ മൂന്ന് ആൺകുട്ടികൾ.

ഉതുപ്പൂരു പറയും:

ആൺകുട്ട്യോളല്ലെ വക്കീലേ? എങ്ങനേങ്കിലും ജീവിച്ചോളും. ഇല്ലെങ്കി പൊക്കോട്ടെ ഗൾഫീൽക്ക്.

ഉതുപ്പൂരു വലിയ ഭോഗാസക്തനാണ്. അതൊരു മാനസികരോഗം പോലെ യാണ്. എണ്ണിയാലൊടുങ്ങാത്ത സംഭോഗങ്ങൾ. പക്ഷേ, ഒരു കാര്യത്തിൽ വളരെ നിഷ്കർഷ. എല്ലാം പ്രേമിച്ച് കൈവരിച്ച സുഖങ്ങൾ മാത്രം. കാശു ചെലവാക്കിയിട്ടുള്ള ഏർപ്പാടില്ലേയില്ല.

ആ കഥകളൊക്കെ തന്മയത്വത്തോടെ കേൾക്കുമ്പോൾ ചേറപ്പായിക്ക് അസൂയ, അരിശം, നിരാശ. ഫസ്ട്രേറ്റഡായി ചേറപ്പായി തന്റെ മോഹമൊന്നു സൂചിപ്പിക്കും:

'ഉതുപ്പൂരു, നീയെന്നെ നാടക റിഹേഴ്സലിനുമൊക്കെയൊന്നു കൊണ്ടു പോയി, ഒന്നു പരിചയപ്പെടുത്തിത്തന്നാൽ മതി. നന്റെ മാതിരി വയലിനൊന്നും വായിക്കാനറിയില്ലെങ്കിലും ഇനിക്ക് തമ്പോറു കൊട്ടാനൊക്കെ അറിയും. ഇന്റെ ചെറുപ്പത്തിൽ ഞാൻ ബേണ്ട് സെറ്റിലൊക്കെ ഉണ്ടായിരുന്നു.'

ഉതുപ്പൂരു അതൊക്കെ ചില തമാശകൾ പറഞ്ഞു ചിരിച്ചുതള്ളും.

അപ്പോൾ ചേറപ്പായി, ഉതുപ്പൂരുവിനെ ആജന്മശത്രുവായി കരുതും.

ഉതുപ്പൂരുവിന്റെ ഓരോ പ്രേമവും തുടങ്ങുന്നതുപോലെ, യാതൊരു അനിഷ്ടസംഭവങ്ങളോ അപശ്രുതിയോ ഇല്ലാതെ, അതിസൂക്ഷ്മതയോടെ കൈകാര്യം ചെയ്ത് അവസാനിപ്പിക്കും. എല്ലാം പരമരഹസ്യമായി. ഉതുപ്പൂരുവിന്റെ ഭാര്യയ്ക്ക് അയാളെ യാതൊരു സംശയവുമില്ല. ഒരു ശരാശരി മദ്യപാനിയാണെങ്കിലും ഒരിക്കലും ഭാര്യ അതറിയില്ല. മദ്യപിച്ചാൽ, കച്ചൂരിക്കിഴങ്ങോ കരയാംപൂവോ കാപ്പിപ്പൊടിയോ ചവച്ചിറക്കിയേ ഭാര്യയെ പ്രാപിക്കുള്ളു. ഭാര്യയുടെ മുന്നിൽവച്ച് സിഗരറ്റുപോലും വലിക്കില്ല. ഇത്ര നല്ലൊരു ഭർത്താവ്! അതാണ് ഭാര്യയുടെ അഭിപ്രായം. ഭാര്യയും കുട്ടികളുമായി പള്ളിയിൽ പോകാത്ത ഒറ്റ ഞായറാഴ്ചപോലുമില്ല. പള്ളിയിലെ കൊയറിൽ ഓർഗൻ വായിക്കുന്നതും ഉതുപ്പൂരു.

ചേറപ്പായി ഉതുപ്പൂരുവിനെക്കുറിച്ച് ഒരു ദിവസം സ്വാമിയോട്:

'ഉതുപ്പൂരുവിനെ ബോയ്സ്കൂളിൽ മാഷാക്കാൻ പറ്റില്ല. ഹോമോ ആണ്. പെങ്കുട്ട്യോളുടെ സ്കൂളിൽ ഒരിക്കലും പാടില്ല. ശരിക്കു പഠിച്ചു വരാത്ത പെൺകുട്ടികളെ മേശയ്ക്കരികിൽ നിറുത്തി അകംതുടയ്ക്ക് പിച്ചീട്ടാത്രെ ശിക്ഷിക്ക്യാ! അപ്പോൾ മിക്സഡ് സ്കൂളിൽ ജോലി കൊടുക്കാൻ പറ്റോ? പിന്നെ ഉതുപ്പൂരുവിന് പറ്റാവുന്നത് വയോജന വിദ്യാഭ്യാസമാണ്. അവിടെയും സ്ത്രീകൾ ഉണ്ടാവുന്നതു കൊഴപ്പാ.'

ചേറപ്പായി ഉതുപ്പൂരുവിനോടുതന്നെ ഇതെല്ലാം പറഞ്ഞപ്പോൾ അയാൾ ചിരിക്കയാണു ചെയ്തത്. ഒന്നും നിഷേധിക്കാതെ.

വെളുക്കെ ചിരിച്ച്, ഉതുപ്പൂരു ചേറപ്പായിയുടെ മുമ്പിൽ ഇരുന്നു.

'എന്തെഡാ, ഉതുപ്പൂരു ഇത്ര സന്തോഷം?'

'എന്റെ വക്കീലെ എനിക്ക് ശുക്രദശയാണെന്നാ തോന്നണേ.'

എടാ, കാര്യം പറയ്.

ഉതുപ്പൂരു കഥ പറഞ്ഞു:

ഉതുപ്പൂരുവിന്റെ വീട്ടിന്റെ അടുത്ത് പുതിയ താമസക്കാർ. ചിന്നമ്മയും ഭർത്താവും. ചിന്നമ്മ ചിൻ ചിൻ പോലെ! തൊട്ടാൽ ഷോക്കു കിട്ടും. ചിന്നമ്മയ്ക്ക് സർക്കാർ ആപ്പീസിൽ ജോലി. ഭർത്താവ് വാദ്ധ്യാർ. ആരോഗ്യം കഷ്ടി. ചിന്നമ്മയ്ക്ക് ആവശ്യമുള്ളതിലധികം പ്രായം വാദ്ധ്യാർക്ക്. പുതിയ താമസക്കാരല്ലേ? അവർക്കുവേണ്ട സഹായങ്ങളൊക്കെ ചെയ്തു കൊടുക്കേണ്ടത് ഉതുപ്പൂരുവിന്റെ ചുമതലയല്ലേ? അതുകൊണ്ട് പരിചയപ്പെട്ടു പരിചയം വലിയ അടുപ്പമായി. ഉതുപ്പൂരു ഉടനെ അവരെ ഫേമിലിഫ്രണ്ട്സ് ആക്കി. കാലത്തും വൈകുന്നേരവും പാല്, പലചരക്കുകടയിൽ പറ്റുവരവ്, കത്തിക്കാൻ വിറക്, അല്ലറചില്ലറ സാധനങ്ങൾ വാങ്ങിക്കൊടുക്കാൻ ഉതുപ്പൂരുവിന്റെ ഇളയ മകൻ. അത്രയും കാര്യങ്ങൾ ഉതുപ്പൂരുവിന്റെ മേൽനോട്ടത്തിൽ സംവിധാനം ചെയ്തു. പിന്നെ ഉതുപ്പൂരു ആത്മസംയമനത്തോടെ മാളത്തിലൊതുങ്ങിക്കാത്തിരുന്നു.

ഒരു ദിവസം ഉറങ്ങാൻ കിടന്നപ്പോൾ പ്രതീക്ഷിച്ച പോലെ ഭാര്യ ഉതുപ്പൂരുവിനോട് സങ്കടം പറഞ്ഞു:

'പാവം ചിന്നമ്മ. ഒറ്റ കുട്ട്യോളില്ല. കല്യാണം കഴിഞ്ഞിട്ട് എത്ര കാലായി!'

ഒരു താൽപര്യവുമില്ലാത്തപോലെ ഉതുപ്പൂരു ഒന്നും മിണ്ടിയില്ല.

അപ്പോൾ ഭാര്യ:

'നങ്ങള് ഇവടേള്ള ഡോക്ടർമാരുമായി വല്യ അടുപ്പല്ലേ?'

'അടുപ്പം തന്ന്യാ.'

'നങ്ങള് അവരെ ഡോക്ടർടെ അടുത്ത് കൊണ്ടുവരണം. ഡോക്ടരായിട്ട് പരിചയ്യാക്കണം. പാവം ചിന്നമ്മ. നങ്ങളോട് പറയണംന്ന്, ചിന്നമ്മ പറഞ്ഞു.'

അതൊന്നും അത്ര ശ്രദ്ധിക്കാത്ത മട്ടിൽ കിടക്കയിൽ തിരിഞ്ഞു കിടന്ന് കോട്ടുവായിട്ടു ഉതുപ്പൂരു.

'അതൊക്കെ ദൈവവിധി. അതിനെതിരായി എന്തെങ്കിലും സഹായിക്കണത് പാപാ. ദൈവകോപം ണ്ടാവും.'

'അങ്ങിന്യാച്ചാൽ ദൈവകോപം ഡോക്ടർക്കാ കിട്ട്വാ. അവരെ സഹായിക്കണം. നമ്മക്ക് അഞ്ചു കുട്ട്യോളില്ലേ? പാവം ചിന്നമ്മയ്ക്ക് ഒറ്റ കുട്ടീംല്ല.'

'ആ, ആലോചിക്കാം.' ഉതുപ്പൂരു ഗാഢനിദ്രയിലാണ്ടതുപോലെ കിടന്ന് ഗാഢമായി ആസൂത്രണം ചെയ്യാൻ തുടങ്ങി.

ഭാര്യ, ചിന്നമ്മയോടു പറയട്ടെ താൻ സഹായിക്കുമെന്ന്. രണ്ടു ദിവസം കാത്തിരുന്ന് ഉതുപ്പൂരു ചിന്നമ്മയുടെ വീട്ടിൽ ചെന്ന് വെളുക്കെ ചിരിച്ച് ഓരോ ചെറിയ തമാശകൾ പറഞ്ഞു.

അപ്പോൾ ചിന്നമ്മയും ഭർത്താവും വലിയ സന്തോഷത്തോടെ, ഉതുപ്പൂരുവിനോട് അവരുടെ സങ്കടം പറഞ്ഞു:

'ഞങ്ങളുടെ വെഷമം അറിഞ്ഞൂലോ. ഞങ്ങളെ നല്ല ഒരു ഡോക്ടറുടെ അടുത്തു കൊണ്ടുപോകണം. അങ്ങടെ കൂടെവരണം. കാര്യമായിട്ട് ശുപാർശ ചെയ്യണം.'

ഉതുപ്പൂരു ശാന്തനായി പറഞ്ഞു:

'ഡോക്ടറുടെ അടുത്തു പോകാം. ഡോക്ടറും ഞാനും വലിയ അടുപ്പമൊക്കെയാണ്. എന്നാലും, എല്ലാം ദൈവനിശ്ചയമല്ലെ?'

ചിന്നമ്മ ഉതുപ്പൂരുവിനോട്:

'സാറ് ഞങ്ങടെകൂടെ വന്നാൽ എല്ലാം ശരിയാകും. നാളെത്തന്നെ പോകാം.'

ഉതുപ്പൂരു ലീവെടുത്തു. അവരെക്കൂട്ടി തനിക്കു പരിചയമുള്ള ഡോക്ടറുടെ അടുത്തു പോയി ചിന്നമ്മയെയും ഭർത്താവിനെയും പരിചയപ്പെടുത്തി എല്ലാ വിവരങ്ങളും പറഞ്ഞു.

എന്നിട്ട് അവസാനമായി ഡോക്ടറോട്:

'എനിക്ക് വളരെ വേണ്ടപ്പെട്ടവരാണ്. എങ്ങനെയെങ്കിലും ഒന്നു കാര്യമായി ശ്രദ്ധിച്ച് ഒരു പ്രതിവിധി ഉണ്ടാക്കണം.'

ടെസ്റ്റുകൾ പലതും നടത്തി.

അവസാനം ഡോക്ടർ ഉതുപ്പൂരുവിനോട് രഹസ്യമായി പറഞ്ഞു:

'ചിന്നമ്മയ്ക്ക് കുഴപ്പമൊന്നുമില്ല. ചിന്നമ്മയുടെ ഭർത്താവിന് കുട്ടികൾ ഉണ്ടാകില്ല.'

ഉതുപ്പൂരു മാഷോട് പറഞ്ഞു:

'വലിയ കുഴപ്പം ഒന്നും ഇല്ലാന്നാ ഡോക്ടർ പറഞ്ഞേ. ചിലർക്കു വളരെ വൈകിയായിരിക്കും കുട്ടികൾ ഉണ്ടാവുക. അതുകൊണ്ട് കുറെ മരുന്നു കൾ കഴിക്കണം.'

പിന്നെ വളരെ രഹസ്യമായി ഉതുപ്പൂരു ചിന്നമ്മയോട് പറഞ്ഞു:

'ചിന്നമ്മയ്ക്ക് കുട്ടികൾ ഉണ്ടാകും. ഒരു കൊഴപ്പൂല്ല. കൊഴപ്പം മുഴുവൻ മാഷ്ടെ.'

ചിന്നമ്മ ദുഃഖത്തോടെ പറഞ്ഞു:

'എന്റെ വിധി. ഞാൻ എന്തു ചെയ്യും?'

അപ്പോൾ ഉതുപ്പൂരു വെളുക്കെ ചിരിച്ച് ചിന്നമ്മയോട് സ്വകാര്യം പറഞ്ഞു:

'ഞാൻ മാഷോട് ഇതൊന്നും പറഞ്ഞിട്ടില്ല. കുറച്ചു വൈകിയാലും കുട്ടീണ്ടാവുന്നാ പറഞ്ഞിട്ടുള്ളത്.'

അപ്പോൾ ചിന്നമ്മ തല താഴ്ത്തി ഒന്നു പുഞ്ചിരിച്ചൂത്രെ! പിന്നെ, ഇടം കണ്ണിട്ട് ഒന്നു നോക്കീത്രെ!

എന്നിട്ട് ചിന്നമ്മ കീഴ്ചുണ്ട് കടിച്ച്, ഒരു സീൽക്കാരം.

അതിന്റെ അർത്ഥം.

ഭാഗ്യവാൻ! അഞ്ചു കുട്ടികൾ!

പിറ്റേദിവസം. ഉതുപ്പൂരു കുറെ ബിക്കോസ്യൂൾ കേപ്സ്യൂളുകൾ വാങ്ങി. ചിന്നമ്മയ്ക്ക് കുടിക്കാൻ വീര്യമുള്ള ടോണിക്കും.

കേപ്സ്യൂളുകൾ ഊരി, അതിലുള്ള പൊടി ഉതുപ്പൂരു ഭക്ഷിച്ചു. പകരം, ഉറക്കഗുളികകൾ പൊടിച്ചിട്ടു കേപ്സ്യൂളുകൾ ഭദ്രമായി അടച്ചു.

കൃത്യമായി മരുന്നു കഴിക്കണമെന്നു പറഞ്ഞ് രണ്ടും കൊണ്ടു ക്കൊടുത്തു. മരുന്നുകളുടെ വില കൃത്യമായി വാങ്ങുകയും ചെയ്തു.

മാഷോ? സുഖനിദ്ര.

പിറ്റേന്ന് മാഷ് പറഞ്ഞു:

'നല്ല മരുന്നാട്ടാ. സുഖമായ ഉറക്കം. നല്ല മനഃസമാധാനം.'

ചിന്നമ്മ അപ്പോൾ പറഞ്ഞു:

'മനഃസമാധാനാ വേണ്ടത്. പിന്നെ ഒക്കെ ശരിയാകുംന്നാ ഡോക്ടർ പറഞ്ഞേ.'

എന്നിട്ട് ചിന്നമ്മ ഊറിച്ചിരിച്ചു.

ചിന്നമ്മയുടെ ഭർത്താവ്, അങ്ങനെ എത്രയോ രാത്രികൾ, സുഖമായി കിടന്നുറങ്ങി.

അത് കാത്തിരിക്കുന്ന ചിന്നമ്മ.

പിന്നെ ഉതുപ്പൂരു പറഞ്ഞു:

'അതാ ഞാൻ പറഞ്ഞേ എനിക്ക് ശുക്രദശ്യാണ്ട്. പിന്നെ, നാളെ അവരിവിടെ വരും. എനിക്ക് ഒരു ഉപകാരം ചെയ്യണം. അവരുടെ വീട്ടിന് ഒരു വാടകശീട്ടെഴുതി കൊടുക്കണം. ഞാൻ വരില്ല. എനിക്കു നാളെ സ്റ്റേറ്റ് കമ്മിറ്റി മീറ്റിങ് ഉണ്ട്. വക്കീൽ എന്റെ അടുത്ത സ്നേഹിതനാണ് എന്നാ ഞാൻ അവരോട് പറഞ്ഞിട്ടുള്ളത്. അതുകൊണ്ട് അവരോട് ഫീസൊന്നും വാങ്ങരുത്.'

ചേറപ്പായിയുടെ നെറുകയിൽ രക്തം തിളച്ചു:

'എടാ എരപ്പാ, നീ അവരെടേന്ന്, ഡോക്ടർക്ക് എന്നു പറഞ്ഞ് ഫീസ് വാങ്ങീല്യേ?'

'ഉവ്വ്.'

'നീ അത് ഡോക്ടർക്ക് കൊടുത്തോ?'

'ഇല്ല വക്കീലെ. പക്ഷേ, നമ്മൾ തമ്മിൽ അങ്ങനെ ചെയ്യാൻ പാടുണ്ടോ? വാടകശീട്ട് എഴുതി കൊടുക്കണം.'

ഉതുപ്പൂരു പോയി.

പിറ്റേദിവസം അവർ വന്നു.

ഉതുപ്പൂരു പറഞ്ഞപോലെതന്നെ. ചിന്നമ്മ ചിൻ, ചിൻ എന്ന പെണ്ണ്. ബ്ലൗസ്സും ബ്രേസ്സിയറും ഒന്നമർത്തി ശ്വാസം വലിച്ചാൽ പൊട്ടും. ചേറപ്പായി തരിച്ചിരുന്ന് ചിന്നമ്മയുടെ ഭർത്താവിനെ നോക്കി. വയോവൃദ്ധൻ, കാസ രോഗി, അർബുദ രോഗി എന്നൊക്കെ ചേറപ്പായിക്ക് തോന്നി. എന്തായാലും വികലാംഗൻതന്നെ എന്നാണല്ലോ ഡോക്ടർ പറഞ്ഞത്.

ചേറപ്പായി വീണ്ടും ചിന്നമ്മയെ നോക്കി.

ഉടയാത്ത പെണ്ണ്. ഉടയ്ക്കാൻ ആരുണ്ട്?

വാടകശീട്ട് എഴുതിക്കൊടുത്തു. ഫീസ് വാങ്ങിയില്ല. എങ്കിലും കുറെ നേരം ചിന്നമ്മയുമായി സംസാരിച്ചിരുന്നു. ചിന്നമ്മ ചേറപ്പായിയുടെ കുട്ടികളെയും കുറിച്ച് ചോദിച്ചറിഞ്ഞു.

എന്താവശ്യമുണ്ടെങ്കിലും തന്റെ സഹായം ഉണ്ട് എന്ന് ചേറപ്പായി.

ദിവസങ്ങളും മാസങ്ങളും അങ്ങനെ കഴിഞ്ഞു.

ഒരു ദിവസം ഉതുപ്പൂരു വന്നു:

ചിരിയില്ല. തമാശയില്ല. ഉന്മേഷവദനമില്ല.

'എന്തുപറ്റീ ഉതുപ്പൂരു? അസുഖം വല്ലതും?'

'ഇല്ലെന്നും പറഞ്ഞുകൂടാ.'

'എന്താ സംഗതി?'

'ചിന്നമ്മയ്ക്കു ഗർഭം!'

'നല്ല കാര്യം. നനിക്ക് ആറാമതൊരു കുട്ടി? അതിന്നായിരുന്നുവല്ലോ, ഈ യജ്ഞം മുഴുവൻ? പിന്നെ എന്താ കുഴപ്പം?'

'ചിന്നമ്മ എന്നെ അടുപ്പിക്കുന്നില്ല.'

'അതിലെന്താണ് തെറ്റ് ഉതുപ്പൂരു? ആദ്യമായി ഗർഭം ധരിച്ചതല്ലേ? പാവം പേടിച്ചിട്ടായിരിക്കും. നീ എന്തെങ്കിലും ചെയ്താൽ ഗർഭമലസുമോ എന്ന ഭയമായിരിക്കും. നീ സന്തോഷിക്കണം കീഴ്ക്കെടേയും മേലാലും ഒരു ചെലവുമില്ലാതെ, നിനക്ക് ആറാമതൊരു കുട്ടി.'

ഉതുപ്പൂരു പല്ലു ഞെരിച്ചു പറഞ്ഞു:

'ഫൂ! ആറാമതൊരു കുട്ടി? എത്രപേരെ ഞാൻ പ്രേമിച്ചിട്ടുണ്ട്? എന്നാൽ, ഞാനും ചിന്നമ്മയും തമ്മിലുള്ള പ്രേമം! എത്ര അടുത്ത ബന്ധം! ഇനിയും എത്രയോ കാലം ഞങ്ങൾ തമ്മിൽ ഇതു കൊണ്ടുനടക്കാമെന്നു വാഗ്ദത്തം ചെയ്തിരുന്നതാണ്. എന്നാലും ചിന്നമ്മ ഈ കടുംകൈ എന്നോട് ചെയ്യാൻ പാടില്ലായിരുന്നു. അവൾ എന്നെ വഞ്ചിച്ചു. കടുത്ത വഞ്ചന!'

ചിന്നമ്മയ്ക്ക് കുട്ടിയുണ്ടാകുന്നതിൽ നീ സന്തോഷിക്കയല്ലേ വേണ്ടത്?

'എനിക്കൊരു സന്തോഷവുമില്ല. ചിന്നമ്മ എന്നെ വഞ്ചിച്ചു. എന്റെ ഭാര്യയും എന്നെ വഞ്ചിച്ചു. എന്റെ ഭാര്യ ചിന്നമ്മയോട് അത് പറഞ്ഞിട്ടുണ്ടാകണം. എനിക്കും എന്റെ ഭാര്യയ്ക്കും മാത്രേ അതറിയൂ. അഞ്ചാമത്തെ കുട്ടിയുണ്ടായപ്പോൾ ഞാൻ വാസക്ടമി നടത്തിയതാണ്. ഹോ! എനിക്കാ ലോചിക്കാൻപോലും സാധിക്കുന്നില്ല. ചിന്നമ്മ മറ്റൊരുത്തനെ.... ഉറപ്പാണ്. എന്നാലും ചിന്നമ്മ എന്നോടീ കടുംകൈ ചെയ്യാൻ പാടില്ലായിരുന്നു.'

ഉതുപ്പൂരു, ഭ്രാന്തനെപ്പോലെ ചേറപ്പായിയുടെ ആപ്പീസിൽനിന്നും ഇറങ്ങിയോടി.

ചേറപ്പായി സ്വാമിയുടെ അടുത്തു പോയി വിസ്തരിച്ച് ആ കഥ പറഞ്ഞു. എല്ലാം കേട്ട് സ്വാമി പറഞ്ഞു:

'എഡാ ചേറപ്പാ. ചിന്നമ്മ ഗർഭിണി. ഇനി നീ സത്യം പറയണം. നിന്റെ മാതാവിനെ പിടിച്ച് ആണയിട്ട് സത്യം പറയൂ. നീ നിരപരാധിയാണോ?'

'സ്വാമീ, ഒരു കാര്യം മാതാവിനെ വിളിച്ചു സത്യം ചെയ്യാൻ പാടില്ല എന്നാണ് വേദപുസ്തകത്തിൽ പറഞ്ഞിരിക്കുന്നത്.'

ഞാനോ നിങ്ങളോട് പറയുന്നത്:

അശേഷം സത്യം ചെയ്യരുത്. സ്വർഗത്തെക്കൊണ്ട് അരുത്, അത് ദൈവത്തിന്റെ സിംഹാസനം.

ഭൂമിയെക്കൊണ്ട് അരുത്. അത് അവന്റെ പാദപീഠം.

യെരുശലേമിനെക്കൊണ്ട് അരുത്. ■

ദന്തദുരന്തം

ഡോക്ടർ മരോട്ടിപ്പറമ്പിൽ.*

ചേറപ്പായിയുടെ കുഞ്ചാരിക്കാവ് പഞ്ചായത്തിൽ അദ്ദേഹത്തെ ഓർക്കാത്തവരോ ദുഃസ്വപ്നം കാണാത്തവരോ വിരളം!

ചേറപ്പായി എന്നും ഓർക്കും ആജീവനാന്തം. മരിച്ചതിനുശേഷം ഓർത്താലോ? ചേറപ്പായി ശവപ്പെട്ടിക്കകത്തു കണ്ണുപൊത്തി കമിഴ്ന്നു കിടക്കും.

കാരണം, അവർ തമ്മിൽ, സഞ്ജയനും കോഴിക്കോട് മുനിസിപ്പാലിറ്റിയും പോലെ. കുഞ്ചൻനമ്പ്യാരും നായന്മാരുംപോലെ അത്ര അടുപ്പം.

എന്താണ് ഡോക്ടർ മരോട്ടിപ്പറമ്പിന്റെ ഡിഗ്രി? ആർക്കും അതറിയില്ല. തെക്കുനിന്നു വന്ന് കുടിയേറിപ്പാർത്തവൻ. പല്ലു പറിക്കുന്നവൻ. കുട്ടികളുടെ കീരിപ്പല്ല്, യുവതീയുവാക്കന്മാരുടെ കോന്ത്രംപല്ല്, ഓട്ടവീണ അണപ്പല്ല്. പിന്നെ കുറെപ്പേരുടെ സർവ പല്ലുകളും.

എല്ലാ പല്ലുകളും പറിച്ചുകൊടുത്താലോ? പകരം, ഒരു സെറ്റ് ഭംഗിയുള്ള പല്ലുകൾ, അവരുടെ വായിൽ ചുറ്റിക കൊണ്ട് അടിച്ചുകേറ്റും. പല്ലു പറിച്ച ആയുധം കൊണ്ടുതന്നെ.

പുതിയ സെറ്റ് വച്ചാൽ, അവർക്കൊക്കെ മനോഹരമായി മന്ദഹസിക്കാം. പക്ഷേ, കുക്കുടം, വരാഹം, അജം, വൃഷഭം, മഹിഷം എന്നിവയുടെ മാംസം നിഷിദ്ധം. പഴം കഴിച്ചാലോ? പല്ലുകൾ മുഴുവൻ പഴത്തിലൊട്ടിപ്പിടിക്കും!

കടിക്കാൻ പറ്റില്ല. വിഴുങ്ങാം.

മനസ്സമാധാനത്തോടെ, മനസ്സിനിഷ്ടമായ തരത്തിൽ, സ്വതന്ത്രമായി ഒന്നു തുമ്മിയാൽ, കോട്ടുവായിട്ടാൽ, ഉറക്കെ സംസാരിച്ചാൽ, പൊട്ടിച്ചിരിച്ചാൽ, പോട്ടെ ഒന്നു ദീർഘമായി നിശ്വസിച്ചാൽ, വച്ച പല്ലു മുഴുവൻ പുറത്തു ചാടും. അതു പെറുക്കിയെടുത്ത്, യഥാസ്ഥാനത്തു വച്ചു

* ഡോക്ടർ മരോട്ടിപ്പറമ്പിൽ എന്ന പേര് കൽപിതമാണ്. ജീവിച്ചിരിക്കുന്നവരോ മരിച്ചവരോ ആരുമല്ല. സാദൃശ്യമുണ്ടെങ്കിൽ തികച്ചും യാദൃച്ഛികമാണ്.

ധൈര്യമായി പുഞ്ചിരിക്കുന്നവരാണ് കുഞ്ചാരിക്കാവ് പഞ്ചായത്തിലെ പല മാന്യരും മഹിളകളും.

പിന്നെ, ഡോക്ടർ മരോട്ടിപ്പറമ്പിന്റെ ഡിഗ്രിയെന്തിനന്വേഷിക്കുന്നു? ഇത്രയും മഹത്തായ സേവനങ്ങൾ, കുഞ്ചാരിക്കാവിലെ ഏതൊരു പൗരനാണു ചെയ്തിട്ടുള്ളത്? ഡോക്ടർ, കുഞ്ചാരിക്കാവു പഞ്ചായത്തിന് കൃത്യമായി തൊഴിൽക്കരം കൊടുക്കുന്നുണ്ട്. ബിൽഡിംഗ് ടാക്സും പുറമേ കത്താത്ത വഴിവിളക്കിനും കൃത്യമായി കാശടയ്ക്കുന്നുണ്ട്.

ഡോക്ടർ മരോട്ടിപ്പറമ്പിൽ ഒരിക്കൽ കണ്ടാൽ ഒരിക്കലും മറക്കില്ല.

കൃത്യം അഞ്ചടി മൂന്നിഞ്ചു പൊക്കം. കറുകറുത്ത നിറം. കഠോരമായ കഷണ്ടി എന്നു പറഞ്ഞാലോ? ചെന്നികളിലും പിൻകഴുത്തിലും ഇടതൂർന്നു വളരുന്ന ശക്തമായ കോലൻമുടികൾ. രസികൻ വയർ. പൊക്കത്തി നനുസരിച്ചു നാലേമുക്കാൽ അടി ചുറ്റളവ്. നന്നായി ഇസ്തരിയിട്ട ഷർട്ട് വൂളൻ പേന്റ്സിനകത്തു തിരുകി വയർ ഭദ്രമായി, ബെൽറ്റിട്ടു മുറുക്കിയിട്ടുണ്ട്. നല്ല ആരോഗ്യം, അമ്പത്തിയഞ്ചു വയസ്സിലും! കുറുകിയ കാൽവയ്പോടെ അതിശീഘ്രം നടക്കും. ആരെയും കൂസാത്ത മുഖം. ഒന്നു ചിരി ച്ചാലോ? മുല്ല മൊട്ടുപോലുള്ള മുപ്പത്തിരണ്ടു പല്ലുകളും പുറത്തുകാണും. അങ്ങനെയാണു ചിരി സംവിധാനം ചെയ്തിട്ടുള്ളത്. അത് അദ്ദേഹത്തിന്റെ പരസ്യവുമാണ്.

ഇന്ത്യൻ ശിക്ഷാനിയമം വകുപ്പ് 325. പ്രതി, പോർക്കിനെ വെട്ടുന്ന കുരിയപ്പൻ. കുറച്ചു കള്ളു കുടിച്ച ഒരു ഞായറാഴ്ച വൈകുന്നേരം. കുരിയപ്പൻ, തെങ്ങു ചെത്തുന്ന പറങ്ങോടനുമായി ചില ആശയവിനിമയം നടത്തി. വിനിമയം ഉദ്ദേശിച്ചപോലെ മയത്തിലായില്ല. കുരിയപ്പൻ, പറങ്ങോടന്റെ കുടവയറ്റിത്തന്നെ നോക്കി ഒരു ഇടി. നല്ല കള്ളായതുകൊണ്ടായിരിക്കണം, ഇടി വീണത് പറങ്ങോടന്റെ വായിൽ, പറങ്ങോടന്റെ മുൻവശത്തെ രണ്ടു പല്ലുകൾ ഉടനെ കുരിയപ്പന്റെ കാൽക്കൽ! ചോര കണ്ടാൽ ഓടാൻ പാടി ല്ലാത്ത കുരിയപ്പൻ ഓടി. പൊലീസ് വന്നു രണ്ടു പല്ലുകൾ സാക്ഷികൾ കാൺകെ, മഹസ്സർ എഴുതി ബന്തവസ്സിൽ എടുത്തു. കടലാസിൽ പൊതിഞ്ഞ് കോടതിയിൽ ഹാജരാക്കി. കേസായി.

ചേറപ്പായിക്ക്, എല്ലാ ബുധനാഴ്ചയും ശനിയാഴ്ചയും നല്ല പോർക്കിറച്ചി എത്തിച്ചുകൊടുക്കുന്ന കുരിയപ്പൻ വന്നു കരഞ്ഞു പറഞ്ഞു:

'രക്ഷിക്കണം.'

'രക്ഷിക്കാം.'

ചേറപ്പായി കേസ് ഘോരഘോരം നടത്താൻ തുടങ്ങി, സ്വന്തം കേസു പോലെ. ഐഡന്റിഫയിങ് വിത്ത് ദ ക്ളയന്റ്. സാക്ഷികൾ ഒന്നൊന്നായി, ചേറപ്പായിയുടെ നിശിതമായ ക്രോസ് വിസ്താരത്തിൽ പപ്പടംപോലെ പൊടിയുന്നതു നോക്കി, വെങ്കിടിസ്വാമി കുറിയ വട്ടക്കണ്ണുകൾ അനക്കാതെ പുഞ്ചിരിച്ചു കേട്ടിരുന്നു, പറഞ്ഞു:

'എഡാ ചേറപ്പാ, നിന്റെ ക്രോസ് വിസ്താരം നന്നായിട്ടുണ്ട്. ഇനി പറങ്ങോടനെ ചികിൽസിച്ച സർക്കാർ ആശുപത്രിയിലെ ഡോക്ടറെ, പ്രോസിക്യൂട്ടർ വിസ്തരിച്ച്, വൂണ്ട് സർട്ടിഫിക്കറ്റും പറങ്ങോടന്റെ രണ്ടു പല്ലുകളും ഹാജരാക്കും.' നീ അപ്പോൾ എന്തു ചെയ്യും?

വെപ്രാളത്തോടെ ചേറപ്പായി:

'എന്തു ചെയ്യും സ്വാമി! വരട്ടെ, നോക്കാം......'

സർക്കാർ ആശുപത്രിയിലെ ഡോക്ടറെ വിസ്തരിക്കുന്ന ദിവസം, ചേറപ്പായി മാതാവിന്റെ മുന്നിൽ നിന്നു കരഞ്ഞു:

'മാതാവേ, രണ്ടു പല്ലല്ലെ? നനിക്കു രണ്ടു മെഴ്തിരി, പോരെ?'

മാതാവിൽനിന്നും ഒരക്ഷരം കേട്ടില്ല.

'മാതാവേ, നീയെന്താ ഒന്നും മിണ്ടാത്തെ? ജനിക്കുമ്പോ ആർക്കെങ്കിലും പല്ലുണ്ടോ? പിന്നെ രണ്ടു പല്ലു പോയാൽ എന്താ ഇത്ര.....?'

അപ്പോൾ മാതാവു ചോദിച്ചു:

'സെഖര്യാവേ, സെഖര്യാവേ, പല്ലുകൾ കൊടുക്കുന്നതും കൊഴിയുന്നതും ദൈവനിശ്ചയമല്ലേ? മനുഷ്യർക്കതിൽ അധികാരമെന്ത്?'

ചേറപ്പായിക്ക് ദേഷ്യം വന്നു:

'മുത്ത്യേ, ഇനിക്ക് ഇന്റെ കേസാ കാര്യം. നിന്റെ കിന്നാരം കേക്കണ്ട.'

അപ്പോൾ മാതാവു മൊഴിഞ്ഞു:

'സെഖര്യാവേ, നീ സമാധാനമായി പോകൂ.'

ചേറപ്പായിക്ക് സമാധാനമായി.

പറങ്ങോടനെ ചികിൽസിച്ച സർക്കാർ ആശുപത്രിയിലെ ഡോക്ടർ, സാക്ഷിക്കൂട്ടിൽക്കയറി മൊഴികൊടുത്തു. വൂണ്ട് സർട്ടിഫിക്കറ്റ്, പറങ്ങോടന്റെ പല്ലുകൾ എല്ലാം നോക്കി മൊഴി കൊടുത്ത്, തെളിവാക്കി രേഖയാക്കി. എന്നിട്ട് പ്രോസിക്യൂട്ടർ പുച്ഛരസത്തിൽ ചേറപ്പായിയെ ഒന്നു നോക്കി.

ബഹുമാനപ്പെട്ട കോടതി കൽപ്പിച്ചു:

'ക്രോസ്.'

ചേറപ്പായി ഗൗണിന്റെ സടകുടഞ്ഞെണീറ്റു. തന്റെ പെൻസിലിന്റെ കൂർത്ത മുന, ഡോക്ടറുടെ നേർക്കു ചൂണ്ടി അക്ഷോഭ്യനായി ചോദിച്ചു:

'ഡോക്ടർ, നിങ്ങളുടെ ബിരുദം?'

'എം.ബി.ബി.എസ്.'

'അത്രമാത്രം? വെരി ഗുഡ്.' ഇനി ഞാൻ ബഹുമാനപ്പെട്ട കോടതി കൽപ്പിച്ചു ചോദിക്കുന്നു: 'ഡോക്ടർ ഇന്നുവരെ ആരുടെയെങ്കിലും പല്ല് പറിച്ചിട്ടുണ്ടോ?'

'ഇല്ല.'

'ആർക്കെങ്കിലും പല്ലു വച്ചു കൊടുത്തിട്ടുണ്ടോ?'

'ഇല്ല.'

'വെരി ഗുഡ്.' ഇനി ചോദിക്കാം: 'ഡോക്ടർക്കു പല്ലു പറിക്കുന്നതിലോ പല്ലു വയ്ക്കുന്നതിലോ വല്ല ഡിഗ്രിയുമുണ്ടോ? അതായത്, ഡെന്റൽ സയൻസിൽ? ഈ എം.ബി.ബി.എസ്. ബിരുദം ഒഴികെ?'

'ഇല്ല.'

ഉടനെ ചേറപ്പായി ബഹുമാനപ്പെട്ട കോടതിയോടുണർത്തിച്ചു:

'യുവർ ഓണർ. ഈ സാക്ഷി പല്ലിനെക്കുറിച്ച്, ആധികാരികമായി തെളിവു നൽകാൻ കഴിവുള്ള ഒരു വിദഗ്ദ്ധസാക്ഷിയല്ല. ഹി ഈസ് നോട്ട് ഏൻ എക്സ്പേർട്ട് വിറ്റ്നസ്. അഥോറിട്ടി അല്ല. അതുകൊണ്ട് ഈ സാക്ഷിയുടെ മൊഴി, ഈ കേസ്സിൽ സ്വീകാര്യവുമല്ല. പ്രോസിക്യൂഷൻ ഡെന്റൽ സയൻസിൽ ഒരു എക്സ്പേർട്ടിനെയാണു വിസ്തരിക്കേണ്ടത്. എന്നാൽ മാത്രമേ കൃത്യ മായ വസ്തുതകൾ തെളിവാകൂ. തെളിവിൽ സ്വീകരിക്കാവൂ.'

പ്രോസിക്യൂട്ടർ ചാടിയെണീറ്റു:

'യുവർ ഓണർ, എങ്കിൽ അന്യായഭാഗം സാക്ഷിയായി ഞാൻ ഡോക്ടർ മരോട്ടിപ്പറമ്പിനെ വിസ്തരിക്കും. ഹി ഈസ് ഏൻ എക്സ് പേർട്ട് വിറ്റ്നസ്. അദ്ദേഹത്തിന്റെ പേരുചേർത്ത ഒരു അഡീഷണൽ വിറ്റ്നെസ്സ് ലിസ്റ്റ്, ഒരു റിപ്പോർട്ട് സഹിതം ഉടനെ ഹാജരാക്കുന്നതാണ്.'

ബഹുമാനപ്പെട്ട കോടതി, അതനുവദിച്ച്, ഉത്തരവായി. എങ്കിലും പറഞ്ഞു:

'അതിന്റെയൊന്നും ആവശ്യമില്ല ഈ കേസ്സിൽ. എന്നിരുന്നാലും ഐ ഡോണ്ട് വാണ്ട് ടു ഷട്ട് ഔട്ട് എവിഡെൻസ്. ഡോക്ടർ മരോട്ടിപ്പറമ്പിന് സമൻസ് അയയ്ക്കാം.'

പ്രോസിക്യൂഷൻ സാക്ഷിയായി സമൻസ് കിട്ടിയ ഡോക്ടർ മരോട്ടി പ്പറമ്പിൽ കൂട്ടിലിട്ട പൂച്ചയെപ്പോലെ കോടതി വരാന്തയിൽക്കൂടി അങ്ങു മിങ്ങും, പ്രോസിക്യൂട്ടറെ തേടി ഓടിനടന്നു. പ്രോസിക്യൂട്ടറെ കണ്ടു. ഗഹനമായ ചർച്ചകൾ നടത്തി.

മണി പതിനൊന്ന്. കേസ് വിളിച്ചു.

കുരിയപ്പൻ പ്രതിക്കൂട്ടിൽ കയറിനിന്നു.

സാക്ഷിക്കൂട്ടിൽ തന്നെ ആക്രമിക്കുന്ന ആരെയും ഗളഹസ്തം ചെയ്യു മെന്ന ഭാവത്തിൽ ഡോക്ടർ മരോട്ടിപ്പറമ്പിൽ അക്ഷോഭ്യനായി.

പ്രോസിക്യൂട്ടർ പറഞ്ഞോടനെ ചികിൽസിച്ച സർക്കാർ ആശുപത്രി യിലെ ഡോക്ടർ കൊടുത്ത വൂണ്ട് സർട്ടിഫിക്കറ്റും രണ്ടു പല്ലുകളും ഡോക്ടർ മരോട്ടിപ്പറമ്പിനെ കാണിച്ചു.

ഡോക്ടർ മരോട്ടിപ്പറമ്പിൽ, സർട്ടിഫിക്കറ്റ് വായിച്ചും പറങ്ങോടന്റെ വായ് തുറന്നു പല്ലുകൾ വച്ച് നിരീക്ഷണം നടത്തിയും അസന്ദിഗ്ദ്ധമായി പ്രഖ്യാപിച്ചു:

'ഈ പല്ലുകൾ പറങ്ങോടന്റേതാണ്. ഈ പല്ലുകൾ മുഷ്ടിചുരുട്ടി ഇടിച്ചു താഴെ വീണതാണ്.'

അക്ഷോഭ്യനായി, ആറടി ഉയരത്തിൽ ഗൗണിട്ട ചേറപ്പായി ഉയർന്നു നിന്നു. എതിർ വിസ്താരത്തിന് കൂർപ്പിച്ച പെൻസിൽമുന ഡോക്ടറുടെ നേരെ ചൂണ്ടി ഒരു ചോദ്യം:

'ഡോക്ടർ, ചുറ്റികകൊണ്ട് അടിച്ചാലും ഈ പല്ലുകൾ ഇതുപോലെ ഇളകി വീഴില്ലേ?'

ഡോക്ടർ മരോട്ടിപ്പറമ്പിന് ചേറപ്പായിയുടെ ചുറ്റികപ്രയോഗത്തിന്റെ പൊരുൾ പെട്ടെന്നു മനസ്സിലായി. തന്നെക്കുറിച്ച്, അങ്ങനെ ഒരു അപവാദമുണ്ട്.

ചേറപ്പായിയുടെ ചോദ്യത്തിന് ഉത്തരം കൊടുക്കാതെ മജിസ്ട്രേട്ടിനെ നോക്കി ഡോക്ടർ മരോട്ടിപ്പറമ്പിൽ:

'യുവർ ഓണർ, ദിസ് അഡ്വക്കേറ്റ്, ഈഫ് എറ്റ് ആൾ ഹി ഈസ് ഏൻ അഡ്വക്കേറ്റ്, ഹി ഈസ് ഇൻസൽട്ടിങ് മി.'

ചേറപ്പായിക്കു കലി കയറി. സംഹാരഭാവങ്ങൾ കവിളുകളിലും കഷണ്ടിയിലും നഖശിഖാന്തം കയറി ഇറങ്ങി.

അപ്പോൾ മജിസ്ട്രേട്ട്.

അടുത്ത ചോദ്യം.

ചേറപ്പായി ഉടനെ:

'മിസ്റ്റർ ഡോക്ടർ മരോട്ടി, താങ്കൾക്കു വല്ല ഡിഗ്രിയുമുണ്ടോ, ഡെന്റൽ സയൻസിൽ?'

'ഡിഗ്രി വേണമെന്നില്ല.'

'എന്റെ ചോദ്യത്തിനുത്തരം പറയണം. എന്റെ ചോദ്യം ആവർത്തിക്കാം. താങ്കൾക്ക് ഡെന്റൽ സയൻസിൽ വല്ല ഡിഗ്രിയുമുണ്ടോ? യെസ്, ഓർ നൊ. എന്തുത്തരം വേണമെങ്കിലും പറയാം.'

'എനിക്ക് ഡിപ്ളോമയുണ്ട്.'

'അതല്ല എന്റെ ചോദ്യം. ഡിഗ്രിയുണ്ടോ? അർത്ഥം മനസ്സിലായില്ലേ? ഡി-ഇ.ജി-ആർ-ഇ-ഇ- ഡിഗ്രി അതായത് താങ്കൾക്ക് ബി.ഡി.എസ്. എന്ന ഡിഗ്രി ഉണ്ടോ?'

ഡോക്ടർ മരോട്ടിപ്പറമ്പിൽ നിന്നു വിയർക്കുമ്പോൾ പെൻസിൽമുന ചൂണ്ടി ഗാണ്ഡീവം കുലച്ച അർജുനനെപ്പോലെ ചേറപ്പായി നിന്നു.

വിഷണ്ണനായി ഡോക്ടർ പറഞ്ഞു:

'ഇല്ല. പക്ഷേ, എന്റെ ഇത്രയും കാലത്തെ പ്രൊഫഷണൽ നോളഡ്ജ്, പ്രാക്ടീസ് അതിൽനിന്നെല്ലാം എനിക്ക് അഥോറിട്ടേറ്റീവായി പറയാം. ഈ പല്ലുകൾ പറങ്ങോട.....'

ചേറപ്പായി ഇടയിൽ കടന്നാക്രമിച്ചു:

'മതി. യു കേൻ സ്റ്റോപ്പ് ദെയർ. ഡോക്ടർ, നിങ്ങൾ എങ്ങനെ പല്ലു പറിക്കുമെന്ന് ഇവിടെ എല്ലാവർക്കും അറിയാം.'

അപ്പോൾ മജിസ്ട്രേട്ട്, സ്വന്തം കീഴ്ത്താടിയിൽ നിന്നും പറിച്ചെടുത്ത രണ്ടു പല്ലുകളുടെ സ്ഥാനത്ത് ചൂണ്ടാണിവിരൽ ഒന്നമർത്തി ആലോചനയിലാണ്ടു.

അപ്പോൾ ചേറപ്പായിയും ഡോക്ടറും അങ്കം വെട്ടി പരിചയിലമർന്ന്, ചാടിക്കെട്ടി, വലിഞ്ഞമർന്ന്, നിവർന്ന് തെരുത്ത്, വഴിമാറി, ഓതിരം വെട്ടി.... അവസാനം ഒരു ചോദ്യം മാത്രം അവശേഷിച്ചു. ഈ പല്ലുകൾ പറങ്ങോടന്റെ തന്നെയാണോ?

സംശയത്തിന്റെ ആനുകൂല്യത്തിന്മേൽ കുരിയപ്പനെതിരായ തെളിവുകൾ പോരെന്നു വിധിച്ച് കുരിയപ്പനെ വെറുതെ വിട്ടു.

ചേറപ്പായി മാതാവിന്റെ മുന്നിൽ മുട്ടുകുത്തിനിന്നു പറഞ്ഞു:

'മാതാവേ നീ രക്ഷിച്ചൂട്ടോ.'

മാതാവ് തന്റെ വൽസലനായ, അനുസരണമില്ലാത്ത കുട്ടിയായ ചേറപ്പായിയോടു മൊഴിഞ്ഞു:

'സെഖര്യാവേ നീ ഉറങ്ങൂ.'

നാളുകൾ കുറെ കഴിഞ്ഞു.

ഒരു രാത്രി ചേറപ്പായി കിടക്കയിൽ കിടന്നു വേദന സഹിക്കാതെ തിരിഞ്ഞും മറിഞ്ഞും കിടന്നു നേരം വെളുപ്പിച്ചു.

ഒരുവിധം എഴുന്നേറ്റു.

അപ്പോൾ കൊച്ചുറോത ചോദിച്ചു:

'എന്താ നങ്ങടെ മോത്ത് നീര്?'

ചേറപ്പായി കണ്ണാടി നോക്കി.

ഇടതുവശം കവിളാകെ നീര്! സഹിക്കവയ്യാത്ത വേദന.

ചേറപ്പായി ദുഃഖത്തോടെ:

'ഡേ, കൊച്ചുറോതെ, അണപ്പല്ല് രണ്ടെണ്ണം പറിക്കണന്നാ തോന്നണെ.'

'എന്നാ നങ്ങള് ആ ഡോക്ടർടെ വീട്ടിലേക്കു പൊയ്ക്കോ.'

'ഉം. ഹും, ഞാൻ പോവില്ല.'

'എന്നാ ഡോക്ടറെ ഇങ്ങട്ട് കൊണ്ട്ന്നോ.'

'എഡേ, ഡോക്ടറെ ഇങ്ങോട്ട് കൊണ്ട്രാൻ കാറ്. പിന്നെ അവന്റെ കസേരകൊണ്ട്രാൻ ലോറി.'

'എന്നാ അങ്ങട്ട് പൊയ്ക്കോ.'

ചേറപ്പായി മാതാവിന്റെ മുന്നിൽ ചെന്നുനിന്നു കരഞ്ഞു:

'മാതാവേ, ഞാൻ അവന്റെ അടുത്തേക്കു പുവ്വാ. അവസാനമായി ഒന്ന് ഇന്നെ കണ്ടോ.'

മാതാവ് ഒന്നു പുഞ്ചിരിച്ചു പറഞ്ഞു:

'സെഖര്യാവേ സമാധാനമായി പോകൂ.'

ചേറപ്പായി കൊച്ചുവർക്കിയുടെ കാറിൽ ഡോക്ടർ മരോട്ടിപ്പറമ്പിന്റെ അടുത്തു ചെന്നു. ഡോക്ടർ മരോട്ടിപ്പറമ്പിൽ ചേറപ്പായിയുടെ നീരുവന്ന കവിള് കണ്ട് അത്യുന്നതങ്ങളിൽ പുഞ്ചിരിച്ചു:

'ഹി ബെയേർഡ് ഹിസ് കെനൈൻ ടീത്ത്' എന്നാണു പിന്നീടൊരിക്കൽ ആ പുഞ്ചിരിയെക്കുറിച്ച് സ്വാമിയോടു പറഞ്ഞത്.

ഡോക്ടർ മരോട്ടിപ്പറമ്പിൽ ചേറപ്പായിയെ തന്റെ മഹത്തായ കസേരയിൽ ഉപവിഷ്ടനാക്കി. വായ തുറന്നു പരിശോധിച്ചു. ചേറപ്പായി വേദന കൊണ്ടു പുളഞ്ഞു.

ഡോക്ടർ പുഞ്ചിരിച്ചു പറഞ്ഞു:

'ഇടതുഭാഗം താഴെ വരിയിൽനിന്നും രണ്ട് അണപ്പല്ലുകൾ പറിക്കണം.'

ചേറപ്പായി ഉടനെ പറഞ്ഞു:

'എന്നാ, വേഗം പറിക്ക്. വേദന സഹിക്കിണില്ല. അന്നു കോടതിയിൽ വച്ച് ചോദിച്ചതൊന്നും കാര്യാക്കരുത്. അത് ഇന്റെ പ്രൊഫഷണല്ലെ?'

'കറക്ട് മിസ്റ്റർ അഡ്വക്കേറ്റ്. ഇത് എന്റെ പ്രൊഫഷൻ. ഇവിടെ കിടക്കൂ. ഞാൻ ഇപ്പോൾ വരാം.'

ഡോക്ടർ ചൊറുചൊറുക്കോടെ പുറത്തേക്കോടി. തൊട്ടടുത്തു കാറു നന്നാക്കുന്ന വർക്ക്ഷോപ്പിൽ പോയി, ഒരു വലിയ ചവണ, ചുറ്റിക, ടയർ ലിവർ ഇത്രയും ആയുധങ്ങളുമായി തിരിച്ചെത്തി.

ആയുധങ്ങൾ കണ്ട് ചേറപ്പായി ഞെട്ടി, ചോദിച്ചു:

'എന്താ ഡോക്ടർ കസേരയ്ക്കു വല്ല റിപ്പയറും?'

'ഓ. ഉവ്വ്. ഒരു ചെറിയ ഇളക്കം. വക്കീൽ കണ്ണടയ്ക്കൂ. ഒരു വേദനയുമില്ലാതെ രണ്ടു പല്ലുകളും ഞാൻ പറിച്ചുതരാം. വായ് നല്ലവണ്ണം തുറക്കൂ. കണ്ണു തുറക്കരുത്.'

ചേറപ്പായി കണ്ണുകൾ ഇറുക്കിയടച്ച് വായ തുറന്നു. ബലാത്സംഗത്തിനു വിധേയയാകുന്ന നാരിയെപ്പോലെ.

ഡോക്ടർ മരോട്ടിപ്പറമ്പിൽ വർക്ക്ഷോപ്പിൽ നിന്നും കൊണ്ടുവന്ന ടയർലിവർ ചേറപ്പായിയുടെ വായിൽ വിലങ്ങനെവച്ചു. ചവണയിട്ട്, യാതൊരു കേടുമില്ലാത്ത ചേറപ്പായിയുടെ വലതുവശം കീഴ്ത്താടിയിലെ രണ്ടണപ്പല്ലുകൾ വലിച്ചുപറിക്കാൻ തുടങ്ങി. വേദനകൊണ്ട് ചേറപ്പായി പുളഞ്ഞു. ചേറപ്പായിക്കു ബോധോദയം. വലതുവശത്തെ അണപ്പല്ലോ? ഡോക്ടർ പകരം വീട്ടുകയാണ്!

സർവശക്തിയും സംഭരിച്ച്, രണ്ടു കാലുകളും ഉയർത്തി, ചേറപ്പായി ഡോക്ടർ മരോട്ടിപ്പറമ്പിന്റെ വയറ്റത്ത് ആഞ്ഞുചവിട്ടി.

പക്ഷേ, ഡോക്ടർ പിടിവിട്ടില്ല.

രണ്ട് അണപ്പല്ലുകൾ കുടുക്കിയ ചവണ മുറുക്കിപ്പിടിച്ച്, ഡോക്ടർ മലർന്നടിച്ചു വീണു.

വായിൽനിന്നു നിൽക്കാതെ പ്രവഹിക്കുന്ന രക്തച്ചൊരിച്ചിൽ വകവയ്ക്കാതെ, ചേറപ്പായി ഡോക്ടറുടെ ഉത്തുംഗമായ വയറിൽ ചവിട്ടിക്കയറി സംഹാരതാണ്ഡവമാടി.

ഡോക്ടർ മരോട്ടിപ്പറമ്പിൽ അപ്പോഴും ക്രൂരമായി ചിരിച്ച്, ചവണയിൽ കൊരുക്കിയ അണപ്പല്ലുകൾ ഉയർത്തിക്കാണിച്ച് അട്ടഹസിച്ചു:

'യു ഡിസർവ് ദിസ്.'

■

ദൂരവചനവിനിമയ യന്ത്രം

അന്ന് ചേറപ്പായി കോടതിയിൽ വന്നിരുന്നു.

കനപ്പിച്ച മുഖം. ഒരക്ഷരം സംസാരിക്കുന്നില്ല.

സാധാരണ കോടതി കൂടുന്നതിനു മുമ്പ്, വക്കീലന്മാരെല്ലാവരും കോടതി ഹാളിൽ വന്നിരിക്കും, പത്തുപത്തര മണിയോടെ.

പതിനൊന്നു മണിക്ക് മജിസ്ട്രേട്ട് ബഞ്ചിൽ കയറുന്നതിനു മുമ്പുള്ള കുറച്ചുസമയം. അപ്പോഴാണ് വക്കീലന്മാർ ഓരോരോ തമാശ പറഞ്ഞു കൊണ്ടിരിക്കുക. തമാശ എന്നു പറഞ്ഞാൽ, തമ്മിൽത്തമ്മിൽ വാരി, തല കീഴ്ക്കാംതൂക്കായി പിടിച്ച് പെട്ടെന്ന് തറയിൽ ഇടുന്ന വാക്കുകൾ, വാചക ങ്ങൾ. ചേറപ്പായിയുടെ വാഗ്വിലാസങ്ങൾ ഒരു പിശുക്കുമില്ലാതെ അപ്പോഴാണു പുറത്തുവരിക. മൂർച്ചയേറിയ വാക്കുകൾ ചേറപ്പായിയുടെ വായിൽനിന്നും നിർഗളം പ്രവഹിക്കും. തീരെ പ്രതീക്ഷിക്കാതെ, പെട്ടെന്ന്, സ്വാമിവക്കീൽ ഒരു കുറിയ വാചകം അടിക്കുറിപ്പായി പറയും. ചേറപ്പാ യിയെ അടിച്ചിരുത്തുന്ന ഒരു ചെറിയ വാചകം. ചേറപ്പായിയുടെ മുഖം ചുവക്കും. അപ്പോൾ എല്ലാവരും ചിരിക്കും. തമ്മിൽത്തമ്മിലുള്ള തമാശ കളിൽ അശ്ലീലം ദ്യോതിപ്പിക്കുന്ന കാര്യങ്ങളുമുണ്ടാകും. വൃദ്ധനായ പാവുണ്ണി വക്കീൽ മാത്രം ഒന്നും പറയാതെ, തല കിഴക്കോട്ടു പിടിച്ച്, കണ്ണടച്ച് കുരിശു വരയ്ക്കും.

എന്നാൽ, അന്ന് ചേറപ്പായി മുഖം കനിപ്പിച്ചിരുന്നു.

അടുത്തിരുന്ന സ്വാമി ചോദിച്ചു:

'എഡാ ചേറപ്പാ, നിനക്കെന്തുപറ്റി? എന്താ ഇങ്ങനെ കുരങ്ങു ചത്ത കുറവനെപ്പോലെ?'

അപ്പോഴും സ്വാമിയോട് ഒന്നും മിണ്ടാതെ ചേറപ്പായി ഗൗരവമായ ആലോചനയിൽത്തന്നെ.

കുറച്ചു കഴിഞ്ഞ് ചേറപ്പായി ചോദിച്ചു:

'ഇപ്രാവശ്യം സ്വാമീടെ ഫോൺബില്ല് എത്ര്യാ?'

'ഇരുന്നൂറ്റിച്ചില്ലാനം ആണെന്ന് തോന്നുന്നു. എന്താ ചോദിക്കാൻ കാരണം?'

'എന്റെ സ്വാമീ, സ്വാമീ ഭാഗ്യവാൻതന്നെ. എന്റെ ബില്ല്, മാതാവേ, ആയിരത്തിന്റെ അപ്പുറത്തു കടന്നു.'

'എന്നാ നീ കുടിച്ച് ബോധമില്ലാതെ പലർക്കും ഫോൺ ചെയ്യുന്നുണ്ടാകും. എന്നെ വിളിക്കാൻ പത്തു പ്രാവശ്യം വേറെ നമ്പരുകൾ വിളിക്കും. അപ്പോഴാണ് എന്റെ ശരിയായ നമ്പർ നിനക്കോർമ വരിക. പിന്നെ എസ്.റ്റി.ഡി. വിളിക്കാറില്ലേ? നീ റോമാപട്ടണത്തിലേക്കെങ്ങാനും വിളിച്ചോ?'

'ഹേയ്, ഇല്ല സ്വാമി. ഞാൻ എന്റെ ഫോൺ ഉപയോഗിക്കാറേ ഇല്ല. എല്ലാം പഞ്ചായത്താപ്പീസീന്നാ വിളിക്കാറ്.'

'എന്നാ, നിന്റെ കൊച്ചുറോത, നീയറിയാതെ പലർക്കും വിളിക്കുന്നുണ്ടാകും. നീ എന്നെ തെറ്റിദ്ധരിക്കേണ്ട. കൊച്ചുറോത എന്നെയൊന്നും വിളിക്കാറില്ല. നിന്റെ മകൻ ഡോക്ടർ കൊച്ചുതൊമ്മി ഡൽഹിയിലല്ലേ? കൊച്ചുറോത മകനുമായി ഒരരമണിക്കൂർ സംസാരിച്ചാൽ സംഖ്യ എത്രയാകുമെന്നറിയോ?'

'ഹേയ്. അതിന്, അവൾക്കിപ്പളും ഫോൺ ചെയ്യാൻ അറിയില്ല. മാത്രമല്ല, ഞാൻ ഫോൺ പൂട്ടീട്ടാ കോടതീൽക്ക് വരണേ.'

ചേറപ്പായി കോട്ടിന്റെ പോക്കറ്റിൽനിന്നും ഫോണിന്റെ താക്കോൽ എടുത്തു രഹസ്യമായി സ്വാമിക്കു കാണിച്ചു കൊടുത്തു.

'അപ്പോൾ ഇനി ഒരേയൊരു മാർഗമേ ഉള്ളൂ. കംപ്ലെയന്റ് കൊടുത്തോ. എക്സ്ചേഞ്ചിലെ മീറ്റർവായന ശരിയല്ല എന്നു പറഞ്ഞ്. അതിനു മുമ്പ് സംഖ്യ കെട്ടണം.'

'അതിന് ഇന്റെ കൈയില് കാശില്ലല്ലോ? സ്വാമി ഒരായിരം ഉറുപ്യ കടം തരണം.'

'എഡാ ചേറപ്പാ, എന്റെ ജീവിതത്തിൽ ഞാൻ ആർക്കും കടം കൊടുക്കില്ലെന്നും, പ്രത്യേകിച്ച് നിന്നെപ്പോലുള്ള അറുപിശുക്കന് ഒരിക്കലും കടം കൊടുക്കില്ലെന്നും നിനക്കറിയില്ലേ? ആട്ടെ നിന്റെ കൈയില് കാശില്ലെ?'

'ഇല്ല സ്വാമീ, ഒറ്റ ശില്ലീല്ല. എല്ലാം ഞാൻ ബ്ലെയ്ഡ് കമ്പിനീല് ഇട്ടിരിക്ക്യാ. അതീന്ന് ഇടുത്താ ഇരുപത്തിനാലു ശതമാനം പലിശ്യാ നഷ്ടം. ഞാനിടക്കില്ല.'

'കഷ്ടം. നീ മഹാ ദരിദ്രൻതന്നെ. സ്വന്തമായിട്ട് ഒരു വിമാനംപോലുമില്ലാതെ, ദാരിദ്ര്യരേഖയ്ക്കു താഴെ ചുരുണ്ടിക്കൂടി കിടക്കുന്നവൻ, സ്വന്തമായിട്ട് കപ്പലുണ്ടായിരുന്നിട്ടുപോലും! എഡാ ബ്ലെയിഡ് കമ്പനി പൊട്ടും. നനിക്കു കയറു വാങ്ങാൻ പോലും അവർ കാശ് തരില്ല.'

'അയ്യോ, സ്വാമീ അങ്ങനെ ഒന്നും പറയല്ലേ. ആട്ടെ സ്വാമി കിട്ടണ കാശൊക്കെ എവിട്യാ നിക്ഷേപിക്കണേ?'

'ഒക്കെ പറഞ്ഞുതരാം. എന്റെ ആപ്പീസിൽ വാ. വിദഗ്ദ്ധ ഉപദേശം തരാം, കൺസൾട്ടേഷൻ ഫീസ് തന്നാൽ.'

'സ്വാമിക്ക് ഒക്കെ തമാശ. ഇനിക്കു ശരിക്കു ശ്വാസം കൂടി കിട്ട്ണില്ല. ഞാൻ എന്തു ചെയ്യും?'

അപ്പോഴേക്കും മജിസ്ട്രേട്ട് ബഞ്ചിൽ കയറി. എല്ലാ വക്കീലന്മാരും എഴുന്നേറ്റു നിന്നു തൊഴുതു. അന്ന് ചേറപ്പായി നടത്തിയ കേസ്സുകൾ ഒന്നും തന്നെ ശരിയായില്ല. ഒരു സാക്ഷിയെ എതിർവിസ്താരം തുടങ്ങിയപ്പോൾ ആദ്യത്തെ ചോദ്യംതന്നെ സാക്ഷിയുടെ ഫോൺബിൽ എത്രയെന്നായിരുന്നു സ്വാമി, ചേറപ്പായിയുടെ ഗൗൺ പിടിച്ചുവലിച്ചതുകൊണ്ടു മാത്രമാണ്, ചേറപ്പായിക്ക് പരിസരബോധം ഉണ്ടായത്. മറ്റൊരു സാക്ഷി, കഷ്ടകാലത്തിന് അയാളുടെ താമസം ടെലഫോൺ എക്സ്ചേഞ്ചിനു സമീപമാണെന്നു പറഞ്ഞു. പിന്നെ ആ സാക്ഷിയെ ചേറപ്പായി കടിച്ചു കീറി കുടൽമാല കഴുത്തിലണിഞ്ഞു. കേസ്സിനാവശ്യമായ ചോദ്യങ്ങൾ ഒന്നും ചോദിച്ചില്ല.

ലഞ്ചിനു പിരിഞ്ഞപ്പോൾ സ്വാമി പറഞ്ഞു:

'എഡാ, ചേറപ്പാ നിന്റെ പ്രതി ജയിലിൽ പോകും. സംശയിക്കേണ്ട. ഈ തരത്തിലാണു നിന്റെ ക്രോസ് വിസ്താരമെങ്കിൽ, നിന്റെ എല്ലാ കക്ഷികളും നീയും ജയിൽ ശിക്ഷ അനുഭവിക്കേണ്ടി വരുമെന്നാ തോന്നുന്നത്.'

ചേറപ്പായി ഒന്നും മിണ്ടാതെ വീട്ടിലേക്കു ദേഷ്യപ്പെട്ടു പോയി.

ഒരു ദിവസം ചേറപ്പായിയെ ഫോണിൽക്കൂടി കിട്ടാതെ വന്നു. ഫോണിൽ കൂടി കിട്ടുന്നതോ? എൻഗേജ്ഡ് ടോൺ മാത്രം. അപ്പോൾ സ്വാമി ടെലഫോൺ എക്സ്ചേഞ്ചിലെ ആക്ഷേപനമ്പറിലേക്കു വിളിച്ചു. ഭാഗ്യം, കംപ്ലെയിന്റ്സ് നമ്പറിൽ റിങ് ചെയ്യുന്നു. റിങ് ചെയ്തുകൊണ്ടേയിരുന്നു. ഉദ്ദേശം അര മണിക്കൂർ. പക്ഷേ, പ്രതിവചനം ഉണ്ടായില്ല എന്നു മാത്രം. സഹിക്കവയ്യാതായ പ്പോൾ സ്വാമി ചേറപ്പായിയുടെ വീട്ടിലേക്കു ചെന്നു.

അവിടെ ബഹളം.

ചേറപ്പായി ഫോൺ ഒട്ടാകെയെടുത്ത്, മേശപ്പുറത്തിടിക്കുന്നു, കുത്തുന്നു, കിലുക്കുന്നു, റിസീവർ എടുത്ത് ശ്രദ്ധിക്കുന്നു; വീണ്ടും അതേ പ്രക്രിയകൾ ആവർത്തിക്കുന്നു. ചേറപ്പായി ആകെ വിയർത്തുകുളിച്ചിട്ടുണ്ട്. ഇടയ്ക്ക് മാതാവിനെ വിളിക്കുന്നുമുണ്ട്. കൊച്ചുറോത ഒന്നും മനസ്സിലാകാതെ മുഖമാകെ വെള്ളാമ്പിച്ച് അടുത്ത് നിൽപുണ്ട്; ഭർത്താവിന് ഭ്രാന്തായോ എന്ന സംശയത്തിൽ.

സ്വാമി വന്നതൊന്നും ചേറപ്പായി അറിഞ്ഞിട്ടേയില്ല.

പെട്ടെന്ന് ചേറപ്പായി ഒരു ആജ്ഞ:

'ടേ, കൊച്ചുറോതെ, അരിവയ്ക്കണെ കലം നറച്ച് വെള്ളം കൊണ്ടാ. ഓടിക്കോ.'

കൊച്ചുറോത ഓടി.

കലം നിറച്ച് വെള്ളവുമായി ഓടിയെത്തി, ചേറപ്പായിയുടെ മുന്നിൽ വച്ചു.

ചേറപ്പായി ടെലഫോൺ എടുത്ത് കലത്തിലിട്ട് കലക്കി. യന്ത്രത്തിനെ വെള്ളത്തിൽനിന്നു പൊക്കുകയും മുക്കുകയും ചെയ്തു.

പിന്നെ ഫോൺ മേശപ്പുറത്തു വച്ച് റിസീവർ ചെവിയിൽപ്പിടിച്ച് ശ്രദ്ധിച്ചു.

എന്തെങ്കിലും ഭയാനകമായി ഉടനെ സംഭവിക്കുമെന്ന് സ്വാമി മനസ്സിലാക്കി.

സംഭവിച്ചു. ചേറപ്പായി റിസീവർ തറയിൽ വലിച്ചെറിഞ്ഞു. മാതാവിനെ നോക്കി നിലവിളിച്ചു:

'മുത്ത്യേ, ഞാൻ മുടിഞ്ഞു പാപ്പരാവും. നനിക്ക് മെഴ്തിരി കത്തിക്കാൻ ആരൂംണ്ടാവില്ല.'

അത്രയുമായപ്പോൾ സ്വാമി ചേറപ്പായിയുടെ ചുമലിൽ കൈവച്ചു കുലുക്കിവിളിച്ചു:

'എടാ ചേറപ്പാ എന്താ ഈ കോലാഹലമൊക്കെ? നിന്റെ അമ്മായമ്മ മരിച്ചോ?'

അതു കേട്ടപ്പോൾ ചേറപ്പായിയുടെ ദുഃഖം നൂറു മടങ്ങായി:

'എങ്കിൽ എത്ര നന്നായിരുന്നു സ്വാമീ. ഇനിക്ക് നാലേക്ര തെങ്ങുപറമ്പ് കിട്ടില്ലേ?'

ഉടനെ ക്രുദ്ധയായി കൊച്ചുറോത:

'ഞാൻ ഇനി നങ്ങടെകൂടെ ജീവിക്ക്ണില്ല. ഞാൻ അടുത്ത ബസ്സിന് ഇന്റെ വീട്ടി പുവ്വാ. ഇനി ഇങ്ങട്ട് വരില്ല.'

ചേറപ്പായി ഉടനെ:

'എടീ, നീ എത്രകാലമായി ഇതന്നെ പറേണു. നീയ്യൊന്ന് പുവ്വോ? എന്താ നീ അതു ചെയ്യാത്തെ?'

'ഇനിക്ക് നങ്ങടെ ഉപദേശൊന്നും വേണ്ട. ഇനിക്കിഷ്ടണ്ടെങ്കി പുവ്വും. ഹും ഇന്റെ മോൻ വരട്ടെ. അന്നട്ട് നങ്ങളെ നല്ലപാഠം പഠിപ്പിക്കും.'

സ്വാമി ഇടയ്ക്കുകയറി ചോദിച്ചു:

'എന്തഡാ ചേറപ്പാ, നീ കാര്യം പറയ്.'

'എന്റെ സ്വാമി, ഇത് അതൊന്നല്ല.'

'പിന്നെ എന്താണ് മുഖ്യമാന വിഷയം? നീ അത് ശൊല്ല്.'

ചേറപ്പായി കരഞ്ഞ് കണ്ണീരൊപ്പി. വീണ്ടും കരഞ്ഞുപറഞ്ഞു:

'ഇന്റെ സ്വാമീ, ഇന്റെ മോൻ ഡോക്ടർ കൊച്ചു തൊമ്മി ഡെല്ലീലല്ലെ? അവൻ, അല്ല മാതാവേ തെറ്റി, അച്ഛൻ ഇപ്പോ ഡെല്ലീല് പള്ളീലച്ചനാ. ഞാൻ ഡെല്ലിയ്ക്ക് ഒരു എസ്.റ്റി.ഡി. വിളിച്ചു. ഇവള് സൊയിരം തരാണ്ടേ.'

'എന്നിട്ട് വർത്തമാനൊക്കെ പറഞ്ഞില്ലേ?'

'ആകെ രണ്ടു മൂന്ന് വർത്തമാനം പറഞ്ഞു.'

'ഭാഗ്യം. അത് സാധിച്ചൂലോ?'

'അതു സാധിച്ചൂ സ്വാമീ. ഇപ്പൊ എസ്.റ്റിഡി. കട്ടാവ്ണില്ല. മീറ്ററങ്ങനെ കേറിക്കൊണ്ടിരിക്ക്യാ. ഇനി വരണ ബില്ല്! മാതാവേ!'

പിന്നെ ചേറപ്പായി സ്വാമിയുടെ ഉത്തരമൊന്നും ശ്രദ്ധിക്കാതെ അടുക്കളയിലേക്കോടി. ഒരു ടിൻ മണ്ണെണ്ണ കൊണ്ടുവന്ന് ഫോണിന്മേൽ ഒഴിച്ചു. തീപ്പെട്ടിക്കൊള്ളി ഉരച്ചു കത്തിച്ച് ഫോണിന്റെ മുകളിൽ പിടിച്ച് ഗർജ്ജിച്ചു:

'ഇങ്ങനേങ്കിലും ഞാൻ എസ്.റ്റി.ഡി. കട്ടാക്കും.'

സ്വാമിയും കൊച്ചുറോതയും ഉടനെ ചാടി കെട്ടിപ്പിടിച്ചു.

തമ്മിൽതമ്മിലല്ല. രണ്ടുപേരുംകൂടി ചേറപ്പായിയെ കെട്ടിപ്പിടിച്ചു.

സ്വാമി പറഞ്ഞു:

'എഡാ ചേറപ്പാ, അവിവേകം അരുത്. ഇത് സാബൊട്ടേഷാ. അതിനു വകുപ്പുണ്ട്. നിന്നെ ശിക്ഷിച്ച് ജയിലിലിലയയ്ക്കും.'

കൊച്ചുറോതയ്ക്ക് സ്വാമി പറഞ്ഞതൊന്നും മനസ്സിലായില്ലെങ്കിലും എന്തോ അപകടം തന്നെ എന്ന് മനസ്സിലാക്കി, ചേറപ്പായിയുടെ കൈയിൽ നിന്നും കത്തുന്ന തീപ്പെട്ടിക്കൊള്ളി പിടിച്ചുവാങ്ങി അഗ്നിശമനം നടത്തി.

സ്വാമി റിസീവർ എടുത്ത് ചെവിട്ടിൽ വച്ചുനോക്കി പറഞ്ഞു:

'എഡാ ചേറപ്പാ കവലപ്പെടാതെ. ഇതാ എസ്.റ്റി.ഡി. കട്ടായി! ഡയൽ ടോൺ കിട്ടി.'

'ഹാവൂ! മാതാവേ, നനിക്ക് രണ്ട് മെഴ്തിരി.'

ചേറപ്പായി ചാരുകസേരയിൽ വീണു കരഞ്ഞു:

'ഇന്റെ മണ്ണെണ്ണേം, ഒരു തീപ്പെട്ടിക്കോലും നഷ്ടായിലോ.'

പിന്നെ മിണ്ടാട്ടമില്ല. ബോധക്ഷയം മാറി എന്നു തോന്നിയപ്പോൾ സ്വാമി ചോദിച്ചു:

'ഇപ്പോൾ സമാധാനമായില്ലേ? ഇനി നിന്റെ മകന്റെ വിശേഷം പറയ്.'

സ്വാമീ, കൊച്ചുതൊമ്മിയച്ചന് ബഹുസുഖാ. പള്ളീലച്ചനല്ലെ? ഡെൽഹീലല്ലെ? ഞാൻ വിളിച്ചപ്പൊ പറഞ്ഞു. ഒളിമ്പിക്സ് കണ്ടോണ്ടി രിക്ക്യാന്ന്.

ഉടനെ കൊച്ചുറോത:

'അപ്പോ അത് ഡെൽഹീലാല്ലേ? എന്നാ ഉമ്പക്കും കാണാൻ പുവ്വാരു ന്നൂട്ടാ. അല്ലെങ്കിലും ഇന്നെ എങ്ങട്ടും കൊണ്ട്വില്ല, വേണ്ട. ഞാൻ ഇന്റെ വിട്ടി പുവ്വാ. എം.കെ.കെ. ബസ് ഇപ്പോ വരും.'

സ്വാമിയും ചേറപ്പായിയും അതു കേട്ട് തരിച്ചിരുന്നു.

പിന്നെ ചേറപ്പായി പറഞ്ഞു:

'എന്തായാലും സ്വാമീ, സന്തോഷം. എസ്.റ്റി.ഡി. കട്ടായില്ലോ? നമുക്ക് സന്തോഷിക്കണം.'

ഗ്ലാസ്സുകൾ ഉയർത്തിയും താഴ്ത്തിയും ആ സന്തോഷം രാത്രി പതിനൊന്നു മണിവരെ നീണ്ടുനിന്നു.

കടുകിട്ട് വിറപ്പിച്ച പോർക്കിറച്ചി ചേറപ്പായി ഘോരഘോരം ഭക്ഷിക്കു മ്പോൾ, കൊച്ചുറോത കൊണ്ടുവന്ന വറുത്ത പപ്പടം, സോപ്പിട്ട് കഴുകി, നെറ്റി ചുളിച്ച് സ്വാമി ഭക്ഷിച്ചു. പപ്പടം സസ്യാഹാരമാണെങ്കിലും ആയത് വറുത്തത്, പോർക്കും പശുവും പൊരിക്കുന്ന ചീനച്ചട്ടിയിലല്ലേ?

രണ്ടു മാസം കഴിഞ്ഞു.

വീണ്ടും മുഖം കനപ്പിച്ച് ചേറപ്പായി സ്വാമിയോട്.

'അയ്യായിരത്തി ഇരുന്നൂറ്റി രണ്ടു രൂപ.'

ഉടനെ സ്വാമി:

'അയ്യായിരം പൊഹട്ടുമേ. ഞാൻ നിനയ്ക്ക് ഒറ്റ പൈസ തരാനില്ല. അന്ന് നിന്റെ വഹ കുറച്ച് വിസ്കി. രണ്ട് പപ്പടം. അത്രയും സാപ്പിട്ടതിന് ഇത്രയും വലിയ സംഖ്യയോ?'

'അതൊന്നുമല്ല സ്വാമി.'

'പിന്നെ, എന്തെഡാ ചേറപ്പാ, നിനക്ക് അയ്യായിരം കടം വേണമെന്നോ?'

'അതൊന്നുമല്ല സ്വാമീ, ഇന്റെ ഫോണിന്റെ ബില്ല് അയ്യായിരത്തി ഇരുന്നൂറ്റി രണ്ട് ഉറുപ്യ!'

അത്രയും വലിയ ഒരു ഷോക്ക് - സ്വാമി ആലോചിച്ചു - ഏതു മനുഷ്യനും ഉടനെ സംഭവിക്കുന്നത്, ഹൃദയസ്തംഭനം, സെറിബറൽ ഹെമറേജ്. അത്ര യൊന്നും ഉണ്ടായില്ലെങ്കിൽ ചെറിയ തോതിൽ ഒരു പൈത്യമെങ്കിലും ഉണ്ടാകുമേ!'

അത്ഭുതം! ഇതൊന്നും തന്റെ ശിഷ്യൻ ചേറപ്പായിയെ ആക്രമിച്ചിട്ടില്ല.

ഇവനെന്റെ പ്രിയശിഷ്യൻ. ഇവന്റെ ചെരുപ്പിന്റെ വാറ് ആരഴിക്കും?

പിന്നെ സ്വാമി പറഞ്ഞു:

'നമുക്ക് ഒരു കേസ്സു കൊടുത്തുനോക്കാം.'

ഉടനെ ചെറപ്പായി:

'വേണ്ട സ്വാമീ. കേസ് കൊടുത്താൽ അടുത്ത ബില്ല് എണ്ണായിരാവും. വേണ്ട. പലിശ ഇരുപത്തിനാലാ നഷ്ടം.'

ചേറപ്പായി ബ്ലെയ്ഡിൽനിന്നും കരഞ്ഞ് കാശെടുത്തു കെട്ടി.

ഭയങ്കരമായ മഴ. മിഥുനമാസം. വാതോരാത്ത മഴ. ശനിപിടിച്ച ദിവസം. രണ്ടാം ശനി. കോടതി മുടക്കം. കൺസൽട്ടേഷന് കാലത്തു വന്ന കക്ഷികളെ സ്വാമി ഉച്ചയ്ക്കു മുമ്പ് പിഴിഞ്ഞുവിട്ടു. ധാരാളം സാമ്പാറൊഴിച്ച്, പപ്പടം പൊടിച്ചിട്ട് മൃഷ്ടാന്നമായി ഭക്ഷിച്ച് കൂർക്കം വലിച്ചുറങ്ങി. എണീറ്റു. പാരവശ്യം. രക്തത്തിൽ ആൽക്കഹോൾ കുറവാണെന്ന് ഉടനെ മനസ്സിലാക്കി ഓർത്തു:

ഇന്ന് ചേറപ്പായിയുമായി, കൊച്ചുവർക്കിയുടെ കാറിൽ പട്ടണത്തിൽ പോകേണ്ട ദിവസം.

അപ്പോഴും ധാര മുറിയാത്ത മഴ.

സ്വാമി ചേറപ്പായിയുടെ ഫോൺ നമ്പർ, പാലാഴി മഥനം നൂറ്റൊന്നാവർത്തിച്ചു.

ആവർത്തിച്ചുകിട്ടിയ റോങ്നമ്പരുകളും കാളകൂടവും ചവറ്റുകൊട്ടയിൽ ഇട്ടു കൊട്ട കരിഞ്ഞു. പിന്നെ കേൾക്കുന്നത് നീണ്ട മോങ്ങൽ മാത്രം. സ്വാമി റിസീവർ ചെവിട്ടിനകത്ത് കയറ്റി ശ്രദ്ധിച്ചു. ഒരേയൊരു മോങ്ങൽ. കോാാാ- കോാാ-കോാാ-കുഞ്ചാരിക്കാവ് പഞ്ചായത്തിന്റെ സമസ്ത സന്തുലിതാവസ്ഥകളും ഇംബാലൻസ് ചെയ്യുന്ന ശബ്ദ മലിനീകരണം.

സ്വാമി തന്റെ പഴയ സിലോൺ കുട നിവർത്തി ചേറപ്പായിയുടെ വീടിനെ ലക്ഷ്യമാക്കി നടന്നു. അപ്പോഴും ധാരമുറിയാത്ത മഴ.

സ്വാമി ആലോചിച്ചു:

അറബിക്കടലിലെ കാടൊക്കെ വെട്ടി, ഇപ്പോൾ ഒരു തുള്ളി വെയിലുണ്ടോ?

'കാടെവിടെ, വെയിലെവിടെ ശിന്നപശങ്കളെ!' എന്ന പ്രസിദ്ധ തമിഴ് കവിത ചൊല്ലി സ്വാമി നടന്നു.

അത്ഭുതം! മഴയാറി! ശിന്ന വെയിൽ! ദാഹം സഹിക്കാതെ സ്വാമി നടന്നു. സിലോൺകുട ചുരുക്കി, കാനയിലിട്ട് നടന്നു.

ചേറപ്പായിയുടെ വീടിന്റെ മുന്നിലെത്തിയപ്പോൾ അവിടെ റോട്ടിൽ കണ്ട വിസ്മയം!

മിൽക്കാസിംഗിനെപ്പോലൊരാൾ കൈയും കാലും നിലത്തു കുത്തി ഓടാനായി തയാറെടുത്തു നിൽക്കുന്നു! അദ്ദേഹത്തിനു പിറകിൽ, ത്രീ പോയിന്റ് ഫൈവ് മോട്ടോർ സൈക്കിളുകൾ സ്റ്റാർട്ട് ചെയ്ത് രണ്ട് യമകിങ്കരന്മാർ! അതിനു തൊട്ടുപിന്നിൽ രണ്ട് അശ്വാരൂഢർ! കുതിരകളുടെ നാസാദ്വാരങ്ങളിൽനിന്ന് നുരയും പതയും! അതിന്റെ പിന്നിൽ കൊച്ചു വർക്കിയുടെ അമ്പാസ്സഡർ കാർ കുർ, കുർ എന്ന ശബ്ദമുണ്ടാക്കി നിൽക്കുന്നു. എല്ലാത്തിനും പിറകെ കുറെ അഞ്ചലോട്ടക്കാർ!

സ്വാമിക്ക് ഒരു പിടിയും കിട്ടിയില്ല.

അവർക്കിടയിലൂടെ, വിയർത്തു വിറച്ച്, ശ്വാസം വിടാതെ കടന്ന്, ചേറപ്പായിയുടെ ഗെയിറ്റ് കടന്ന് അകത്തെത്തി.

ചേറപ്പായിയും കൊച്ചുറോതയും മാതാവിന്റെ മുന്നിൽ മുട്ടുകുത്തി നിന്ന് പ്രാർത്ഥന.

കുറച്ചു കഴിഞ്ഞ് രണ്ടുപേരും കുരിശു വരച്ച് എണീറ്റു.

ചേറപ്പായി സ്വാമിയെ നോക്കി ഒന്നു പുഞ്ചിരിച്ചു എന്നു വരുത്തി.

സ്വാമി ചോദിച്ചു:

'എന്താ, റോട്ടിൽ കുറെ സന്നാഹം?'

ചേറപ്പായി മൂക്കു ചീറ്റി കണ്ണു തുടച്ച് പറഞ്ഞു:

'സ്വാമീ, ഇപ്പഴത്തെ ഫോണിന്റെ ബില്ല് പതിനായിരം. ചില്ലറേംണ്ട്. സഹിക്ക്വോ?'

'ഇല്ല. പക്ഷേ, പുറത്ത് റോട്ടിൽ....?'

'പറയാം. ഇന്റെ മോൻ ഡോക്ടർ കൊച്ചുതൊമ്മി നാളെ റോമാപുരീലിക്ക് പുവ്വാ. അതിനു മുമ്പ് ഒന്നു ഫോൺ ചെയ്ത് രണ്ടു വർത്താനം പറയണം, അതിന് എസ്.റ്റി.ഡി. വിളിക്കണം. വർത്താനം കഴിഞ്ഞ് എസ്.റ്റി.ഡി. കട്ടായില്ലെങ്കിലോ? ടെലഫോൺ എക്സ്ചേഞ്ചിലേക്ക് ഓടിച്ചെന്ന് അതൊന്നു ശര്യാക്കണം. അതിന്നാ അവിടെ റോട്ടില് ആളോളെ ശട്ടം കെട്ടിനിർത്തിയിരിക്കണേ. ഇല്ലെങ്കി, ഇനി, വരണ ബില്ല് പതിനയ്യായിരാവും.'

സ്വാമി ആലോചിച്ചു പറഞ്ഞു:

'എക്സ്ചേഞ്ച് എന്നു പറഞ്ഞാൽ എന്താ അർത്ഥം? എക്സ്. എം.എൽ.എ., എക്സ് മിനിസ്റ്റർ എന്നൊക്കെ പറയുന്ന അർത്ഥം തന്നെ. ഡിഫങ്റ്റ് ഫങ്ഷൻ ചെയ്യുന്നില്ല എന്നർത്ഥം.'

'എന്തായാലും ഞാൻ ഒന്നു ഫോൺ ചെയ്യട്ടെ?'

'ചെയ്തോ.'

ചേറപ്പായി മൂന്നു പ്രാവശ്യം കുരിശു വരച്ച്, റിസീവർ എടുത്ത് കുറെ അക്കങ്ങൾ തിരിച്ചു.

സർവ്വത്ര നിശ്ശബ്ദത.

ഫോൺ ഡെഡ്. എക്സ്ചേഞ്ച് ഡെഡ്. എക്സ്-ഡെഡ്.

ബോധമറ്റു വീഴുന്ന ചേറപ്പായിയെ സ്വാമിയും കൊച്ചുറോതയും കൂടിപ്പിടിച്ച് ചാരുകസേരയിൽ കിടത്തി.

■

ഐപ്പൂരു മകൻ ഇട്ടിക്കുരു

ചേറപ്പായി അതീവ ദുഃഖിതനായിരുന്നു.

മജിസ്ട്രേട്ട്, ഒരു കരുണയുമില്ലാതെ രണ്ടാഴ്ച ലീവ്. എന്നാൽ, മുൻസിഫ് കോടതിയോ? മിഡ്സമ്മർ നൈറ്റ്സ് ഡ്രീമിൽ ഉറങ്ങിക്കിടക്കുന്നു. മുൻസിഫ് കോടതിക്ക് വെക്കേഷൻ, ഉഷ്ണകാലാവധി.

ചേറപ്പായി അരിശത്തോടെ ആലോചിച്ചു:

മുൻസിഫ് കോടതിക്ക് വെക്കേഷൻ ഇല്ലാത്ത കാലത്ത് ലീവെടുക്കാമായിരുന്നില്ലേ, ഈ മജിസ്ട്രേട്ടിന്?

എന്തൊരു കഷ്ടം? ഒരൊറ്റ കക്ഷി ഉമ്മറത്തു കയറുന്നില്ല. എങ്ങനെയോ കക്ഷികൾ അതെല്ലാം മണത്തറിഞ്ഞിരിക്കുന്നു.

സാധാരണനിലയ്ക്ക് ഒന്നോ രണ്ടോ ദിവസത്തേക്കാണ് മജിസ്ട്രേട്ടിന്റെ ലീവ് എങ്കിൽ കക്ഷികൾ അതറിയില്ല. വക്കീലോ ഗുമസ്ഥനോ ആ വിവരം കക്ഷികളെ അറിയിക്കാൻ പാടില്ല. അതാണ് അലംഘനീയവും അലിഖിതവു മായ ചട്ടം, ആപ്പീസിൽ.

ആപ്പീസിൽ വരുന്ന കക്ഷികളോട്, കൃത്യമായി ഫീസ് വാങ്ങി, കോടതിയിലേക്കു നടന്നോളാൻ പറയും. കോടതിയിലെത്തുമ്പോഴാണ്, കോടതി മുടക്കം എന്നറിയുക.

അവർ വക്കീലിനെയും ഗുമസ്തനെയും ശപിച്ച്, തിരിച്ചുപോകും.

പക്ഷേ, ഇവിടെ പ്രശ്നം രണ്ടു ദിവസമല്ല; രണ്ടാഴ്ചയാണ്.

ചേറപ്പായി, കക്ഷിരഹിതമായ ആപ്പീസിലിരുന്ന് ആലോചിച്ചു. ഈ കക്ഷികൾക്ക് യൂണിയനുണ്ടോ? ഉണ്ടാവണം. കക്ഷികൾ തങ്ങളുടെ ജന്മവൈരികളായ എതൃകക്ഷികളോട് അറിയിച്ചിട്ടുണ്ടാവും: കോടതി മൊടക്കാട്ടാ- വക്കീലാപ്പീസ്സില് പോണ്ട.

ശുദ്ധശൂന്യവും കക്ഷിരഹിതവുമായ ആപ്പീസ് മുറി. ചേറപ്പായി മാതാവിനോട് സങ്കടപ്പെട്ടു.

മാതാവേ, നന്നിക്കൊരു കൃപേല്ലെ ഇന്നോട്. ഞാനിവിടെ ഈച്ചേനാട്ടിരിക്ക്യാ. കക്ഷീല്ല, കാശൂല്ല, മെഴ്തിരീംല്ല.

മാതാവിന്റെ ശബ്ദം ഒഴുകി:

'സെഖര്യാവേ, സെഖര്യാവേ, അനർഹമായി പണം സമ്പാദിക്കുന്നത് പാപമത്രെ.'

എന്നാ, അവിടങ്ങനെ ഇരുന്നോ മുത്ത്യേ. നനിക്ക് ഇനി ഒറ്റ മെഴുതിരീല്ല.

നാലാം ദിവസം.

പടി തുറക്കുന്ന ശബ്ദം.

അതാ വരുന്നു ഒരു കക്ഷി. കോലൻ തലമുടി ചപ്രച്ചിട്ടിട്ടുണ്ട്. നാൽപ്പതു നാൽപ്പത്തഞ്ചു വയസ്സ്. ശരീരം ആടി ഉലയുന്നു. ശ്വാസോച്ഛ്വാസവും ബ്ലഡ് പ്രഷറും എബ്നോർമൽ. കണ്ണുകളിൽ അഗ്നിബാധ. സാക്ഷാൽ കക്ഷി. കോടതി പക്ഷി. കോർട്ട് ബേർഡ്.

കക്ഷി മുന്നിലെത്തുന്നതിനു മുമ്പേ, മേശപ്പുറത്ത് ഇരുന്നിരുന്ന ഒരു ഫയൽ എടുത്തു നിവർത്തി, ഗൗരവത്തിൽ വായന തുടങ്ങി.

കക്ഷി മുന്നിൽ വന്ന് ഒന്നു കുരച്ചു.

കക്ഷിയുടെ മുഖത്തു നോക്കാതെ, ചേറപ്പായി:

'ഇരിക്കൂ.'

'അയ്യോ, ഇരിക്കാൻ വയ്യല്ലോ?'

അപ്പോൾ ചേറപ്പായി ഫയൽ മടക്കി കക്ഷിയുടെ മുഖത്തു നോക്കി.

'എന്താ കാര്യം?'

'ഒരു വല്യ കാര്യാ. അതിന്റെ നെയമവശം ചോയിക്കാൻ വന്നതാ.'

'എന്നാ വിസ്തരിച്ചു പറേണം. എന്താ പേര്?'

'ഇട്ടിക്കുരു. ഇന്റെ കല്യാണം കഴിഞ്ഞട്ട് പത്തുകൊല്ലായി. കുട്ട്യോളില്ല. ഭാര്യവീട്ടാര് വല്യ പണക്കാരാ. ഞാനും അത്ര മോശൊന്നല്ല. ഇന്റെ ഭാര്യയ്ക്ക് രണ്ടു ഏട്ത്തീമാര്ണ്ട്. അവറ്റയ്ക്കപ്പിടീം ഒരു ജോലീംല്ല, അവരടെ കെട്ട്യോമ്മാർക്കൂല്ല. ഇന്റെ ഭാര്യ ടീച്ചറാ.'

'പിന്നെ എന്താ പ്രശ്നം?'

'ഇന്റെ ഭാര്യയ്ക്ക് ഉദ്യോഗം കിട്ടാൻ, പതിനായിരം ഉറുപ്യ കൊടുക്കണംന്ന് ഞാൻ പറഞ്ഞു. ആരോട്? അമ്മായമ്മോട്. ഒരു ശില്ലി കൊടുത്തില്ല. ഉറുപ്യ അപ്പിടീം ഞാനുണ്ടാക്കി. അന്നൊട്ട് ഞാൻ പെണക്കാ. ആരോട്? അമ്മായ മ്മോട്. പിന്നേംണ്ട് ഒരു കാര്യം.'

'അതെന്താ?'

'ഭാര്യടെ, ഏട്ത്തിമാരും, കെട്ട്യോമ്മാരും, അമ്മായമ്മായിട്ട് വല്യെ അടുപ്പാ. ന്നാ സത്യത്തില് ഒരു അടുപ്പോംല്ല. അടുപ്പൂല്ലന്നാലും അങ്ങിന്യ പ്പിടി അവരു കാട്ടും. എന്തിനാച്ച്ട്ട്ണ്ടാ? ഭാര്യവീട്ടിലെ സ്വത്തപ്പിടീം അവർക്കു മാത്രായിട്ട് സൊന്താക്കാൻ. ഞാൻ പിന്നെ പെണക്കല്ലെ! ഇനിക്ക് കുട്ട്യോ ളൂല്ലല്ലൊ?'

'അപ്പോ എന്താ ഇട്ടിക്കുരൂന്ന് വേണ്ടെ?'

ഇട്ടിക്കുരു മേശപ്പുറത്തടിച്ചു പറഞ്ഞു:

'കൊടക്കണം വക്കീലെ കേസ്. ഇന്റെ ഭാര്യയ്ക്ക് മൂന്നിലൊന്ന് അവകാശം കിട്ടാൻ. വെവഹാരാവട്ടെ വക്കീലെ, വസ്തുക്കളപ്പിടീം.'

ചേറപ്പായി ഉടനെ കക്ഷിയുടെ വൈരാഗ്യവും ഉത്കണ്ഠയും ആവാഹി ച്ചെടുത്ത്, ദീർഘനേരം ആലോചിക്കയും പെട്ടെന്ന് എണീറ്റ്, അലമാര തുറന്ന് കൈയിൽ കിട്ടിയ തടിച്ച പുസ്തകം എടുത്തു നിവർത്തി വായിക്കാൻ തുടങ്ങി.

പിന്നെ വളരെ ഗൗരവത്തിൽ:

'അപ്പൊ ക്രിസ്ത്യാനി അല്ലേ?'

'എന്താ വക്കീലേ സംശയം? ഇന്റെ പേര് ഇട്ടിക്കുരു. അപ്പന്റെ പേര് അയ്പൂരു. അപ്പന്റെ അപ്പന്റെ പേര് ഇട്ടിക്കുരൂന്നന്നെ. അടുത്തൊന്നും മാർക്കം കൂടീതല്ല. പിന്നെ ഇന്റെ അപ്പന്റെ അപ്പന്റെ അപ്പന്റെ......'

'മതി, മതി. ഇട്ടിക്കുരൂന്റെ അപ്പമ്മാരൊന്നല്ല ഇപ്പൊ പ്രശ്നം. അമ്മാനപ്പൻ ജീവിച്ചിരുപ്പുണ്ടോ?'

'ഇല്ല. ചത്തു. ഇന്നെ വല്യ ഇഷ്ടായ്രുന്നു. നല്ല ഒരു മനുഷ്യൻ - അങ്ങിന്യാ ഞാൻ വിചാരിച്ച്യേ.'

'പിന്നെ എന്താണ്ടായേ?'

'എന്താണ്ടായേന്നാ? മരണപത്രം എഴുതീലെ? സൊത്തപ്പിടീ അമ്മായമ്മടെ പേരില്!'

'അപ്പൊ ബുദ്ധിമുട്ടായിലൊ ഇട്ടിക്കുരോ? അമ്മായമ്മയ്ക്ക് ഇഷ്ടള്ളോർക്കു സ്വത്തു കൊടുക്കാം. അതാ നിയമം.'

'ഇനി എന്താ ചെയ്യാ?'

ചേറപ്പായി ആലോചിച്ചു പറഞ്ഞു:

'ഒരു വിദ്യ പറയാം. നിയമല്ല. ഒരു സൂത്രം. ഇട്ടിക്കുരൂം, ഭാര്യേം അമ്മായമ്മോട് വല്യ സ്നേഹാവാ, കഴിഞ്ഞതൊക്കെ പെട്ടെന്നു പറഞ്ഞു. കൊറച്ചു കാലം കഴീമ്പൊ, അമ്മായമ്മടെ ദേഷ്യാക്കെ പുവ്വും. മനസ്സു മാറും. അപ്പൊ മൂന്നിലൊന്നു സൊത്ത്, ഭാര്യടെ പേരില് ഇഷ്ടദാനം എഴുതിവാങ്ങണം.'

ഇട്ടിക്കുരു ക്രുദ്ധനായി പറഞ്ഞു:

'വക്കീലെ, ഒരു നടയ്ക്ക് പോണ കാര്യല്ല ഈ പറഞ്ഞത്. അമ്മായമ്മടെ കാല് പിടിക്കാനൊന്നും ഇട്ടിക്കുരൂനെ കിട്ടില്ല. വക്കീല് നെയമവശം എന്തെങ്കിലും പറയ്. എത്ര കേസ്സും വെവഹാരോം ഇട്ടിക്കുരു നടത്തും. ഈ അലമാരില്ള്ള പുസ്തകങ്ങളു വായിച്ച് ഒരു വഴി പറഞ്ഞരണം.'

ഇട്ടിക്കുരു ചൂണ്ടിക്കാട്ടിയ അലമാരി നോക്കി, ചേറപ്പായി ഒന്നു ഞെട്ടി. അതിന്റെ താക്കോൽ എത്രയോ മുമ്പു കിണറ്റിൽ ഇട്ടതാണ്. ദിനപത്രങ്ങൾ ബൈന്റ് ചെയ്ത പുസ്തകങ്ങൾ!

ഞെട്ടൽ പുറത്തുകാണിക്കാതെ ചേറപ്പായി പറഞ്ഞു:

'പ്രിവി കൗൺസിൽ, സുപ്രീം കോടതി, ഹൈക്കോടതി വിധികൾ, ഒക്കെ യാണ് ആ അലമാരേല്. എല്ലാം ഒന്നു നോക്കട്ടെ. നാളെ കാലത്ത് ഇവിടെ വരൂ. ഇതൊന്നും സാരല്ല. ഇതിലും വല്യേ എത്ര കേസ് ഞാൻ നടത്തീട്ട്ണ്ട്? നാളെ വരണം.'

ഇട്ടിക്കുരു ചാടിയെണീറ്റ്:

'ഹായ്, അതല്ലെ വക്കീലെ ഞാൻ ഇവടെ വന്നേ? ഇട്ടിക്കുരു നാളെ കാലത്തന്നെ ഇവടെണ്ട്. എന്നാ, ഇന്നത്തെ പീസ്സ്പ്പിടീം തരാം.'

ഇട്ടിക്കുരു ഉടുത്ത മുണ്ടിന്റെ വലതുഭാഗം മുഴുവനും പൊക്കി അടിയിലിട്ട ചോപ്പുനിറമുള്ള ട്രൗസറിന്റെ പോക്കറ്റിൽനിന്നും ഒരു കെട്ട് നോട്ട് ഫിഷ് ഔട്ടു ചെയ്തു.

അതുകണ്ട ചേറപ്പായിക്ക് പരമാനന്ദം, രോമാഞ്ചം. അപ്പിടീം എന്നല്ലെ ഇട്ടിക്കുരു പറഞ്ഞേ? അതായത് അതു മുഴുവനും. ഭേഷ്.

ഇട്ടിക്കുരു നോട്ടുകെട്ടിൽനിന്നും, രണ്ട് അഞ്ചുരൂപാ നോട്ടുകൾ എടുത്ത്, അതിനീചമായി, നാലു തവണ തുപ്പലുംതൊട്ട് എണ്ണി. വീണ്ടും മുണ്ടു പൊക്കി; ചോപ്പ് ട്രൗസറിന്റെ പോക്കറ്റിൽ നോട്ടുകെട്ടു നിക്ഷേപിച്ചു.

'വക്കീലെ, പീസ്സെത്രവേണെങ്കിലും ഈ ഇട്ടിക്കുരു തരും.'

രണ്ട് അഞ്ചുരൂപാ നോട്ടുകൾകൊണ്ട് നെഞ്ചത്തടിച്ചാണ് ഇട്ടിക്കുരു അതു പറഞ്ഞത്.

'പിന്നെ വക്കീലേ, ഇത് ഇന്റെ തറവാട്ടിന്റെ പ്രശ്നാ. കേസ് മോശ്ശാവര്ത്. ഇട്ടിക്കുരൂന്ന്, ഇതൊന്നും ഒരു പ്രശ്നല്ല. ഏത്? വക്കീലിന്റെ പീസ്സ്. ഇനിക്ക് കൊട്ടടയ്ക്കടെ കച്ചോടംണ്ട്. പിന്നെ, കൊറച്ച് കഴുങ്കപ്പിടീംണ്ട്. ഒക്കെ വിറ്റാലും, അവരെ ഒരു നല്ല പാഠം പഠിപ്പിക്കണം. വെവഹാരാക്കണം.'

അതു പറഞ്ഞ്, പത്തുരൂപ മേശപ്പുറത്തുവച്ച്, മഹാ വാശിയോടെ, ഇട്ടിക്കുരു ഉമ്മറവും മുറ്റവും അമർത്തി ചവുട്ടിമെതിച്ച് യാത്രയായി.

ചേറപ്പായി എണീറ്റ് മാതാവിനോടു കേണു:

'മാതാവേ, കൊറെ കാശു കിട്ടണ കേസ്സാ ഇത്. നിയ്യ് ഇട്ടിക്കുരൂന്റെ മനസ്സിലു കേറീരുന്ന് ഒന്നു മന്ത്രിച്ചോ. അവന്റെ കൊട്ടടയ്ക്കേം, കഴുങ്കും വിക്കാൻ.'

സെഖര്യാവേ, അനർഹമായ ധനം: അതു പാപമത്രെ.

ചേറപ്പായി ദേഷ്യം വന്നു, അകത്തേക്കോടി. കൊച്ചുറോത കാണാതെ കുറച്ചു വിസ്കി അകത്താക്കി. തിരിച്ചുവന്ന് ചാരുകസേരയിൽ കിടന്നാലോചിച്ചു. ഒരു മാർഗവും കണ്ടെത്തിയില്ല. ഫോൺ എടുത്ത് സ്വാമിയെ വിളിച്ചു.

'എന്തഡാ, ചേറപ്പാ?'

'സ്വാമീ ഒരു വലിയ നിയമപ്രശ്നം. സഹായിക്കണം.'

ദേഷ്യത്തോടെ വെങ്കിടിസ്വാമി വക്കീൽ:

'എഡാ, നിയമപ്രശ്നം നോക്കാനല്ലാതെ, പിന്നെ മത്തി വിക്കാനാണോ ഞാനിവിടെ ഇരിക്കുന്നത്?'

'അതല്ല സ്വാമീ, കാര്യം ഒരു ലേശം കോംപ്ലിക്കേറ്റഡ് ആണ്. കൊറെ കാശുണ്ടാക്കാം. സഹായിക്കണം.'

'സഹായിക്കാമല്ലോ? നിനക്കു കിട്ടുന്ന കാശിന്റെ ഫിഫ്റ്റി-ഫിഫ്റ്റി. സമ്മത മാണോ?'

'എന്താ സ്വാമീ, ഒരു ക്വാർട്ടർ പോരെ?'

'നിനക്കു കിട്ടുന്ന ടോട്ടൽ എമൗണ്ട് എത്ര എന്നു പറഞ്ഞാൽ ആലോചിക്കാം.'

'പെട്ടെന്നു പറയാൻ പറ്റില്ല.'

'എന്നാൽ, എനിക്കും ഒന്നും പറയാൻ പറ്റില്ല.'

'അങ്ങനെ പറയല്ലെ സ്വാമീ. ഞാൻ ഒരു ടെൻ തൗസന്റ് പറഞ്ഞു നോക്കാം.'

കുറച്ചുനേരത്തെ ആലോചനയ്ക്കുശേഷം സ്വാമി പറഞ്ഞു:

'എന്താ കാര്യം? എന്റെ ഷെയർ ഞാൻ നിശ്ചയിച്ചിട്ടൊന്നുമില്ല. എന്നാലും കേൾക്കട്ടെ.'

'സ്വാമി ശ്രദ്ധിച്ചു കേൾക്കണം.'

'നീ പറഞ്ഞ ക്വാർട്ടറിന്റെ ശ്രദ്ധയുണ്ടാകും. പറഞ്ഞോ?'

ചേറപ്പായി ദീർഘമായി സംസാരിച്ചു.

അവസാനം വെങ്കിടിസ്വാമി ചില കാര്യങ്ങൾ പറഞ്ഞുകൊടുത്തു. എന്നിട്ട് ഉപസംഹരിച്ചു:

'എഡാ ചേറപ്പാ, ഞാനിത്രയും നേരം പറഞ്ഞതു മുഴുവനും നിയമമൊന്നുമല്ല. എന്നാലും ഒന്നു പരീക്ഷിച്ചു നോക്കാം.'

ചേറപ്പായി റിസീവർ വച്ച്, കണ്ണടച്ച്, സ്വാമി പറഞ്ഞുകൊടുത്തത് മുഴുവൻ വീണ്ടും ഓർത്ത് മനഃപ്പാഠമാക്കി.

പിറ്റേദിവസം കൃത്യം ഏഴുമണിക്ക് ഇട്ടിക്കുരു വന്നുനിന്നു ചിരിച്ചു. തലേ ദിവസം രണ്ട് അഞ്ചുരൂപ നോട്ടുകൾ തന്ന ഇട്ടിക്കുരുവിനെ നോക്കി, ഹൃദയഭേദകമായി ചിരിച്ച് ചേറപ്പായി ഗൗരവത്തിൽ:

'ഇട്ടിക്കുരൂ, ഒരു വഴിയുണ്ട്. ഒരേ ഒരു വഴി. കുറച്ചു ബുദ്ധിമുട്ടുണ്ട്. എന്നാലും ധൈര്യമായി ശ്രമിക്കാം.'

ഇട്ടിക്കുരു ആവേശത്തോടെ:

'വക്കീലെ പറയണം നമുക്ക് ഒരു കൈ നോക്കാം.'

'ഇട്ടിക്കുരു പറേണതൊക്കെ ഭാര്യ അനുസരിക്കോ? ഭാര്യായിട്ട് വല്യ സ്നേഹാണോ?'

'സ്നേഹാണോന്നാ? വക്കീല് സംശയിക്കണ്ട. ഞങ്ങള് ഒരു പാത്രത്തീന്നാ ചോറുണ്ണാ, പല്ല് തേയ്ക്കണതന്നെ ഒരേ ബ്രഷോണ്ടാ. അത്ര അടുപ്പാ. പോരെ?'

'അപ്പോൾ ലക്ഷൂറിയസ് ലൈഫ്?'

'ആ വാക്ക് മനസ്സിലായില്ലല്ലൊ വക്കീലേ?'

'മനസ്സിലാവില്ല. സുപ്രീംകോടതി വിധിയിലെ ഒരു വാക്കാ. അതു പോട്ടെ. ഇട്ടിക്കുരു പറേണ ഈ മൂന്നിലൊന്നു സ്വത്തിന്റെ മതിപ്പുവെല എത്രേണ്ട്?'

'ഒരു രണ്ടു രണ്ടര ഉറുപ്യയ്ക്കുണ്ട്. കൊറയില്ല. ലക്ഷാട്ടാ. ഞാൻ പറഞ്ഞേ.'

'ശരി. എന്നാ മൂന്നിലൊന്ന് സ്വത്ത് ഭാര്യടെ പേരിലാക്കിത്തന്നാൽ ഇനിക്ക് പതിനായിരം ഉറുപ്യ തരണം. എന്നാൽ കാര്യം ശരിയാക്കാം.'

ഇട്ടിക്കുരുവിന്റെ കണ്ണു തുറിച്ചു. വാ പൊളിഞ്ഞു. ശ്വാസം നിന്നു.

മരിച്ചു എന്ന് ചേറപ്പായി വിചാരിച്ചു.

പെട്ടെന്ന് ഇട്ടിക്കുരു ചോദിച്ചു:

'കേസ് തോറ്റാലോ?'

'സാധാരണ നിലയ്ക്കുള്ള നിസ്സാരഫീസ്.'

ഇട്ടിക്കുരു കണ്ണടച്ചിരുന്നു ധ്യാനിച്ചു. പിന്നെ കണ്ണു തുറന്നു പറഞ്ഞു:

'സമ്മതിച്ചു. ഇനി ഇതിന്റെ ഒരറ്റം കണ്ടിട്ട് ബാക്കി പണി. വക്കീല് പറഞ്ഞോ.'

'പറയാം. അമ്മായമ്മയ്ക്ക് ദേഷ്യം. ഇട്ടിക്കുരൂനോടല്ലെ. ഭാര്യയോട് ഇല്ലല്ലോ?'

'ദേഷ്യപ്പിടി ഇന്നോടാ.'

'ഇട്ടിക്കുരു പറേണതൊക്കെ ഭാര്യ അനുസരിക്കില്ലെ?'

'ഉവ്വ്. ഒറപ്പാ.'

'എന്നാൽ, ഉപേക്ഷിച്ചൂന്നു പറഞ്ഞ് ഭാര്യേനെ അമ്മായമ്മടെ അടുത്തു കൊണ്ടാക്കണം.'

ഇട്ടിക്കുരു ചാടിയെണീറ്റു:

'ഹെന്ത്? ഇന്റെ ഭാര്യേനെ ഉപേക്ഷിക്കേ. ജോലിള്ളോളാ. നല്ല ശമ്പളാ.'

'അതു വളരെ കുറച്ചുകാലത്തേക്ക്. ഇട്ടിക്കുരൂം ഭാര്യയുമായി ഒരു കൊലുഷ്യൻ. അതായത് ഒരു അണ്ടർസ്റ്റേണ്ടിങ്ങില്. ഒരു ഒത്തുകളി മനസ്സിലായോ?'

'ഹാ, മനസ്സിലായി.'

'എന്നിട്ട് വിവാഹമോചനത്തിന് ഒരു കേസ് ഇട്ടിക്കുരു കൊടുക്കണം. ഭാര്യയ്ക്ക് ഒരു വക്കീലിനെ നമ്മളന്നെ ഏർപ്പാടാക്കും. ഇതൊക്കെ പരമ രഹസ്യം. അമ്മായമ്മ അറിയരുത്. ഭാര്യ ഇട്ടിക്കുരൂനെപ്പറ്റി വളരെ മോശം അഭിപ്രായം അമ്മായമ്മയോടും മറ്റും എപ്പോഴും പറഞ്ഞുകൊണ്ടിരിക്കണം. വിവാഹമോചനം വിധിയാകും.'

'അപ്പോ, അത്രേം കാലം എന്റെ ഭാര്യടെ ശമ്പളപ്പിട്യ്യോ?'

'ഒക്കെ അമ്മായമ്മയ്ക്ക് കൊടുക്കണം. അതൊക്കെ കുറച്ചുകാലത്തേക്കല്ലേ? ക്ഷമിക്ക്.'

'ഉം, പിന്നെ?'

'അങ്ങനെ ഭാര്യയും അമ്മായമ്മയുമായി വളരെ സ്നേഹത്തിൽ ജീവിക്കണം. മാസാമാസം ശമ്പളം അമ്മായമ്മയെ ഏൽപിക്കണം. എന്നിട്ട് ഭാര്യ കരഞ്ഞുപറയണം: 'അമ്മേ, ഇനിക്കൊരു ഗതീല്ല. മാപ്ലല്ല, കുട്ട്യോളൂല്ല. അപ്പൊ അമ്മായമ്മയുടെ മനസ്സ് അലിയും. ആ സമയം നോക്കി ഇഷ്ടദാനം എഴുതി ക്കണം. ഇതെല്ലാം ഭാര്യേനെ സ്കൂളിൽ ചെന്നു കണ്ട് ഇട്ടിക്കുരു ഉപദേശിക്കണം. നടക്കും.'

'ഇതപ്പിടീം ശെര്യായില്ലെങ്കിലോ?'

'ഇല്ലെങ്കിൽ ഭാര്യേനെ സ്കൂളിൽനിന്ന് വിളിച്ചോണ്ടുവന്ന് പഴേമാതിരി ജീവിച്ചോ. എന്താ നഷ്ടം? നിസ്സാരമായ കുറച്ചു ചെലവുകൾ. കാര്യം നടന്നാലോ? രണ്ടരലക്ഷം. എന്താ വേണ്ടേച്ചാ നിശ്ചയിച്ചോ.'

ഇട്ടിക്കുരു നിർദാക്ഷിണ്യം വിരലുകൾ പൊട്ടിച്ചും തല മാന്തിപ്പൊളിച്ചും ഇരുന്നാലോചിച്ചു. അവസാനം പറഞ്ഞു:

'എന്നാ വക്കീലേ, നാളെന്നെ കൊടുക്കണം കേസ്.'

'കൊടുക്കാലോ.'

'ഞാൻ അവളോട് ആലോചിച്ചിട്ടു നാളെ വരാം.'

'മതി, നല്ലോണം ആലോചിച്ചിട്ട് മതി.'

ഇട്ടിക്കുരു ഭാര്യയെ ഭാര്യവീട്ടിൽ കൊണ്ടാക്കി.

വിവാഹമോചനത്തിനുള്ള കേസ്, ഇട്ടിക്കുരുവിനുവേണ്ടി ചേറപ്പായി തന്നെ ഫയൽ ചെയ്തു – സ്വാമിയുടെ മേൽനോട്ടത്തിൽ.

പിന്നെ ഇട്ടിക്കുരു ചോദിച്ചു:

'അപ്പോ ഇന്റെ ഭാര്യയുടെ വക്കീലോ? നമ്മടെ കസ്റ്റഡീല്ള്ള വക്കീലന്നെ വേണം.'

'വേണന്നോ? എന്താ സംശയം? എനിക്ക് വളരെ വിശ്വാസള്ള ഒരു വക്കീലുണ്ട്. കുരിയാക്കോസ് വക്കീൽ. നല്ല വക്കീലാ. നമ്മുടെ കേസ് നന്നായി നടത്തും. ഇന്നോട് ചോദിക്കാണ്ടെ ഒരു കടലാസ് കോടതീല് കൊടുക്കില്ല. പോരെ?'

'മതി ധാരാളം.'

വിധി കിട്ടി. വിവാഹമോചനം അനുവദിച്ചു.

ഇട്ടിക്കുരു ചേറപ്പായിയെ കെട്ടിപ്പിടിച്ചു.

ചേറപ്പായിയുടെ നിർദേശപ്രകാരം വിധി പറഞ്ഞ ദിവസം ഇട്ടിക്കുരുവിന്റെ ഭാര്യ അമ്മയുടെ മടിയിൽ വീണു അലമുറയിട്ടു.

നാട്ടുകാരും ബന്ധുക്കളും വന്നു കണ്ണീർ പൊഴിച്ചു. എല്ലാവരും ഒരേ സ്വരത്തിൽ പറഞ്ഞു:

'ദുഷ്ടൻ ഇട്ടിക്കുരു. ഇനി ഇവൾക്കാരുണ്ട്. അമ്മയല്ലാതെ.'

അപ്പോൾ നാട്ടുകാരിൽ ചിലർ:

'എന്നാലും മൂന്നിലൊരു ഭാഗം അവകാശംല്ലേ? ഇട്ടിക്കുരു ഉപേക്ഷിച്ചോണ്ട് ഇവളങ്ങോട്ട് ഒലിച്ചുപുവ്വൊന്നൂല്ല.'

നാട്ടുകാരുടെ കൂട്ടത്തിൽ ചേറപ്പായിയും ഇട്ടിക്കുരുവും റിഹേഴ്സൽ നടത്തിവിട്ട പാപികളും ചുങ്കക്കാരും ഉണ്ടായിരുന്നു.

പിന്നെ ശമ്പളം കിട്ടിയപ്പോൾ അതു മുഴുവൻ അമ്മയ്ക്കു കൊടുത്ത് ഇട്ടിക്കുരുവിന്റെ എക്സ് ഭാര്യ കരഞ്ഞു:

'അമ്മേ, ഇനിക്ക് ഇനി അമ്മല്ലാണ്ടെ ആരൂല്ലല്ലൊ.'

അമ്മ മനസ്സലിഞ്ഞ് ശമ്പളസംഖ്യ മുഴുവൻ കൃത്യമായി എണ്ണിനോക്കി മടിയിൽത്തിരുകി.

അടുത്തമാസവും അതുതന്നെ ആവർത്തിച്ചു. മകളുടെ നിറുത്താത്ത കരച്ചിൽ.

ഏടത്തിമാരും, കെട്ട്യോമ്മാരും വിപത്ത് മണത്തറിഞ്ഞ് അമ്മയുമായി ഗൂഢാലോചന നടത്തി:

'അവള് ചെറുപ്പല്ലെ? ജോലീല്ലെ? വേറെ കല്യാണം കഴിച്ചോട്ടെ. ജോലീള്ള തോണ്ട്, വല്യ സ്ത്രീധനോന്നും കൊടക്കണ്ടുവരില്ല. വല്ല പത്തോ പതിനഞ്ചോ മത്യാവും.'

അമ്മ അതു പറഞ്ഞുനോക്കി.

'അയ്യോ, ഇനിക്കിനി കല്യാണേ വേണ്ട. മത്യായി.'

അമ്മയുടെ മനസ്സലിഞ്ഞു. ആധാരം എഴുതുന്നവനെ അമ്മ വിളിപ്പിച്ചു. എഴുതടോന്ന് പറഞ്ഞു.

എഴുതി. മൂന്നിലൊന്ന് വസ്തു ഇഷ്ടദാനം. ധാനാധാരം രജിസ്ട്രാക്കി. അതിനു വന്ന ചിലവൊക്കെ മകളുടെ ശമ്പളത്തിൽനിന്നുതന്നെ എടുത്തു കൊടുത്തു അമ്മ.

എല്ലാം കഴിഞ്ഞ് ഇട്ടിക്കുരു ചേറപ്പായിയുടെ ഓഫീസ്സിൽ ഓടിയെത്തി:

'വക്കീലേ, വക്കീല് പറഞ്ഞമാതിരി കാര്യപ്പിടി നടന്നു. ഇനി ഞാൻ എന്താ ചെയ്യണ്ടെ?'

ഒരു നിമിഷം കളയാതെ ചേറപ്പായി:

'എന്താ ചെയ്യണ്ടേന്നോ? ഉടനെ പതിനായിരം കൊണ്ടന്നോ, ധൈര്യാ യിട്ട്, സ്കൂളീന്ന് ഭാര്യടെ കയ്യും പിടിച്ച് വീട്ടിലേക്ക് കൊണ്ടുപോയ്ക്കോ.'

ഇട്ടിക്കുരു മുടിപിടിച്ചു വലിച്ചു പറിച്ചും, തുടയ്ക്ക് തല്ലിയും അട്ട ഹസിച്ചു:

'നാളെ ഞാനും ഭാര്യേം കൂടി, ഉറുപ്പ്യേം കൊണ്ടുവരും. ഈ ഇട്ടിക്കുരു പറഞ്ഞ വാക്ക് തെറ്റിക്കില്ല. കൊട്ടടയ്ക്ക അപ്പിടീം വിറ്റു.'

ഇട്ടിക്കുരു പഴയപോലെ ഉമ്മറവും മുറ്റവും ചവുട്ടി മെതിച്ചു പോയി.'

പറഞ്ഞപോലെ, പിറ്റേന്ന് ഇട്ടിക്കുരു വന്നു.

ചേറപ്പായിക്ക് കടിച്ചാൽപൊട്ടാത്ത സന്തോഷം.

'എന്താ ഇട്ടിക്കുരൂ? ഭാര്യോ?'

'അതപ്പിടീം പറയാനാ വക്കീലേ ഞാൻ വന്നേ. രണ്ടു ലക്ഷം ഉറുപ്യേം, മാസമാസ ശമ്പളോം ആരെങ്കിലും വേണ്ടാന്ന് വെക്ക്യോ? ആ കുരിയാ ക്കോസ് വക്കീല് ഇന്റെ ഭാര്യേനെ റൈഷ് കല്യാണം കഴിച്ചു. അവൾക്ക് ഇനി കുട്ടീംണ്ടാവും.'

ചേറപ്പായിയും ഇട്ടിക്കുരുവും ബോധംകെട്ടുവീണ്, കെട്ടിപ്പിടിച്ചു കിടന്നു കരഞ്ഞു.

■

അത്യന്താധുനിക ഫുട്ബാൾ

ചേറപ്പായി അന്നു നേരത്തെ ഉണർന്നു.

കിടക്കയിൽ എഴുന്നേറ്റു നിന്നു.

തലയും മുഖവും കുലുക്കി.

ഹാങ് ഓവർ കുടഞ്ഞുകളഞ്ഞു.

ഒരു കട്ടൻകാപ്പിക്കായി കണ്ണു മിഴിച്ചു നോക്കുമ്പോൾ ഉറക്കമുറിയുടെ മറ്റൊരറ്റത്തായി കൂർക്കം വലിച്ചുറങ്ങുന്ന കൊച്ചുറോത.

'നിന്റെ അവസാനത്തെ ഒറക്കം. ചൂലേ.'

ചേറപ്പായി ശപിച്ച്, അടുക്കള പൂകി.

കട്ടനും കാപ്പിയും നിർമിച്ചു. രണ്ടും വെവ്വേറെ ഗ്ലാസ്സുകളിൽ കൃത്യമായി ഒഴിച്ചു കുടിച്ച് അഗ്നിശമനം വരുത്തി. കണ്ണാടിക്കു മുന്നിൽ ചെന്നിരുന്ന്, തനിക്കേറ്റവും സുഖം കിട്ടുന്ന മുഖക്ഷൗരം നടത്തി. ഓഫീസ് മുറിയിൽ ചെന്നിരുന്ന്, മേശപ്പുറത്തു നോക്കി.

അന്ന് നടത്തേണ്ടതായ കേസ്സുകെട്ടുകളുടെ ഉയരം നോക്കി.

ഉദ്ദേശം ഒന്നര അടി, തൂക്കം? തൂക്കം നോക്കിയില്ല. ഫീസ് കിട്ടുന്ന തനുസരിച്ച്, ഫയലുകൾക്ക് തൂക്കം കൂടും.

കേസ് ഫയലുകൾ ഓരോന്നെടുത്ത്, നാട അഴിച്ചുതുറന്ന് പഠിച്ചു. കുറിപ്പുകൾ എഴുതി.

ചിന്തയിലാണ്ടു.

ഉച്ചയ്ക്ക് ലഞ്ചിന് മജിസ്ട്രേട്ട് ഇറങ്ങുംമുമ്പേ, ഏറ്റവും പുരാതനമായ രണ്ടേ രണ്ടു കേസ്സുകൾ മാത്രം നടത്തും.

ബാക്കി എല്ലാ കേസ്സുകളും നീട്ടേണ്ട ചുമതല തന്റെ ആജന്മ ശത്രുവും സ്ഥിരം ഗുമസ്തനുമായ കൃഷ്ണൻകുട്ട്യാർക്ക്. പിന്നെ വീട്ടിൽ വന്ന്—

നീഹാരം, ആഹാരം, നിദ്ര..... പിന്നെ മൈഥുനം. അതുമാത്രം വേണ്ട. കൊച്ചറോതയുമായി അത് സാദ്ധ്യമല്ല. ചന്ദനാദി എണ്ണ ദേഹം മുഴുവൻ തിരുമ്മി. നറും ചൂടുവെള്ളത്തിൽ നീഹാരം. അപ്പോൾ ആത്മാവും ആമാശ യവും ഒരുപോലെ പിടയും. ആ സമയത്ത്. വിസ്കി മൂന്നു ലാർജ്.

10

പിന്നെ ആഹാരം. കടുക് മസാലകൾ ചീനച്ചട്ടിയിലിട്ട് മൂപ്പിച്ച് ഇരുണ്ടു കൊഴുത്ത പോർക്കിറച്ചി. കടുമാങ്ങ. കട്ടിത്തൈര്. തുമ്പപ്പൂനാണിക്കും ചോറും. അതു കഴിഞ്ഞാൽ—

നിദ്ര, സുഖസ്വപ്നങ്ങൾ. അവിടെ വിശാലാക്ഷി. സൗദാമിനി. എത്ര പേരായാലും ഭേഷ്. മുഷിയില്ല.

ചേറപ്പായി കാതോർത്തിരുന്നു. ഫീസുമായി വരുന്ന കക്ഷികളുടെ കാൽ പാദശബ്ദങ്ങൾക്കായി.

കലണ്ടർ എടുത്ത് ഭൂതക്കണ്ണാടിയുടെ സഹായത്താൽ അക്കങ്ങളും അക്ഷര ങ്ങളും ഗവേഷണം നടത്തി. അത്ഭുതം.

രാഹുകാലം! അശുഭമുഹൂർത്തം.

അപ്പോൾ അതിലേക്ക് ഗുമസ്തൻ കൃഷ്ണൻകുട്ട്യാര് തല നീട്ടി പതുക്കെപ്പറഞ്ഞു:

'അത്യാവശ്യായിട്ട് ഭാര്യവീട്ടിൽ പോണം.'

'കേസ്സൊക്കെ ഇവിടുത്തന്നെ നോക്കണം. രണ്ടു ദിവസം കഴിഞ്ഞു വരും. നാളെ രണ്ടാം ശനി. പിറ്റേന്ന് ഞായറാഴ്ച.'

'ഇന്നന്നെ ഭാര്യവീട്ടില് പോകാൻ എന്താ തെരക്ക്? വയസ്സ് കൊറെ ആയില്ല്യേ?'

'ആയി. എനിക്ക് നെഞ്ചുവേദന, വായുമുട്ട്, മൂലക്കുരു, വരട്ടുചൊറി, കുറച്ചു ചികിൽസ ആവാംന്ന് നിരീച്ചു.'

എന്നാ പോയി ചത്തോ മാവ് രണ്ടെണ്ണം ഇവിടന്ന് മുറിച്ചോ എന്നു പറയണമെന്ന് തോന്നിയെങ്കിലും ദേഷ്യം അടക്കിപ്പിടിച്ചിരുന്നു. കേസ്സുകെട്ടുകൾ കൃഷ്ണൻ കുട്ട്യാരുടെ മുഖത്തെറിയണമെന്നു നിശ്ചയിച്ചു.

ആ ക്രൂരകൃത്യം ചെയ്യുന്നതിനുമുമ്പേ, കക്ഷികൾ ഓരോരുത്തരായി വരുന്നതു കണ്ട് ക്ഷമിച്ചു.

കക്ഷികളുമായി കേസ്സുകാര്യങ്ങൾ ഗൗരവമായി സംസാരിക്കുന്ന തിനിടയിൽ ഫോൺ നിർത്താത്ത മരണമണി. റിസീവർ എടുത്ത് ചേറപ്പായി കുരച്ചു.

'ഹലോ, എന്തുവേണം?'

അപ്പോൾ സ്വാമി വക്കീലിന്റെ ശബ്ദം: 'ചേറപ്പാ, നിന്റെ കക്ഷികൾ ഒക്കെ വന്നോ?'

'വന്നു. വരുന്നു. വന്നുകൊണ്ടേയിരിക്കുന്നു. ഞാൻ തിരക്കിലാണ്. എന്താ കാര്യം?'

'അത്ര വലിയ തിരക്കൊന്നും വേണ്ട, ചേറപ്പാ. എല്ലാ കക്ഷികളിൽ നിന്നും ഫീസ് കൃത്യമായി വാങ്ങ്. ഇനി ഒരു പരമരഹസ്യം. ഇന്ന് മജിസ്ട്രേട്ട് ലീവാ.'

ചേറപ്പായി ഉടനെ റിസീവർ ക്രേഡിലിൽ അമർത്തിപ്പിടിച്ചു. ആ രഹസ്യം കക്ഷികൾ കേട്ടാലോ?

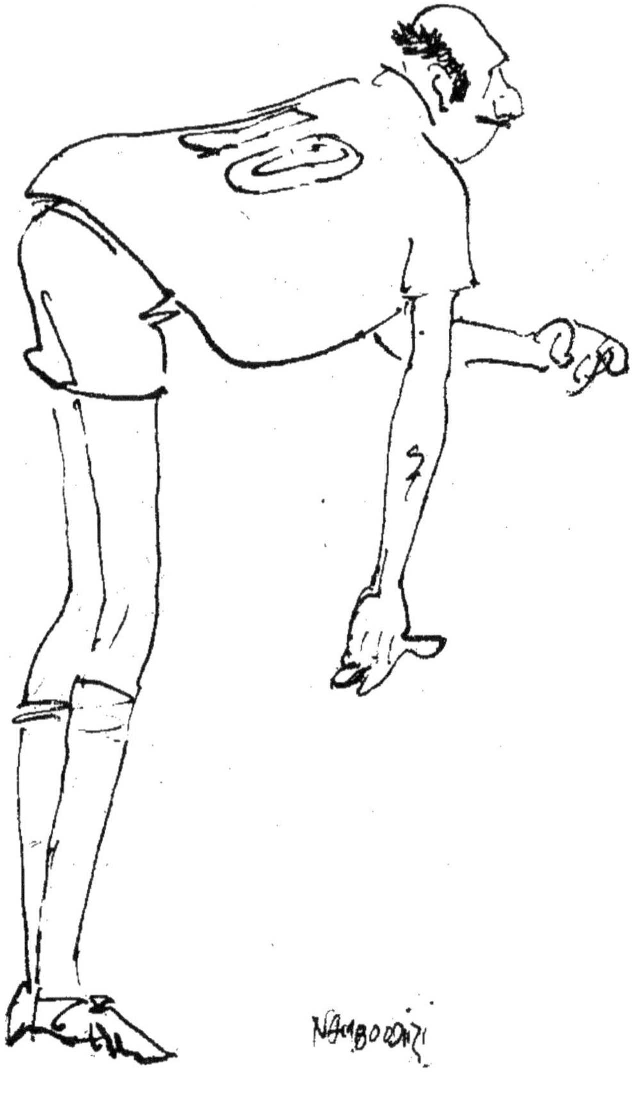

അക്ഷോഭ്യനായി ചേറപ്പായി. എല്ലാ കക്ഷികളുമായി ഓരോ കേസ്സു കളുടെയും വിശദാംശങ്ങൾ വിശകലനം ചെയ്തു നോട്ടു കുറിച്ചു. കൃത്യമായി ഫീസ് വാങ്ങി അവരോട് താൽപര്യപൂർവം പറഞ്ഞു:

'കൃത്യം പതിനൊന്നു മണിക്ക് എല്ലാവരും കോടതിയിൽ വരണം. ഞാനിതാ വരുന്നു.'

കോടതിയിലെത്തിയ കക്ഷികൾ അന്ന് കോടതി മുടക്കമാണെന്ന റിഞ്ഞപ്പോൾ ഐകകണ്ഠ്യേന ശപിച്ചും തെറി പറഞ്ഞും സൊറ പറഞ്ഞും പിരിഞ്ഞു.

അതിനുശേഷം ബാർ അസോസിയേഷൻ ഹാളിൽ വക്കീലന്മാർ ചെന്നിരുന്നു. രാഷ്ട്രീയമായും സാമുദായികമായും ഗൗരവമായി സംസാരം.

അപ്പോൾ ബാർ അസോസിയേഷൻ പ്രസിഡന്റ് ചേറപ്പായിക്ക് ഒരു കത്തുമായി ഒരു പയ്യൻ. ചേറപ്പായി കത്ത് നിശിതമായി പഠിക്കുമ്പോൾ, സ്വാമി വക്കീൽ അടുത്തുചെന്ന് കുറിയ വട്ടക്കണ്ണുകൾ കത്തിലേക്ക് എയ്ത് ചേറപ്പായിയോട് രഹസ്യമായി:

'എന്താ കത്ത്! വിശാലത്തിന്റെ?'

'അല്ല.'

ചേറപ്പായി കത്ത് സ്വാമിക്ക് കൊടുത്തു.

കത്തു വായിച്ച് സ്വാമി വക്കീലന്മാർക്ക് വിശദീകരണം.

കുഞ്ചാരിക്കാവ് പഞ്ചായത്തിൽ ചേറപ്പായി പ്രസിഡണ്ടായിരുന്നപ്പോൾ നിർമിച്ച 'കൊച്ചുറോത മെമ്മോറിയൽ' സ്റ്റേഡിയത്തിൽ വാശിയേറിയ ഒരു ഫുട്ബോൾ ടൂർണമെന്റ് നടക്കുന്നുണ്ട്. ഈ ഞായറാഴ്ച അതിന്റെ ഫൈനൽ. സമ്മാനദാനച്ചടങ്ങിൽ വകുപ്പു മന്ത്രി, കലക്ടർ, തഹസിൽ ദാർ, വില്ലേജ് ഓഫീസർ മുതലായവർ സകുടുംബം പങ്കെടുക്കുന്നതും സമ്മാന ദാനം കലക്ടറുടെ ഭാര്യ ഉദ്ഘാടനം ചെയ്ത് നാമാവശേഷ മാക്കി, ഉദകക്രിയയ്ക്കായി മന്ത്രിക്ക് ഇട്ടുകൊടുക്കുന്നതുമാണ്.

ജോർജുകുട്ടി ഉടനെ പറഞ്ഞു:

'ആ സുദിനത്തിൽ നമ്മൾ പങ്കെടുക്കണം.'

സ്വാമി കത്തു നോക്കി പറഞ്ഞു:

'അതുകൊണ്ട് മാത്രമായില്ല. വാശിയേറിയ ഫൈനൽ മൽസരത്തിനു മുമ്പ് ഒരു നല്ല എക്സിബിഷൻ മാച്ച് വേണമെന്ന് നിശ്ചയിച്ചിട്ടുണ്ട്. ചേംബർ ഓഫ് കൊമേഴ്സിന്റെ ഒരു ടീം ടൂർണമെന്റ് കമ്മിറ്റി സജ്ജ മാക്കിയിട്ടുണ്ട്. അതിനെ എതിരിടാൻ ബാർ അസോസിയേഷൻ വക ഒരു ടീം വേണം. വിജയികൾക്ക് പുരസ്കാരങ്ങൾ, പ്രശംസാപത്രങ്ങൾ, തുത്തനാക മെഡലുകൾ ഈയം പൂശിയത് മുതലായവ. നമ്മൾ ഒരു ടീം കൊടുക്കണമെന്ന് ചുരുക്കം.'

ചേറപ്പായി ആറടി ഉയരത്തിൽ എഴുന്നേറ്റുനിന്നു പ്രഖ്യാപിച്ചു:

'തീർച്ചയായും നമ്മൾ ടീം കൊടുക്കണം. ഞാനാണ് കേപ്റ്റൻ. എല്ലാ വക്കീലന്മാരും ടീമിൽ വേണം. നിശ്ചയമായും.'

വൃദ്ധനായ പാവുണ്ണിവക്കീൽ പതുക്കെ പറഞ്ഞു:

'എടാ ചേറപ്പാ, ഞാൻ പണ്ടൊക്കെ കളിച്ചിട്ടുണ്ട്. ഇപ്പോ ഇനിക്ക് ഓടാനൊന്നും വയ്യ.'

'ശരി. പാവുണ്ണ്യേട്ടൻ, ഗ്രൗണ്ടിൽ ഇറങ്ങി കളിക്കേണ്ട. എന്നാലും വരണം ടീം മാനേജർ ആയി.'

'എന്നാ നീ കാറു കൊടുത്തയയ്ക്കണം.'

സ്വാമി കുറച്ചുനേരം ആലോചിച്ച്:

'പാവുണ്ണ്യേട്ടന് കൊച്ചുവർക്കീടെ കാറ് കൊടുത്തയയ്ക്കാം. എനിക്ക് ഓടാൻ വയ്യ. എന്നാലും ഗോളി ആയി നിൽക്കാം.'

അപ്പോൾ ജോർജുകുട്ടി വക്കീൽ:

'ഞാൻ ടീമിൽ ഉണ്ട്. മാത്രമല്ല, ഗംഭീരമായി കളിക്കും. ഞാൻ എന്റെ കോളേജ് ടീം കേപ്റ്റൻ ആയിരുന്നു. പക്ഷേ, നമ്മുടെ ടീമിൽ പതിനൊന്നു വക്കീൽമാർ വേണ്ടേ?'

ചേറപ്പായി സംശയാസ്പദമായി പറഞ്ഞു:

'പതിനൊന്നു വക്കീലന്മാർ ഇല്ലെങ്കിൽ, നമ്മുടെ ചില ഗുമസ്തന്മാരെ എടുക്കാമല്ലോ?'

അപ്പോൾ ജന്മനാ കമ്യൂണിസ്റ്റും സ്ഥിതിസമത്വ രാഷ്ട്രീയമീമാംസ കളിൽ അടിയുറച്ച് വിശ്വസിക്കുന്നവനുമായ രാമകൃഷ്ണൻ വക്കീൽ എഴുന്നേറ്റു നിന്ന് ഉച്ചൈസ്തരം പ്രസ്താവിച്ചു:

'എനിക്ക് ഫുട്ബാൾ നന്നായറിയാം. വായിച്ച് മനഃപാഠമാക്കിയിട്ടുണ്ട്. പക്ഷേ, ഗുമസ്തന്മാർ ഉൾപ്പെടുന്നതാണ് വക്കീലന്മാരുടെ ടീം എങ്കിൽ ഞാൻ കളിക്കില്ല. അത് എന്റെ അന്തസ്സിനെ, സ്റ്റാറ്റസിനെ ബാധിക്കുന്ന പ്രശ്നമാണ്. എന്റെ പാർട്ടിയുടെ സൂനദോസ് കൂടി, ചർച്ച ചെയ്ത് അനുവാദം തന്നാൽ മാത്രമേ ഞാൻ ടീമിൽ ചേരുകയുള്ളു.'

ചേറപ്പായി ഉടനെ പറഞ്ഞു:

'എന്നാൽ, രാമകൃഷ്ണൻ ഔട്ട്. അതാണ് കേപ്റ്റന്റെ തീരുമാനം.'

വക്കീൽ ഗുമസ്തടീം പതിനൊന്നു പേരും മൂന്ന് എക്സ്ട്രാകളും കൂടിയുള്ള തീരുമാനം കഴിഞ്ഞപ്പോൾ സ്വാമി ചോദിച്ചു:

'ചേറപ്പാ, നമ്മുടെ ടീം ജയിച്ചില്ലെങ്കിലോ?'

'സ്വാമി, കവലപ്പെടാത്. വഴി ഞാൻ കണ്ടിട്ടുണ്ട്. നമ്മൾ ജയിച്ചി ല്ലെങ്കിലും ചേംബറിന്റെ കച്ചവടക്കാർ നമുക്ക് ഗോളടിക്കില്ല. ഉറപ്പ്.'

'എന്നാൽ, നിനക്ക് ഒരു കുപ്പി സ്കോച്ച്. പക്ഷേ, ചേംബർ ഗോളടി ച്ചാലോ?'

'സ്വാമിക്ക് ഒരു സ്കോച്ച്. എഗ്രീഡ്?'

'എഗ്രീഡ്.'

പഴയ പെട്ടി തുറന്ന്, ഒരു ട്രൗസർ തപ്പിയെടുത്ത് ധരിച്ച്, ചേറപ്പായി തന്റെ ടീമിനെ ഗ്രൗണ്ടിലേക്ക് നയിച്ചു.

തിങ്ങിവിങ്ങിയ കാണികൾ പുറത്ത് മരക്കൊമ്പുകൾവരെ, വിശിഷ്ടാതിഥികൾ മുൻനിരയിൽ.

കോയിൻ ടോസ് ചെയ്തു.

കിക്ക് ഓഫ് ചേറപ്പായിക്ക്.

വിസിൽ!

ചേറപ്പായി പന്ത് ചവിട്ടി കൂട്ടിയടിച്ചത് ചേംബറിന്റെ ഗോൾപോസ്റ്റിനു മുമ്പിൽ!

പിന്നെ നടന്ന കളിയിൽ തോൽവി നിശ്ചയം എന്ന് മനസ്സിലാക്കിയപ്പോൾ ചേറപ്പായി ഒരു ടൈംഔട്ട് ആവശ്യപ്പെട്ടു. ടീമംഗങ്ങളെ അടുത്തുവിളിച്ച് ചേറപ്പായി രഹസ്യനിർദ്ദേശങ്ങൾ.

വീണ്ടും കളിതുടങ്ങി.

അപ്പോൾ അവിടെ കണ്ട വിസ്മയം!

അന്നുവരെ ലോകം ദർശിച്ചിട്ടില്ലാത്ത അത്യന്താധുനിക ഫുട്ബോൾ കളി. കാണികളിൽ പലർക്കും വിശിഷ്ടാതിഥികളിൽ ചിലർക്കും മോഹാലസ്യത്തിന്റെ ആദ്യലക്ഷണങ്ങൾ! എന്നിട്ടും ശ്വാസമടക്കി കളി കണ്ടു.

ചേറപ്പായിയുടെ ഗോൾമുഖത്ത് ചേംബറിന്റെ വ്യാപാരി വ്യവസായികൾ കൊടുങ്കാറ്റുകളുടെ ഉടുതുണി അഴിച്ചിട്ട് നഗ്നമായ ആക്രമണങ്ങൾ അഴിച്ചുവിട്ടു.

അപ്പോൾ ഗോൾമുഖത്ത്, പോസ്റ്റുമുതൽ പോസ്റ്റ് വരെ, ചേറപ്പായിയുടെ പതിനൊന്നു കളിക്കാരും അണിനിരന്നുനിന്നു. പെനാൽട്ടി ഒഴിവാക്കാൻ കൈകൾ ഭദ്രമായി പിറകിൽ പിടിച്ച്.

ചേംബറിന്റെ കളിക്കാർ അവിടേക്കടിച്ച ഷോട്ടുകൾ ചേറപ്പായി ടീമിനെ നഖശിഖാന്തം സ്പർശിച്ച് തിരിച്ചുവന്നു.

വീണ്ടും ചേംബർ ടീം ചേറപ്പായിയുടെ ഗോൾമുഖത്തേക്ക് അശനിപാതങ്ങൾ അയച്ചു.

അപ്പോഴും ചേറപ്പായിയുടെ കളിക്കാരും ഗോളി ഗോസ്വാമിയും പോസ്റ്റുകൾക്കിടയിൽ അചഞ്ചലരായി നിരന്നുനിന്നു തടുത്തു.

അപ്പോൾ അമ്പയർമാർ എന്തു ചെയ്യണമെന്നറിയാതെ കുഴങ്ങി. വെറുതെ നോക്കി നിൽക്കുന്നതു ശരിയല്ലെന്നു വിശ്വസിച്ച ഒരു അമ്പയർ വെറുതെ ഗ്രൗണ്ടിനു ചുറ്റും ഓടിനടന്നു.

വേറൊരു അമ്പയർ അമിതമായി അകത്താക്കിയ വാറ്റ് പുറത്തേക്കു ചാടും എന്ന സന്ദിഗ്ദ്ധാവസ്ഥയിൽ നിൽക്കക്കള്ളിക്കായി ഉറക്കെ പ്രഖ്യാപിച്ചു:

'ഈ ശവങ്ങളുടെ കളി കണ്ടിട്ട് ഇനിക്കു ഛർദ്ദിക്കാനാ തോന്നണേ!'

അതു പറഞ്ഞുതീരലും ഉടൻ ഭയങ്കര ശബ്ദകോലാഹലത്തോടെ ഛർദിച്ച് ഗ്രൗണ്ടിൽ മലർന്നടിച്ചു വീഴുകയും ചെയ്തു.

മറ്റൊരു അമ്പയർ കാണികൾക്കടുത്തുള്ള കുമ്മായവരയിൽ കിടന്നു. ഒരു കാണിയെ വിളിച്ചു രഹസ്യം പറഞ്ഞു:

'ഒരു നൂറ്റമ്പതു മില്ലി.'

അതുകേട്ട കാണി, ഇരിപ്പിടത്തിനടിയിൽനിന്നും ഇന്ദ്രജാലം. ഒരു ഗ്ലാസ് നിറയെ 'ശുദ്ധം' ഉയർത്തിപ്പിടിച്ച് മറ്റുള്ളവർ കേൾക്കാനായി ചോദ്യം:

'വെള്ളം വേണംല്ലേ?'

'വേണല്ലോ?'

കിടന്ന കിടപ്പിൽ ഗ്ലാസ് കാലിയാക്കിയ അമ്പയർ

'വെള്ളം ചേർത്തതു പോരാട്ടാ. ഉം.... ഇവറ്റകളോടെ കളി കഴിഞ്ഞാ ഇന്നെ വിളിക്കണം ട്ടോ.'

അതോടെ ആ അമ്പയർ കൂർക്കംവലിച്ചു.

ചേറപ്പായിയുടെ ഗോൾ നെറ്റ് ഒരിക്കലും കുലുങ്ങിയില്ല. സമയം കഴിഞ്ഞു.

ലോങ് വിസിൽ.

കാണി ചെന്ന് അമ്പയറെ കുലുക്കിയുണർത്തി.

'വല്ലതും സംഭവിച്ചോ?'

'ഇല്ല, ഡ്രോ.'

ടീമംഗങ്ങളുമായി വിശിഷ്ടാതിഥികളുടെ മുന്നിലൂടെ ചേറപ്പായി നടക്കുമ്പോൾ—

കൺപോളകളിലും കപോലങ്ങളിലും ചുണ്ടുകളിലും ചായം പൂശിയ ഒരു സ്ളീവ്‌ലസ് ചോദിച്ചു:

'മിസ്റ്റർ ചേറപ്പായി ഇങ്ങനെയാണോ ഫുട്ബാൾ കളി?'

ഉടനെ ഡോക്ടർ സാമുവേൽ ജോൺസൺ ചേറപ്പായിയിൽ ആവേശിച്ചു പറഞ്ഞു:

'Ignorance madame pure ignorance!'

'കഷ്ടം! എന്നാലും?'

ചേറപ്പായി തിരിഞ്ഞുനിന്നു പറഞ്ഞു:

'മേഡം കാലുകൊണ്ടു കളിക്കുന്ന പ്രശസ്തമായ ഒരു ഫുട്ബാൾ ടൂർണ മെന്റിന്റെ മഹത്തായ ട്രോഫി കണ്ടിട്ടുണ്ടോ? ഫുട്ബാളിന്റെ രണ്ടു വശ ത്തായി രണ്ടു കൈകൾ!'

'Ignorance madame pure ignorance!'

അപ്പോൾ കാണികളിലാരോ ചേറപ്പായിയെ വിളിച്ചു:

കേരള മറഡോണാ. ■

ഗൃഹാതുരത്തം

എഴുതിയ കടലാസുകൾ വലിച്ചുകീറി, ചുരുട്ടിക്കൂട്ടി ചവറ്റുകൊട്ടയിലെറിഞ്ഞ്, തല പുകഞ്ഞാലോചിച്ചും തുരുതുരാ ബീഡിവലിച്ചും ചേറപ്പായി വീണ്ടും എഴുത്തു തുടങ്ങി.

കുറച്ച് കഴിഞ്ഞ്, ഭാര്യ കൊച്ചുറോത മൂടിപ്പുതച്ചു കിടക്കുന്ന മുറിയിൽ ചെന്നു.

കൊച്ചുറോതയ്ക്ക് രണ്ടു നാലു ദിനങ്ങളായി പനി, തലവേദന, ജലദോഷം, ചേറപ്പായിയെ കണ്ടാൽ ദേഷ്യം, മൂക്കടപ്പ് മുതലായ രോഗങ്ങൾ.

രോഗം പകരും. ചേറപ്പായി പത്തടി അകലെ നിന്നു ചോദ്യം:

'നനിക്കു ഭേദംണ്ടാ?'

'ഇല്ല. ഡോക്ടരെ കൊണ്ടാ.'

'ഉറുപ്പ്യ നൂറ്റമ്പത് പൊടിയും, ഡോക്ടറ് നന്റെ സൂക്കടിന്നുള്ള മരുന്നല്ല എഴുതാ, ഇന്റെ സ്ഥിതിക്കുള്ള മരുന്നാ. വേണ്ട.'

'പിശുക്കൻ. ഇന്റെ അപ്പന്റെ കാശെത്ര കിട്ടീട്ടുണ്ട്?'

'കൊച്ചുറോതേ, ഇത് സൂക്കട് ഒന്നുല്ല. നനിക്കു വയറ്റിലുള്ളേന്റെ ലക്ഷണാ. ഹെൽത്ത് സെന്ററിലെ വിശാലാക്ഷീനെ കൊണ്ടരാം.'

'ആ രാക്ഷസീനെ ഇവിടെ കൊണ്ടന്നാൽ.....'

ജീരകവെള്ളം വച്ചിരുന്ന ഗ്ലാസ് കൊച്ചുറോത വലിച്ചെറിഞ്ഞു. ഛിന്നഭിന്നം.

അപ്പോൾ ചേറപ്പായി അനുനയത്തിൽ:

'എന്നാ സൂക്കട് മാറാൻ നല്ല മരുന്നുണ്ട്. നീ അലമാരീടെ താക്കോലു തായോ. രണ്ടു ഔൺസ് ബ്രാണ്ടി വെള്ളം ചേർക്കാണ്ടെ സേവിക്ക്. രണ്ടു മണിക്കൂർ, പിന്നെ നീ മണ്ടി നടക്കും.'

'ഉവ്വാ? എന്നാ അതു മതി.

'എന്നാ താക്കോലു തായോ.'

തലയണയ്ക്കടിയിൽ സേഫ്റ്റിപിന്നുകൊണ്ട് ബന്ധിച്ച താക്കോൽ എടുത്ത് കൊച്ചുറോത അലമാരിക്കടുത്തേക്ക്. അസഹ്യമായ സന്തോഷ ത്തോടെ ചേറപ്പായി പിറകെ ഓട്ടം.

അലമാരി തുറന്നു ബ്രാണ്ടിക്കുപ്പി എടുത്തു കൊച്ചുറോത.

'അടുക്കളേ പോയി ഒരു ഗ്ലാസു കൊണ്ടാ.'

ചേറപ്പായി ഓടി രണ്ടു ഗ്ലാസുമായി എത്തി.

അപ്പോൾ കണ്ട കാഴ്ചകണ്ട്, കാഴ്ച നശിച്ചുനിന്നു.

അലമാരി പൂട്ടി താക്കോൽ ബ്ലൗസ്സിനകത്തു ഇട്ടു കൊച്ചുറോത.

വെള്ളം ചേർക്കാണ്ടെ കുപ്പീന്നന്നെ കുടിച്ചു.

കൊച്ചുറോതയുടെ പത്തു തലമുറകളെ ശപിച്ച്, ഗ്ലാസ്സുകൾ എറിഞ്ഞുടച്ച് ഓഫീസ് റൂമിൽ ചെന്നിരുന്നു.

ഫോൺ എടുത്ത് സ്വാമി വക്കീലിനെ വിളിച്ചു:

'സ്വാമീ, ഞാൻ അങ്ങട്ടു വരട്ടേ?'

'വേണ്ട, ഇവിടെ ഒന്നുമേ ഇല്ല.'

'എന്നാ നമ്മക്കു പട്ടണത്തിലു പൂവ്വാം.'

'ഇന്നു സമ്പാദ്യം ഒണ്ണുമേ ഇല്ല.'

'എന്നാൽ, ചെലവു ഫിഫ്റ്റി-ഫിഫ്റ്റി?'

'No-'

'സ്വാമീ ഇന്റെ പ്രശ്നാ. സഹായിക്കണം.'

'ശരി, എന്നാൽ, മുഴുവൻ ചെലവും നീ.'

'സ്വാമി എവിടന്നാ ഇത്ര പിശുക്കു പഠിച്ചത്?'

'നീ പഠിപ്പിച്ചുതന്നത്. എന്നാ കൊറെ കാശും, കൊച്ചുവർക്കിയുടെ കാറും ആയി വാ.'

ചേറപ്പായി ശബ്ദം പുറത്തുവരുത്താതെ സ്വാമിയെ ശപിച്ച്, എഴുന്നേറ്റു.

മാതാവിനെ നോക്കി.

'നന്റെ കൊച്ചുറോതേനെ നിയ്യ് നോക്കിക്കൊ. ഞാൻ പൂവ്വാ.'

മാതാവിന്റെ ശബ്ദം ഒഴുകിവന്നു:

സെഖര്യാവേ, നീ എങ്ങോട്ട്? വീഞ്ഞു കുടിക്കുന്നവർ വീഞ്ഞാൽ എന്ന് നീ ഓർക്കുക.

മാതാവേ, നിന്റെ ഉപദേശമൊന്നും ഇപ്പോൾ വേണ്ട. ചേറപ്പായി പുറ ത്തിറങ്ങി.

പടിഞ്ഞാറുനിന്നുള്ള കോൺക്രീറ്റ് റോഡിൽനിന്നും കൊച്ചുവർക്കിയുടെ കാർ പട്ടണഹൃദയത്തിലേക്കു കയറുമ്പോൾ, നടയ്ക്കലേക്കു നോക്കി തൊഴുതു. പിന്നെ ഒരു ഡപ്പി പൊടി മൂക്കിനകത്തു കയറ്റി, കൊച്ചു വർക്കിയോട് ആജ്ഞാപിച്ചു:

'എഡാ നിന്റെ ശകടം നിർത്ത്.'

അമ്പലമൈതാനത്തിലെ പുൽത്തകിടിയിലിരുന്നു.

'എഡാ ചേറപ്പാ, ഇരിക്ക്.'

ചേറപ്പായി ബഹുമാനത്തോടെ:

'വേണ്ട സ്വാമീ. ഞാൻ ഇവിടെ കെടന്നോളാം.'

'കിടക്ക്. ഇനി കൊച്ചുവർക്കി, അരഡസൻ മസാലദോശ, വിസ്കി ഒരു കുപ്പി, രണ്ടു ഗ്ലാസ്, അതിലൊന്ന് വൃത്തിയായി കഴുകിയത്. പിന്നെ ചേറപ്പൻ കഴിക്കുന്ന വൃത്തികേടുകളും. കാശ്, ചേറപ്പാ കൊട്. ശീഘ്രം.'

ചേറപ്പായി പൊട്ടിക്കരഞ്ഞു നോട്ടു തിരുമ്മി.

'ഇനി എന്താ നിന്റെ പ്രശ്നം?'

'ഇപ്പൊ പറയാൻ വയ്യ. ഇന്റെ മൂഡ് ഇപ്പോ എന്താന്ന് സ്വാമിക്കു വല്ല വിവരോംണ്ടാ?'

'ഉവ്വ്. തേങ്ങേടെ മൂഡ്....'

പെട്ടെന്ന് കൊച്ചുവർക്കി മുന്നിൽ.

സ്വാമിയുടെ മുന്നിൽ ചുമടിറക്കി, രണ്ടടി മാറിനിന്ന് ഭവ്യതയോടെ കൊച്ചു വർക്കി:

'കൊച്ചുവർക്കി രണ്ടു ഗ്ലാസ്സല്ല, മൂന്ന് ഗ്ലാസ് കൊണ്ടന്ന്ട്ട്ണ്ട്ട്ടാ.'

'ഉ.... സ്വാമി ഒന്നമർത്തി മൂളി, കുപ്പിയുടെ കഴുത്ത് നിഷ്കരുണം ഞെരിച്ചു.'

കൃത്യം മുപ്പതു മിനിട്ടുനേരത്തെ Silent Star Wars-ന് ശേഷം, സ്വാമി അടർക്കളം നോക്കി പറഞ്ഞു:

'കൊച്ചുവർക്കീ, ഒരു പകുതികൂടി ആവാം.'

ചേറപ്പായി ഭയപ്പെട്ടു വാ പൊളിച്ചു.

'എഡാ, ഭയപ്പെടാതെ. സംഖ്യ ഞാൻ കൊടുക്കുമേ. Let the sophisticated weaponary arrive.'

പെയ്ത മഞ്ഞ്, വിയർപ്പുകണങ്ങളായി മാറിയ നെറ്റി തുടച്ച് ഒരു അമ്പതു ഗ്രാം പൊടി വലിച്ച് മലർന്നുകിടന്നു സ്വാമി.

'ചേറപ്പാ ഇനി ശൊല്ല്.'

'സ്വാമീ, ഞാൻ വക്കീലായി, പഞ്ചായത്തു പ്രസിഡണ്ടായി, എം.എൽ.എ. ആയി.'

'ഉം—'

'പിന്നെ മന്ത്രിയായി. ഇപ്പോൾ എക്സ് മിനിസ്റ്റർ ഇനി....?'

'ഇനി നിനക്കു മനഃസമാധാനത്തോടെ ചാകാം.'

'അതിനു മുമ്പ്?'

'പുണ്യസ്ഥലങ്ങളിൽ പോകുന്നതു നല്ലതാ.'

'അതല്ല സ്വാമീ, കുറച്ചുകാലമായി ഇനിക്കു വല്ലാതെ കവിത വരുന്നു.'

സ്വാമി ഞെട്ടിയെണീറ്റു പൊടുന്നനെ പത്മാസനത്തിൽ:

'എന്ത് കവിതയോ? നിനക്കോ? ലോകാവസാനത്തിന്റെ ആദ്യ ലക്ഷണം! നീയോ ഒരു Scoundrel, and politics is the last refuge of a Scoundrel. അതുകൊണ്ടു നിന്നെ ഞാൻ രാഷ്ട്രീയത്തിൽ കുത്തി ത്തിരുകി. ഇനി?'

'ഇനിക്ക് ധാർമികരോഷം. ഈ ജനാധിപത്യം....'

'നിർത്ത്. നിനക്ക് ഡെമോക്രസിയുടെ ഡെഫനിഷൻ അറിയാമോ?'

'ഇപ്പോ ഓർമ്മേല്ല. സ്വാമി പറഞ്ഞോ.'

DEMOCRACY.... It is the Government OFF the people. BUY the people, and FOOL the people.

'സത്യം. ഇനി ഇന്റെ കവിതേടെ പേര് കേട്ടോ. കടുകട്ടി അത്യന്താ ധുനികം.'

'ശൊല്ല്.'

'ഗുഹാതുരത്വത്തിന്റെ അസ്ഥിത്തം.' അർത്ഥം മനസ്സിലായോ സ്വാമിക്ക്?

'ആദ്യപകുതിയുടെ അർത്ഥം മനസ്സിലായി.'

'എന്താ?'

'Caveman instinct ധാരാളമുള്ള നീ വീണ്ടും ഗുഹകളിലേക്കു തിരിച്ചുപോകാൻ ആഗ്രഹിക്കുന്നു. പിന്നെ അസ്ഥിത്തം. അർത്ഥം തെരിയില്ല.'

'ഇനിക്കും കൃത്യമായി അറിയില്ല. എന്നാലും ഗുഹകളിൽ പഴയ അസ്ഥികൾ കാണുമല്ലോ? അതന്നെ. പിന്നെ, രഹസ്യാട്ടാ. ഇന്റെ കവിത നന്നായി ട്ട്ണ്ട്ന്നു പറഞ്ഞു, വിശാലാക്ഷി.'

'ങേ! വിശാലത്തിനു കവിത വരുമോ?'

'വരുവോന്നൊ? വിശാലാക്ഷി ഇന്നോട് ഒരു കവിത പാടി: 'പ്രാണനാഥ നെനിക്കു നൽകിയ പരമാനന്ദ സുകം. പിന്നെ കൊങ്കകളിമ്മേല് അങ്കം വെട്ടി ന്നൊക്കേണ്ട്. സ്വാമീ, വിശാലാക്ഷീടെ പാട്ടും നോട്ടോം.... സഹിക്കില്ല.'

സ്വാമി പത്മാസനത്തിൽനിന്ന് ശവാസനത്തിലേക്കു തളർന്നുവീണ് വിലാപം—

'അപ്പോൾ ഞാൻ അറിയാതെ നിങ്ങൾ.....?'

'ഏയ്, ഒന്നുണ്ടായിട്ടില്ല. ഹെൽത്ത് സെന്ററില് വച്ചാ. ആരൂല്ലാത്തപ്പോ, ഇന്റെ അട്ത്ത്ന്ന് ഒരഞ്ചടി ദൂരം കുലുങ്ങി കുണുങ്ങി നടന്ന്, പകുതി തിരിഞ്ഞു നിന്ന് ഒരു ഒളിനോട്ടം. എന്നിട്ടാ പാടീത്. ഇനിക്ക് ഹൃദയ സ്തംഭനംണ്ടായി.'

സ്വാമി ആയാസപ്പെട്ട് എണീറ്റ്, അരക്കുപ്പി കടിച്ചുപൊട്ടിച്ച്, ഗ്ലാസ്സിൽ മൂക്കറ്റം ഒഴിച്ച്, വലിച്ചു. വീണ്ടും ഒഴിക്കാൻ തുടങ്ങിയപ്പോഴേക്കും, ചേറപ്പായി ആ ക്രൂരകൃത്യം തടഞ്ഞു ബാക്കി കുടിച്ചു.

കോഴി കൂവി, സൈറൺ കൂവി, മഞ്ഞിൽ കുതിർന്ന രണ്ടുപേർക്കും തിരിച്ചു യാത്ര. അപ്പോൾ സ്വാമി:

'ഇന്നു കോടതീൽ പോകവേണ്ടല്ലോ? ഞായറാഴ്ച അല്ലേ?'

'ഓർമ വര്ണില്ല കൊച്ചുവർക്ക്യേ, എന്താ നന്റെ അഭിപ്രായം?'

'ഞാറാഴ്ചന്നെ....'

അന്ന് ഉച്ചയ്ക്ക് എണീറ്റു. സമൃദ്ധിയായി ഭക്ഷിച്ചു. ആവോലി, നീർക്കോലി, കൂർക്ക, ചോറ്.

വൈകിട്ട് സ്വാമിയുടെ അടുത്തു ചെന്നു.

സ്വാമീ, ഇന്നലെ കാര്യമായി ഒന്നും ഇന്റെ പ്രശ്നം ചർച്ച ചെയ്തില്ല. സ്വാമി കുറച്ച് ഓവർ ആയിരുന്നു.

'ഓവർ ഒക്കെ ക്രിക്കറ്റ് കളിയിൽ. എനിക്ക് ഓർമയുണ്ട്. നീ ഗുഹാ മനുഷ്യന്റെ അസ്ഥികളുടെ കവിത എഴുതി. അത്രതന്നെ.'

കവിത എഴുതീട്ട് സ്വാമി, ഇന്റെ മേശേല് വച്ചാ മത്യോ? നല്ല ഒരു ആഴ്ചപ്പതിപ്പിൽ അച്ചടിച്ച് വരേണ്ടെ?'

'എന്നാ നീ ഒരു ആഴ്ചപ്പതിപ്പു തുടങ്ങ്. ഇവിടെ പ്രസ്സുകൾക്കു ക്ഷാമം ഒന്നൂല്ലല്ലോ?'

'അതല്ല സ്വാമി. ഞാൻ ഒരു വഴി കണ്ടിട്ടുണ്ട്.'

'ശീഘ്രം ശൊല്ല്.'

'പണ്ടൊരിക്കൽ നമ്മൾ വിശാലാക്ഷീടെ ട്രാൻസ്ഫർ കാര്യത്തിന് സിക്രട്ടറേറ്റിൽ ഓർമേല്ലെ?'

'നീ വിശാലത്തിന്റെ കാര്യം പേശമാട്ടെ, ഞാൻ കേൾക്കമൊട്ടെ.'

'സ്വാമി ക്ഷമിക്ക്. സിക്രട്ടേറിയറ്റിലെ സഹസ്രസനാമമില്ലേ? അദ്ദേഹ ത്തിന് സ്വാമി ഒരു ശുപാർശക്കത്തു തരണം.'

'സർക്കാര് ആഴ്ചപ്പതിപ്പോ മറ്റോ ഇറക്കുന്നുണ്ടോ? എനിക്കറിയില്ല.'

'എനിക്ക് സ്വാമി ഒരു കത്തു തരണം.'

'സഹസ്രനാമത്തിനു കത്തു മാത്രം പോരാ. കവർ വേറെ വേണം.'

'അറിയാം. എന്നാൽ ഒരു സൂത്രം. നമ്മുടെ വിശാലാക്ഷി രണ്ടാഴ്ചത്തെ ലീവിൽ നാട്ടിൽ പോകുന്നു. വിശാലാക്ഷിയെ പരിചയപ്പെടുത്തുന്ന കത്തു മതി. അതിൽ എന്റെ കവിതെടെ കാര്യോം. ബാക്കിക്കാര്യം വിശാലാക്ഷി ഏറ്റിട്ടുണ്ട്. വിശാലാക്ഷി ചെന്നാൽ, കത്തു മതി, കവറ് വേറെ വേണ്ട.'

'നിനക്കു കൊഞ്ചം ബുദ്ധി ഉണ്ടല്ലൊ?'

'കത്തു തരാം. നിന്റെ കവിത വേണ്ടവിധം കൈകാര്യം ചെയ്യണമെന്നും എഴുതാം.'

'എന്നാൽ ഒടനെ തായോ.'

'അതിനു മുമ്പ് ഒരു കണ്ടീഷൻ. വിശാലം തിരിച്ചു വരുന്നതുവരെ നീ ഇവിടെ കരുതൽത്തടങ്കിൽ. എല്ലാ ദിവസവും എന്റെ മുമ്പാകെ ഹാജരാവണം. മാതാവിനെ വിളിച്ചു സത്യം ചെയ്യ്.'

'മാതാവാണേ സത്യം ഞാൻ ഇവിടെ കുടിപാർക്കാം.'

'ഇവിടെ വേണ്ട. നിന്റെ വീട്ടിൽ മതി. ശരി.'

കൃത്യം രണ്ടാഴ്ച കഴിഞ്ഞപ്പോൾ ഹെൽത്തിലേക്ക് ചേറപ്പായി ഫോൺ:

'എന്തായി ഇന്റെ വിശാലാക്ഷ്യേ?'

വിശാലാക്ഷി വിശദമായി കൊഞ്ചി:

'അയ്യോ സാറിന് എന്നെ വിശ്വാസമില്ലേ?'

'ഇല്ലെന്നോ?' വിശാലാക്ഷീനെ ഇനിക്ക് നല്ല വിശ്വാസമല്ലെ? കവിത എന്നു വരും?'

അപ്പോൾ വിശാലാക്ഷി പാടി:

'സമയമായില്ലപോലും, സമയമായില്ലപോലും! ഒന്നു ക്ഷമിക്ക് സാർ. കവിത അടുത്തുതന്നെ വരും.....'

'ഒരു സുപ്രഭാതം. മഴയില്ല, വെയിലില്ല, ചെറുകുളിർ മഞ്ഞുമാത്രം.'

അന്നുകിട്ടിയ ആനുകാലികത്തിന്റെ പേജുകൾ, വിറയ്ക്കുന്ന വിരലുകളാൽ ചേറപ്പായി മറിക്കുമ്പോൾ.

അച്ചടിച്ച അക്ഷരങ്ങൾ!

'ഗുഹാതുരത്വത്തിന്റെ അസ്തിത്വം.'

ചേറപ്പായി സന്തോഷം സഹിക്കാനാകാതെ ആനുകാലികം മേൽപോട്ടെറിഞ്ഞ് അട്ടഹസിച്ചു. സാധനം താഴെ വീഴുമ്പോൾ ചാടിപ്പിടിച്ച്, മാറോട ണച്ചു വീണ്ടും മറിച്ചുനോക്കി.

മാതാവേ എന്നു വിളിച്ച് സ്വാമിയുടെ അടുത്തേക്ക് ഓടി. ആനുകാലികം സ്വാമിയുടെ മേശപ്പുറത്തു മലർത്തിവച്ചു.

'കണ്ടോ സ്വാമി.'

'കണ്ടു. സന്തോഷം. നിന്റെ കവിത അച്ചടിച്ചു വന്നല്ലൊ?'

'എന്റെ കവിത? ആർടെ പേരാ അച്ചടിച്ച്ട്ട്ള്ളേ? സ്വാമി നോക്ക്.'

സ്വാമി നോക്കി ഉറക്കെ വായിച്ചു.

'വി.സി.വി. ആരാ അത്?'

'വി.സി. വിശാലാക്ഷി, രാക്ഷസി, തേവിടിശ്ശി, ഇന്നെ ചതിച്ചു. ആ..... ആ..... ശൂർപ്പണ. ഞാൻ ആത്മഹത്യചെയ്യും.'

'ചെയ്തോ. നല്ല കാര്യം. എന്നാലും ഇത്ര മോശം കവിത എഴുതി എന്ന ദുഷ്പ്പേര്, ഇപ്പോൾ നിനക്കല്ലല്ലോ? വിശാലം ഒരു ഉപകാരമാണു ചെയ്ത തെന്നു പറയൂ.'

'സ്വാമീ, അതൊന്ന്വല്ല ഇന്റെ സങ്കടം. സഹസ്രനാമോം, വിശാലാക്ഷീം കൂടി രണ്ടാഴ്ച്യാ–ഹൊ പതിന്നാല് രാത്രീം, പതിന്നാല് പകലും! ഹൊ സ്വാമീ ഇനിക്കു ഭ്രാന്തു പിടിക്കണൂല്ലൊ?'

'സാരമില്ലടാ, സഹസ്രനാമത്തിനു നിന്റെ കവിത വായിച്ചപ്പോൾ ഒരു Caveman-instinct ഒക്കെ തോന്നിയിട്ടുണ്ടാവും.'

ചേറപ്പായി ഷർട്ട് വലിച്ചുകീറി ഓടി.

■

വെങ്കിടിസ്വാമി

പ്രതീക്ഷിച്ചതിലും നേരത്തെ അന്നു കോടതിയിലെ ജോലി കഴിഞ്ഞു.

ബഹുസന്തോഷത്തോടെ, ഒരു മൂളിപ്പാട്ടും പാടി, വക്കീൽ ചേറപ്പായി വീട്ടിലേക്കു നടന്നു. വലിയ ശബ്ദത്തിൽ ഡയറി മേശപ്പുറത്ത് എറിഞ്ഞു.

പിന്നെ മാതാവിനെ ഒന്നു നോക്കി.

എന്തോ, തന്നെ ഉപദേശിക്കാനാ ഭാവം.

എനിക്കിപ്പോൾ കിന്നാരം പറയാനുള്ള നേരല്ല. വെശക്ക്ണ്ണ്ട്. പിന്നെ വരാം.

ഊണുമുറിയിൽ ചെന്നു കൽപ്പിച്ചു:

ചോറ്.

അടുക്കളയിൽനിന്നും കൊച്ചുറോത:

ഇപ്പൊത്തരാം. ഈ പോർക്കിറച്ചി ഒന്നു കടുക് പൊട്ടിക്കണം.

ഇതുതന്നെ തരം. ചേറപ്പായി ശബ്ദമുണ്ടാക്കാതെ അലമാര തുറന്നു വിസ്കിക്കുപ്പി എടുത്തു. കൊച്ചുറോത വരുന്നുണ്ടോ എന്ന് ഇടങ്കണ്ണിട്ടു നോക്കി, വേഗം ഗ്ലാസ്സിൽ ഒഴിച്ചു. മുക്കാൽ ഗ്ലാസ്. വേഗം വെള്ളം ചേർത്തു, ഗ്ളും, ഗ്ളും, ഗ്ളും. ഗ്ലാസ് കാലി.

ബെഡ്റൂമിൽച്ചെന്നു വേഷം മാറി.

തീ കുറേശ്ശെ നീറിപ്പിടിക്കുന്നു.

ആനന്ദത്തോടെ ചേറപ്പായി പറഞ്ഞു:

ആ, അങ്ങനെ അങ്ങനെ നീറിപ്പിടിക്കട്ടെ. എന്നാലേ പോർക്കിന്റെ നെയ്യ്, വയറ്റിക്കിടന്ന് അലയുള്ളൂ.

അടുക്കളയിൽനിന്ന്, ശ്ശ്, ശ്ശ്, ക്ട്, ക്ട് എന്ന ശബ്ദം. അതിനൊപ്പം ഓടിയെത്തി വായിൽ വെള്ളം ഊറുന്ന മണം.

മേശപ്പുറത്ത്, ഒരു പാത്രം നിറയെ മസാലയിട്ടു കറുപ്പിച്ച്, ആവി പൊന്തുന്ന പോർക്കിറച്ചി. ചോറ്.

സമൃദ്ധിയായി കഴിച്ചു.

ഒരു തെറുപ്പുബീഡി കത്തിച്ച് ആഞ്ഞുവലിച്ചു.

മാതാവിനെ ഈ നിലയിൽ കണ്ടു സംസാരിക്കേണ്ട. നെറ്റിയിലും, കഷണ്ടിയിലും നിറയെ വിയർപ്പുതുള്ളികൾ. തോർത്തുമുണ്ടുകൊണ്ടു തുടച്ചു. ഇനി, ഈ നല്ല നേരത്ത് കക്ഷികൾ ആരും വരല്ലേ എന്നു പ്രാർത്ഥിച്ചു കിടന്നു.

സുഖമായ ഉറക്കം.

കോടതിയിലെ ബഞ്ച് ക്ലാർക്ക് സൗദാമിനിയുടെ വിരൽത്തുമ്പിൽ ഒന്നു തൊട്ടു. അദ്ഭുതം! സൗദാമിനി കൈ പുറകോട്ടു വലിക്കുന്നില്ല! ഒട്ടിപ്പിടിച്ച പോലെ. ധൈര്യം തോന്നി. കൈത്തണ്ടയിൽ ഒന്ന് അമർത്തി ത്തഴുകി. 'ഹൊ' എന്നു ചെറിയ ഒരു ശബ്ദമുണ്ടാക്കി സൗദാമിനി ചേറപ്പാ യിയുടെ മാറിൽ. ചേറപ്പായിയുടെ കൈകൾ താഴോട്ട് ഇറങ്ങുകയായി രുന്നു.

അതിക്രൂരമായി കാളിങ്ബെൽ ശബ്ദിച്ചു.

സർവചരാചരങ്ങളേയും ശപിച്ച് എഴുന്നേറ്റു വാതിൽ തുറന്നു.

വെങ്കിടിസ്വാമി വക്കീലിന്റെ ഗുമസ്തൻ.

ഒരു കുറിപ്പു നീട്ടി.

'വൈകുന്നേരം ഞാൻ അവിടെ വരും. എവിടേയും പോകരുത്.'

ചേറപ്പായിക്ക് അത് ഒരു ആജ്ഞയായിരുന്നു.

ഞാൻ ഇവിടെണ്ടാവുംന്ന് പറഞ്ഞോ.

വീണ്ടും പോയിക്കിടന്നു കണ്ണുകൾ ഇറുക്കിയടച്ചു. സ്വപ്നത്തിന്റെ സുപ്രധാനമായ ബാക്കി രംഗങ്ങൾക്കായി.

പക്ഷേ, ഓർമയിൽവരുന്നതു വേറെ കാര്യങ്ങൾ ആയിരുന്നു.

വെങ്കിടിസ്വാമി. അദ്ദേഹമാണ് തന്നെ ഈ നിലയിലേക്കാക്കിയത്. ഒരു കേസുകെട്ടുപോലും തൊടാൻ അനുവദിക്കാത്ത രാമയ്യൻവക്കീലിന്റെ ജൂനിയർ ആയിരുന്ന കാലം. അന്ന് ഒരു ദിവസം സ്വാമി പറഞ്ഞു:

ഡാ ചേറപ്പാ, വൺസ് എ ജൂനിയർ, ആൾവെയ്സ് എ ജൂനിയർ. നീ സ്വന്തമായി ഒരു ഓഫീസ് എടുത്ത് ഇൻഡിപ്പെൻഡന്റ് പ്രാക്ടീസ് തുടങ്ങ്.

സ്വന്തമായി ഓഫീസിനുള്ള സ്ഥലം ശരിപ്പെടുത്തുന്നതും വെങ്കിടി സ്വാമി ആയിരുന്നു. ബുദ്ധിമുട്ടുള്ള കേസ്സുകൾ കിട്ടിയപ്പോഴൊക്കെ, സ്വാമി സഹായിച്ചു. കൂട്ടുവക്കാലത്തു വേണമെന്ന് സ്വാമി ഒരിക്കലും ആവശ്യ പ്പെട്ടില്ല.

എപ്പോഴും ഉപദേശിക്കും:

നീ പഠിച്ചു തനിയെ നടത്ത്. കാണട്ടെ. ഞാൻ അടുത്തില്ലേ?

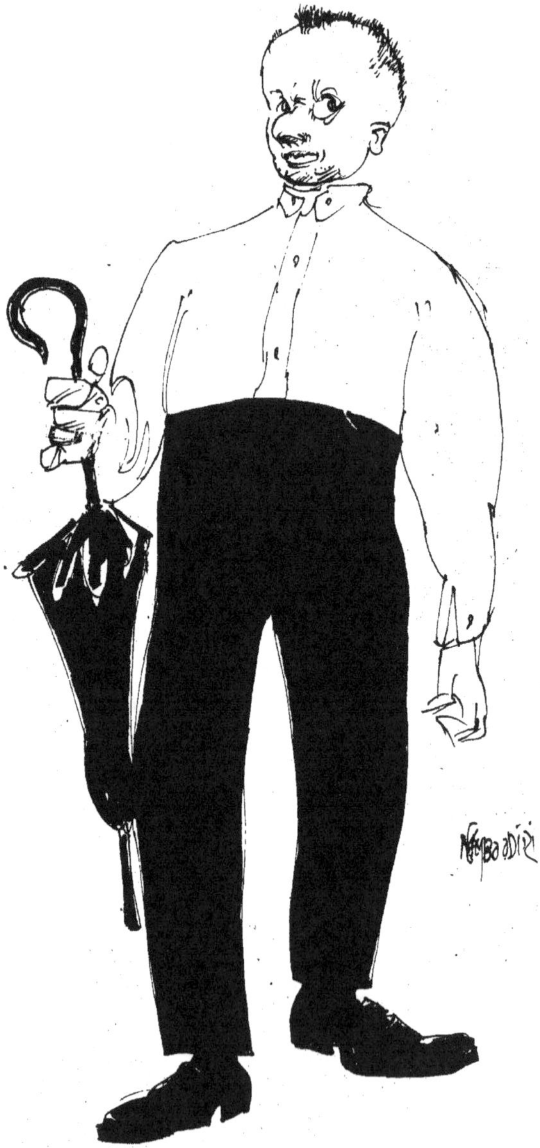

എത്രയോ കാലം കഴിഞ്ഞു.

ഇന്നു താമസിക്കുന്ന പുരയിടം വാങ്ങണമെന്നു സ്വാമിയുടെ നിർബന്ധമായിരുന്നു. അതു വാങ്ങി വീടും, ഓഫീസും പണിതു. ഇന്ന് അതിന്റെ വിലയോ?

ഇടയ്ക്ക്, സ്വാമിയുമായി അടുത്ത പട്ടണത്തിൽ പോകും. അവിടെ പഴയ ഒരു ഹോട്ടൽ.. പുകപിടിച്ച് ഇരുണ്ട ചുവരുകൾ. കോഴി, വിസ്കി, അച്ചാർ. സ്വാമി തികച്ചും സസ്യഭുക്കാണ്. ആ ഹോട്ടലിൽനിന്നും, വിസ്കി ഒഴികെ മറ്റൊന്നും കഴിക്കില്ല. അച്ചാറുപോലും. ഗ്ലാസ് സ്വാമിതന്നെ ഒന്നു വിശദമായി കഴുകും. ആ ഹോട്ടലിൽ എത്തുന്നതിനുമുമ്പ്, ഉഡുപ്പി ബ്രാഹ്മണാൾ ഹോട്ടലിൽനിന്നും ആറു മസാൽദോശ പാഴ്സൽ ആയി വാങ്ങിയതു മുഴുവനും ഭക്ഷിക്കും. വിസ്കിക്കുപ്പി കൊണ്ടുവന്നു വയ്ക്കുമ്പോൾ ചേറപ്പായി, സ്വാമിയോടു ചോദിക്കും: ഗ്ലാസ് കഴുകിയില്ലേ? ഇനി ഈ വിസ്കിയും കൂടി ഒന്നു കഴുകണ്ടേ?

ബില്ലുവന്നാൽ, ഹാഫ്, ഹാഫ്. പകുതി കാശ് കണക്കു പറഞ്ഞ് ചേറപ്പായി യുടെ കൈയിൽനിന്നും വാങ്ങിക്കും.

ഇന്നു കോടതിയിൽ സ്വാമി നല്ല മൂഡിലായിരുന്നു. ധാരാളം ഫീസ് കിട്ടി ക്കാണും.

ബഞ്ച്ക്ലാർക്ക് സൗദാമിനിയെ, സ്വാമി നോക്കിയിരുന്നു. ചെറിയ വട്ടക്കണ്ണുകളിൽ നിറയെ കുസൃതിയുമായി.

മുപ്പത്തിയെട്ടു വയസ്സിലും, സൗദാമിനി അണകെട്ടി തടഞ്ഞുനിർത്തി യിട്ടുള്ളത്, യൗവനമല്ല; യൗവനാരംഭമായിരുന്നു.

സൗദാമിനിയുടെ മഞ്ഞസാരിയും, മഞ്ഞബ്ലൗസും നോക്കി സ്വാമി ചേറപ്പായിയോട് പറഞ്ഞു, സൗദാമിനി കേൾക്കുന്ന തരത്തിൽ:

മഞ്ഞപ്പൊട്ടുംകൂടി ആകാമായിരുന്നു.

സൗദാമിനി ഇടങ്കണ്ണിട്ട് ഒന്നു നോക്കി.

എഡാ ചേറപ്പാ, മഞ്ഞക്കിളിയെ കണ്ടാൽ മധുരം തിന്നാം. അങ്ങനെ ഏതാണ്ട് ഒരു വാക്യമില്ലേ?

ചേറപ്പായിക്ക് ഒന്നും മനസ്സിലായില്ല. എങ്കിലും പറഞ്ഞു:

വേദപുസ്തകത്തിൽ അങ്ങനെ പറഞ്ഞിട്ടില്ല.

എന്നാൽ, മഞ്ഞക്കിളിയെ കണ്ടു. ഇനി മധുരം...?

സൗദാമിനി വശ്യതയോടെ ചിരിച്ച് സ്വാമിയോടു ചോദിച്ചു:

സ്വാമിയുടെ മകൾക്ക് എത്ര കുട്ടികളാ? സ്വാമിയുടെ പ്രായത്തെ ഓർമിപ്പിക്കാൻ ആയിരുന്നു ആ ചോദ്യം. ഒരു ഭാവഭേദവുമില്ലാതെ സ്വാമി പറഞ്ഞു:

ദ ക്വിസ്റ്റ്യൻ ഈസ് ഇർറിലവന്റ്.

എന്നിട്ട് ചേറപ്പായിയോടു ചോദിച്ചു:

എഡാ ചേറപ്പാ, സ്ത്രീ എന്നാൽ, എന്താണെന്നു നിനക്കറിയുമോ?

ഇന്റെ ഓർമ്മേല് ആദ്യം വരണതു കല്യാണ്യാ. ആ വിവരമില്ലാത്ത പെണ്ണ് അന്നു കോടതീല് എന്തൊക്ക്യാ പറഞ്ഞേ. പിന്നെ പാറുക്കുട്ടി. പിന്നെ നമ്മുടെ കാർത്തു. എന്തു വെളുപ്പാ? ഇരുട്ടുള്ള മുറീല് എന്തിനാ വെളക്ക്? ശരീരം ഇങ്ങനെ ശോഭിക്കും. അരേല് പൊന്നര ഞ്ഞാണം കെട്ടിക്കൊടുക്കാൻ തോന്നും. പിന്നേംണ്ട് കൊറെ. ഇപ്പോ ഓർമേല്ല.

ഡാ ചേറപ്പാ, നിനക്ക് ഒരു ചുക്കും അറിയില്ല.

അപ്പോഴേക്കും മജിസ്ട്രേട്ട് ബഞ്ചിൽ കയറി.

സ്വാമിയുടെ കേസ്. സ്വാമിയുടെ കക്ഷി, ഓവർ സ്പീഡിൽ ലോറി ഓടിച്ച്, ഒരു മനുഷ്യന്റെ ദേഹത്ത് ഇടിച്ചു. ആൾ ഉടനെ മരിച്ചു.

ദൃക്സാക്ഷി കേശവനെ കൂട്ടിൽ കയറ്റി. പ്രോസിക്യൂട്ടർ പ്രഥമ വിസ്താരം നടത്തി. കേശവൻ മണിമണിപോലെ ഉത്തരം കൊടുത്തു.

ഒരു നുള്ളു പൊടി വലിച്ച് സ്വാമി എതിർവിസ്താരത്തിന് എഴുന്നേറ്റു. കുറിയ വട്ടക്കണ്ണുകൾകൊണ്ടു സാക്ഷിയെ തറച്ചു നോക്കി.

കേശവനു ചായപ്പീടികയാണ് അല്ലേ?

അതെ.

എതിർവശത്ത് ഒരു നായരുടെ ചായപ്പീടിക ഇല്ലേ? ശങ്കരൻനായരുടെ?

ഉണ്ട്.

ചോദിക്കുന്നതിൽ വിഷമം വിചാരിക്കരുത്. ശങ്കരൻനായർ, കേശവനെക്കാൾ ഉയർന്ന ജാതിയിൽപ്പെട്ട ആളാണ്. അതുകൊണ്ട് അധികമാളുകളും ശങ്കരൻനായരുടെ ചായപ്പീടികയിലാണ് പോകാറ് എന്നുപറഞ്ഞാൽ ശരിയാണോ?

ഹേയ്, ഒരിക്കലും അല്ല. എന്റെ ചായപ്പീടിക്യേലാ ആളു കൂടുതൽ.

അങ്ങനെയാണെങ്കിൽ, ഈ സംഭവം നടക്കുമ്പോൾ കേശവന്റെ കടയില് നല്ല തിരക്കായിരിക്കും അല്ലേ?

എന്താ സംശയം?

അപ്പോൾ കേശവൻ ഓടിനടന്നു ചായേം, പലഹാരോം ഒക്കെ കൊടുക്ക യായിരുന്നു, തെരക്കല്ലേ?

അതെ.

ആ സമയത്ത്, പുറത്തു റോട്ടിൽനിന്ന് ഒരു വലിയ ശബ്ദം കേട്ടു!

ഉവ്വ്.

ഉടനെ കേശവൻ പുറത്തേക്കോടിച്ചെന്നു നോക്കി. ഇല്ലേ? അവിടെ റോട്ടിൽ ഒരു ആൾ ലോറിയുടെ അടുത്തു മരിച്ചുകിടക്കുന്നു. അതല്ലേ കണ്ടത്?

അതന്ന്യാ കണ്ടത്. കണ്ടാൽ തല ചുറ്റും.

അപ്പോൾ കേശവൻ ആദ്യം കാണുന്നത് ഒരാൾ മരിച്ചുകിടക്കുന്നതാണ്. ലോറി മുട്ടുന്നതു കണ്ടില്ല. അല്ലേ?

മുട്ടണത് കാണ്വൊന്നുംവേണ്ട. കണ്ടാൽ അറിയാലോ? ലോറി മുട്ടാണ്ടെ അയാളു മരിക്ക്യോ?

ഇല്ല. കേശവൻ പറഞ്ഞതു ശരിയാണ്. ലോറി മുട്ടുന്നതു കണ്ടില്ല. ലോറിയുടെ ഏതു ഭാഗമാണ് മുട്ടിയതെന്നും കണ്ടില്ല?

ഏതു ഭാഗാ മുട്ട്യേന്നൊന്നും പറയാൻ പറ്റില്ല. ലോറി മുട്ടീട്ടന്ന്യാ ആളു മരിച്ചെ. അത് ഒറപ്പാ.

അവിടെച്ചെന്ന് എന്താണ് ഉണ്ടായതെന്നു ചോദിച്ചില്ലേ?

ഉവ്വ്. അവിടെ കൂട്ടംകൂടി നിക്കണോരു പറഞ്ഞു ലോറി മുട്ടീന്ന്.

അപ്പോൾ, ചുരുക്കിപ്പറഞ്ഞാൽ, ലോറി മുട്ടുന്നത് കേശവൻ കണ്ടില്ല. അവിടെ കൂടിയവർ പറഞ്ഞുകേട്ട അറിവുമാത്രം. അങ്ങനെയല്ലേ?

അവരെന്തിനാ നൊണ പറയണേ? അവരതു ശരിക്കു കണ്ടതാ. ഇനിക്കും ബോദ്ധ്യായി.

എതിർവിസ്താരം സ്വാമി അവിടെ നിർത്തി.

വൈകുന്നേരം സ്വാമി വന്നു.

ചേറപ്പാ, കൊച്ചുവർക്കിയെ വിളിപ്പിക്ക്. കാറ് കൊണ്ടുവരാൻ പറയൂ. പട്ടണം കാണാൻ പോകാം.

അറുപിശുക്കനായ ചേറപ്പായി ചോദിച്ചു:

സ്വാമീ നമ്മള് കഴിഞ്ഞാഴ്ച പോയതല്ലേ? ഇനിക്ക് ഇന്നു ഫീസൊന്നും അത്ര കിട്ടീട്ടില്ല.

എഡാ ചേറപ്പാ, ജന്മംകൊണ്ട് നീ ഒരു നസ്രാണി. എന്നാൽ, കാശിന്റെ കാര്യത്തിൽ നീ ശരിക്കും ഒരു ജൂതൻതന്നെ. കൊച്ചുവർക്കീടെ കാറ് വിളിപ്പിക്ക്. കാശു ഞാൻ കൊടുക്കാമെടാ.

വലിയ ജലദോഷവും, മൂക്കടപ്പും ഒക്കെ ആയി, കൊച്ചുവർക്കിയുടെ ശകടം, കുരച്ചും ചീറ്റിയും പടിക്കൽ വന്ന് ഊർദ്ധൻ വലിച്ചുനിന്നു.

പട്ടണത്തിൽ എത്തുന്നതുവരെ സ്വാമി ഒരക്ഷരം സംസാരിച്ചില്ല. കാറിൽ കയറുമ്പോൾ എടുത്തതായിരുന്നു ഒരു നുള്ളു പൊടി. അതു പിടിച്ച് സ്വാമി വലിയ ആലോചനയിലാണ്.

ക്ഷേത്രമൈതാനം ചുറ്റി, വൃത്താകൃതിയിൽ കിടക്കുന്ന വിശാലമായ കോൺക്രീറ്റ് റോഡിലേക്കു കയറിയപ്പോൾ, സാധാരണ പതിവുള്ള പോലെ, മൈതാനമദ്ധ്യത്തിലെ ക്ഷേത്രനടയ്ക്കലേക്കു നോക്കി തൊഴുതില്ല.

കൊച്ചിത്തമ്പുരാന്റെ പ്രതിമയും, മുനിസിപ്പാലിറ്റിയുടെ നാഴിക മണിയും കടന്ന്, വലത്തോട്ടു തിരിഞ്ഞു കാർ നിർത്തി. കൊച്ചുവർക്കി മസാലദോശ മേടിക്കാൻ ഓടി.

പഴയ ഹോട്ടലിന്റെ രണ്ടാംനിലയിൽക്കയറി ഇരുന്നു.

മേശപ്പുറത്ത് ആദ്യം അച്ചാറും, ഗ്ലാസ്സും വിസ്കിക്കുപ്പിയും എത്തി. സ്വാമി ഗ്ലാസ്സെടുത്ത് വാഷ്ബേസിനിൽ കൊണ്ടുപോയി കഴുകി.

വിസ്കി എടുത്ത് അരഗ്ലാസ് ഒഴിച്ച് അസംസ്കൃതമായി കുടിച്ചു. ചേറപ്പായി സോഡ ചേർത്ത് ഒരു വലി വലിച്ചു. അപ്പോഴേക്കും കോഴിയും, പാഴ്സൽ മസാലദോശയും എത്തി.

തീവ്രമായ ഒരു മൗനയുദ്ധം ആ മേശപ്പുറത്തു നടന്നുകൊണ്ടിരിക്കേ, ചേറപ്പായി ഒരു തെറുപ്പുബീഡി കത്തിച്ചു ചുറ്റും നോക്കി.

അപ്പുറത്ത് ഒരു മേശയ്ക്കു ചുറ്റും ഇരിക്കുന്നവരുടെ സംഭാഷണം ശ്രദ്ധിച്ചു.

അവരിൽ ഒരാൾ വിസ്മയത്തോടെ പറഞ്ഞു:

ഈശോ, ഇവൻ ഗ്ലാസ്സില് എന്തോരാ ഒഴിക്കണേ?

മറ്റൊരുത്തൻ ഉടനെ ചോദിച്ചു:

എന്തൂട്ട് പൊട്ട സുബാവാണ്ടാത്?

ചേറപ്പായി സൂക്ഷിച്ചുനോക്കി. വെപ്രാളത്തോടെ സ്വാമിയോടു പറഞ്ഞു:

സ്വാമീ, നമ്മുടെ കോടതീല് വരണ ഒരു കക്ഷ്യാ അത്.

സ്വാമി മസാലദോശയിൽ ശ്രദ്ധിച്ചു പറഞ്ഞു:

കക്ഷി! അതും മനുഷ്യനല്ലേ? നീയും ഞാനും ഒക്കെ മനുഷ്യർ. എന്താണു മനുഷ്യൻ? ദ അഗ്ളിയസ്റ്റ് വെർമിൻ, ദാറ്റ് ദ എർത്ത്ഹാസ് എവർ സഫേഡ് ടു ക്രാൾ അപ്പോൺ ഹേർ സർഫേസ്.

ചേറപ്പായിക്ക് ഒരൊറ്റ അക്ഷരം മനസ്സിലായില്ല. കുറച്ചു വിസ്കി കുടിച്ച് ആലോചിച്ചു പറഞ്ഞു:

ഞങ്ങടെ വേദപുസ്തകത്തില് അങ്ങനെയൊന്നും പറഞ്ഞിട്ടില്ല.

ചേറപ്പാ, വിശ്വസാഹിത്യത്തിൽ ഹിപ്പോക്രസിയില്ലാത്ത ഒരേയൊരു ക്യാരക്റ്ററേയുള്ളൂ. ആരാ?

നമ്മുടെ കൊച്ചുവർക്കി. ശരിക്കു കണക്കു പറഞ്ഞ് കാശുമേടിക്കും.

അല്ലഡാ. ആ ജൂതൻ. ഷൈലോക്ക്, ഹൂ ക്ലെയിംഡ് ഫോർ ദ പൗണ്ട് ഒഫ് ഫ്ളെഷ്. നമ്മളും അങ്ങനെതന്നെ സമ്പാദിച്ചു. എന്നിട്ട്?

സ്വാമി എന്തോ ഫിലോസഫി ആണ് പറയുന്നത്.

ഫിലോസഫി ഈസ് ദ ലാസ്റ്റ് അസൈലം ഒഫ് എ കവേർഡ്. ബട്ട്, ദെയർ ഈസ് നോ എസ്കേപ് ഫ്രം ദ ബിറ്റർ ഫാക്ട്സ് ഒഫ് ലൈഫ്.

സ്വാമി വിസ്കിക്കുപ്പി തല കീഴ്ക്കാംതൂക്കായി പിടിച്ചു. ഒന്നുരണ്ടു തുള്ളി ഇറ്റു വീണു.

കുപ്പി പിഴിയണോ? ഒരു ഹാഫ്കൂടി വരട്ടെ.

ചേറപ്പായിയിലെ ജൂതൻ ഉണർന്നു. അതുകൂടി കഴിച്ചാൽ, കാർ വാടകയും ബില്ലിലെ പകുതി കാശും കൊടുക്കേണ്ട കാര്യം സ്വാമി മറന്നാലോ?

മതി സ്വാമി.

നോ. ഒരു ഹാഫ് വേഗം.

വന്നവേഗത്തിൽത്തന്നെ അതു തീർന്നു.

ശരി പോകാം.

സ്വാമി നടന്നു കൗണ്ടറിനടുത്ത് എത്തി. കൊച്ചുവർക്കിയെ വിളിച്ചു.

നിഴലുകൾക്കിടയിൽനിന്നും കൊച്ചുവർക്കി ഉടനെ പ്രത്യക്ഷപ്പെട്ടു. കൊച്ചുവർക്കിയുടെ ബില്ലുവാങ്ങി.

എല്ലാം സ്വാമിതന്നെ കൊടുത്തു.

ആ ക്രൂരകൃത്യം കാണാൻ വയ്യല്ലോ എന്ന നിലയിൽ ചേറപ്പായി വേഗം റോഡിലിറങ്ങി.

ബാക്കി കിട്ടിയ കാശ് കണിശമായി എണ്ണിനോക്കി സ്വാമി പിറകെ വന്നു.

തിരിച്ചു പോകുമ്പോൾ സ്വാമി നിശ്ശബ്ദനായിരുന്നു.

മഠത്തിന്റെ മുന്നിൽ ഇറങ്ങിയപ്പോൾ കൊച്ചുവർക്കിയുടെ കാശു മുഴുവനും കൊടുത്തു.

പിറ്റേദിവസം സ്വാമിയെ കോടതിയിൽ കണ്ടില്ല.

ഹാങ് ഓവർ ആയിരിക്കും. പക്ഷേ, അങ്ങനെ പതിവില്ലല്ലോ.

സ്വാമിയുടെ ഗുമസ്തൻ പുറകിൽവന്നു കേസുകെട്ടുകൾ ചേറപ്പായിയുടെ മുന്നിൽവച്ചു.

ഇതൊക്കെ നോക്കണം. സ്വാമി കുറച്ചുദിവസം വരില്ല.

എന്താ, സ്വാമിക്കു സുഖല്ല്യേ?

സ്വാമിക്കല്ല. അമ്മ്യാർക്കാ. രണ്ടുമൂന്നു ദിവസായി. ഇന്നു കുറച്ചു കൂടുതലാ.

എന്താ അസുഖം?

ഉത്തരം കിട്ടുന്നതിനുമുമ്പു മജിസ്ട്രേട്ട് ബഞ്ചിൽ കയറി.

ഇന്നലെ രാത്രി സ്വാമി എന്നോടൊന്നും പറഞ്ഞില്ലല്ലോ?

അയാൾ തിടുക്കത്തിൽ പറഞ്ഞു:

ഇതാ, സ്വാമീടെ കേസ് വിളിച്ചു. ഈ ഹർജി കൊടുത്തു കേസ് നീട്ടിക്കണം. സ്വാമി ഭാര്യയുമായി ഇന്നു വൈകിട്ട് വെല്ലൂർക്ക് പുവ്വാണ്.

ഒന്നും മനസ്സിലാകാതെ ചേറപ്പായി സ്വാമിയുടെ കേസുകെട്ടും എടുത്ത് എഴുന്നേറ്റുനിന്നു.

■

www.ingramcontent.com/pod-product-compliance
Lightning Source LLC
LaVergne TN
LVHW050851051026
849532LV00006BA/2192